ఒక మంచు

కురిసిన రాత్రి

D9900328

కొండగుంట చిత్ర వెంకటేష్

 pencil

ISBN 978-93-5458-507-4

© కొండగుంట చిత్ర వెంకటేష్ 2021

Published in India 2021 by Pencil

A brand of
One Point Six Technologies Pvt. Ltd.
123, Building J2, Shram Seva Premises,
Wadala Truck Terminal, Wadala (E)
Mumbai 400037, Maharashtra, INDIA
E connect@thepencilapp.com
W www.thepencilapp.com

DISCLAIMER: This is a work of fiction. Names, characters, places, events and incidents are the products of the author's imagination. The opinions expressed in this book do not seek to reflect the views of the Publisher.

2

Author biography

నా పేరు కొండగుంట చిత్ర వెంకటేష్. చిత్ర వెంకటేష్ పేరులో స్వాతిలో నాలుగు సార్లు నవల పోటిలో బహుమతులు పొందాను. మూడు సార్లు అదే ప్రతిక నిర్వహించిన అనిల్ అవార్డ్ తీసుకున్నాను. సుకధ వెబ్ పత్రికలో నా నవలలు అయిదు ప్రచురించబడ్డాయి. గోతెలుగు వెబ్ ప్రతికలో కూడా నా సీరియల్ వచ్చింది. నేను హైదరాబాదులో టాక్స్ కన్స్ ల్ టెంట్ గా ప్రాక్టిస్ చేస్తున్నాను. ఇంతకు ముందే అనగనగ ఒక తండ్రి ప్రచురించబడి అమెజన్ లో ఉంది.

CONTENTS

భాగం --1

“నాకు ఒక రూమ్ కావాలి”అంది ఆమె.

కౌంటర్ లో ఉన్న మేల్ రిసప్షనిస్ట్ ఆమె వైపు సాభిప్రాయంగా చూశాడు.

“సింగిల్ రూమ్ కావాలా. డబుల్ రూమ్ కావాలా”అని అడిగాడు.

“సింగిల్ రూమ్ చాలు. ఎంత ఇవ్వాలి”బ్యాగ్ తెరుస్తూ అడిగింది ఆమె.

“ముందు వెయ్యిరుపాయలు అడ్వాన్స్ ఇవ్వండి. అలాగే ఈ రిజిస్టర్ లో పేరు రాసి సంతకం పెట్టండి”అని ఒక లావాటి రిజిస్టర్ ను ఆమె ముందుకు తోశాడు. ముందు వెయ్యిరుపాయలు తీసి అతని ముందు పెట్టింది. తరువాత మెల్లగా రిజిస్టర్ తన ముందుకు లాక్కుంది.

పెన్ తీసుకుని తన పేరు రాయబోయింది. ఎంత ప్రయత్నించిన ఆమెకు తన పేరు గుర్తుకు రాలేదు. ఏం రాయాలో అర్ధంకాలేదు. రిసప్షనిస్ట్ ఆమె వైపు చూస్తున్నాడు. ఏం చెయ్యాలోతోచక అటుఇటు చూసింది. ఆమె చూపులు ఎదురుగా

ఉన్న గోడ మీద పడింది. అక్కడ ఒక క్యాలండర్ ఉంది. దాని మీద అనామిక బైండింగ్ వర్క్స్ అని ఉంది.

ఆమె కళ్ళు మిలమిల మెరిశాయి. వెంటనే తన పేరును అనామిక అని రాసింది.సంతకం చేసి రిజిస్టర్ ను రిసప్షన్ ముందుకు నెట్టింది.

రిసప్షన్ లో ఉన్న మనిషి బాయ్ ను పిలిచి ఏదో చెప్పాడు. బాయ్ ఆమె వైపు చూసి రండి మేడం"అని మెట్ల వైపు దారితీశాడు. ఆమె అనుసరించింది. బాయ్ పదిమెట్లు ఎక్కి ఎడంవైపుకు తిరిగాడు. అక్కడ ఎదురుగా ఒక గది కనిపించింది. దానిమీద 101 అని ఉంది.

బాయ్ గదితలుపులు తెరిచి లోపలికి వెళ్ళాడు.

"ఇదే మీ గది మేడం. ఏమైనకావాలనుకుంటే బెల్ నొక్కండి"అన్నాడు బాయ్ చేతులు నులుపుకుంటు.

వాడి ఉద్దేశం ఆమెకు అర్ధమైంది. వెంటనే బ్యాగ్ లోంచి పదిరుపాయలు తీసి వాడికి ఇచ్చింది. అది తీసుకుని వాడు సంతోషంగా వెళ్ళిపోయాడు. బాయ్ వెళ్ళపోయినవెంటనే ఆమె గది తలుపులు మూసి గడియపెట్టింది. నింపాదిగా వెళ్ళి మంచంమీద కూర్చుంది. బ్యాగ్ ను పక్కన పెట్టింది. బ్యాగ్ తో పాటు ఆమె చేతిలో ఒక క్యారిబ్యాగ్ ఉంది. అందులోంచి సామానులు తీసి మంచంమీద పెట్టింది. అవన్ని కాస్మోటిక్స్ సామానులు. అమ్మాయిలు, ఆడవాళ్ళు తమ అందాన్ని పెంపోదించుకోవటానికి ఉపయోగపడే క్రీమ్స్ లోషన్స్. చాల ఖరీదైనవి. ఒక్కొక్కోటి దాదాపు మూడువేలరుపాయలు చేస్తుంది. మాములు మద్యతరగతికి ఏ

మాత్రం అందుబాటులో ఉండవు. కేవలం సూపర్ రిచ్ ఆడవాళ్ళు మాత్రమే కొనుక్కునే సౌందర్య సాధనాలు.

అవి తన దగ్గరకు ఎలా వచ్చాయో ఆమెకు అర్థంకావటం లేదు. గతం ఆమెకు గుర్తులేదు. గతంతో పాటు తన అసలు పేరు కూడా ఆమె మరిచిపోయింది. సరిగ్గా గంట ముందు ఆమె సూపర్ బజార్ కు వెళ్ళింది. అది కారులో వెళ్ళింది. ఆమె దగ్గర ఒక లిస్ట్ ఉంది. ఆ లిస్ట్ ప్రకారం కావల్సిన సామానులు కొనుక్కుంది. సామానులు తీసుకుని బిల్ పే చెయ్యటానికి కౌంటర్ దగ్గరకు వెళ్ళింది. బిల్ పే చేసి సామానులు తీసుకుని బయటకు వచ్చింది. అప్పుడే అనూహ్యామైన పరిణామం జరిగింది.

ఆమె తన గురించి పూర్తిగా మరిచిపోయింది. తను ఎవరో ఎందుకు ఈ ఊరువచ్చిందో కూడా తెలియలేదు. అన్నిటికంటే ఆశ్చర్యకరమైన విషయం తన పేరు కూడా మరిచిపోయింది ఆమె. మైండ్ అంతా పూర్తిగా బ్లాంక్ అయిపోయింది. ఏం చెయ్యాలో ఎక్కడికి వెళ్ళాలో ఆమెకు అర్థంకాలేదు. బొమ్మలా అలాగే ఉండిపోయింది. రోడ్డు మీద నడుస్తున్నవాళ్ళు ఆమెను ఆశ్చర్యంగా చూస్తున్నారు. కొందరు ఆమె అద్భుతసౌందర్యానికి మెస్మరైజ్ అవుతున్నారు. మగవాళ్ళు మాత్రం ఆమె వైపు చూడకుండ ఉండలేకపోతున్నారు.

టైం ఎంతయిందో తెలియదు. లైట్ల వెలుగులో నగరం దేదిప్యమానంగా వెలిగిపోతుంది. రోడ్డుమీద వాహనాలు వేగంగా దూసుకుపోతున్నాయి. ఈ నగరం ఆమెకు చాల కొత్తగా కనిపించలేదు. ఇంతకుముందు ఈ సిటికి వచ్చిందో లేదో తెలియదు.

కాని ఇప్పుడు మాత్రం మొదటిసారి చూస్తున్నట్టుగా ఉంది. ఈ నగరానికి ఎందుకు వచ్చిందో అర్ధంకావటం లేదు.

కాని ఒక విషయం మాత్రం ఆమెకు అర్ధమైంది. తనకు అమ్నేషియా వచ్చిందని ఆమె గ్రహించింది. అందుకే తన గతంతోపాటు పేరు కూడా మరిచిపోయింది. ఈ నగరంలో ఆమెకు తెలిసినవాళ్ళు ఉన్నారో లేదో తెలియదు. బంధువులు కాని చుట్టాలు కాని ఉన్నారో లేదో కూడా తెలియదు. అలాంటప్పుడు ఈ రాత్రి ఎక్కడ తలదాచుకోవాలి. ఎవరిని ఆశ్రయించాలి.

మాములుగానే సిటిలో ఒంటరి అమ్మాయికి రక్షణలేదు. అలాంటిది అమ్నేషియా వచ్చిన అమ్మాయి క్షేమంగా ఎలా ఉండగలదు. అందుకే ఈ రాత్రి ఎక్కడైన తలదాచుకోవాలని భావించింది. ఏదైన హోటల్ కనిపిస్తుందా అని చుట్టు చూసింది. అదృష్టవశతు రోడ్డుకు అవతల వైపు ఒక చిన్న హోటల్ కనిపించింది. దాని మీద రాయల్ లాడ్జి అని ఉంది.

గతం మరిచిపోయింది కాని తన చదవుమాత్రం మరిచిపోలేదు ఆమె. ఏం చదివిందో జ్ఞాపకం రాలేదు. కాని చదవటం మాత్రం మరిచిపోలేదు. అది ఒకందుకు అదృష్టంగా భావించింది. ఇంకేం ఆలోచించకుండ మెల్లగా రోడ్డు క్రాస్ చేసి హోటల్ చేరుకుంది. ఎలాగో తంటాలు పడి రూమ్ సంపాదించుకుంది.

ఆలోచనలకు బ్రేక్ వేసి లేచి నిల్చుంది అనామిక. ఒకసారి తనని తాను చూసుకుంది. నీలం రంగు జీన్స్ దాని మీద టీషర్ట్ టక్ చేసుకుంది. దానిమీద నల్లని జెర్కిన్స్ వేసుకుంది. మెల్లగా

బాత్రూంలోకి వెళ్ళింది. అద్దంలో తనని తాను చూసుకుంది. తరువాత పైన ఉన్న జెర్కిన్స్ తీసింది. లోపల తెల్లని టీషర్ట్ ఉంది. దానిమీద కుడివైపు ఎర్రగా ఉంది.

ఒక్కసారిగా షాక్ తో బిగుసుకుపోయింది ఆమె.

అది రక్తం అని గ్రహించింది ఆమె. అది తన షర్ట్ మీదకు ఎలా వచ్చిందో తెలియలేదు. మెల్లగా బట్టలు మొత్తం విప్పి చూసుకుంది. ఇప్పుడు ఆమె పూర్తిగా నగ్నంగా ఉంది. శరీరంలో ఎక్కడ చిన్న గాయం లేదు. నున్నగా పోతపోసిన విగ్రహంలా ఉందామే.అలాంటప్పుడు ఈ రక్తపు మరక షర్ట్ మీదకు ఎలా వచ్చింది. ఆమెకు అంతా అయోమయంగా ఉంది. ఇంకోవైపు భయంగా కూడా ఉంది.

కొంపదీసి తను ఎవరిని హత్యచెయ్యలేదు కదా. అందుకే దొంగతనంగా ఇక్కడికి పారిపోయివచ్చిందా. ఆలోచిస్తూ జర్కిన్స్ వైపుచూసింది. జర్కిన్స్ పై జేబులో చాల డబ్బు కనిపించింది.కంగారుగాతీసి లెక్కపెట్టింది. దాదాపు లక్షరుపాయలు ఉన్నాయి. అంత డబ్బు ఎలా వచ్చింది.

అన్ని ప్రశ్నలే ఒక్కదానికి జవాబు లేదు.

పదినిమిషాలలో స్నానం ముగించుకుని ఇవతలకు వచ్చింది ఆనామిక. వేసుకున్న బట్టలు తప్ప ఇంకో జత బట్టలు లేవు. తుడుచుకోవటానికి టవల్ కూడా లేదు. ఎదురుగా ఉన్న హంగర్ మీద ఒక మురికి టవల్ కనిపించింది. దాన్ని తీసుకుని తుడుచుకుంది. తరువాత బట్టలు వేసుకుంది. అప్పుడే ఆమెకు విపరీతమైన ఆకలి

వేసింది. రూమ్ సర్వీస్ బెల్ నొక్కింది.

"ఏం కావాలి మేడం"అంటు వచ్చాడు బాయ్.

"మంచి భోజనం తీసుకురా "అని డబ్బు తీసి ఇచ్చింది.

"పది నిమిషాలలో వస్తాను మేడం"అని డబ్బు తీసుకుని వెళ్ళిపోయాడు బాయ్.

చెప్పినట్టుగానే పదినిమిషాల తరువాత క్యారియర్ తో వచ్చాడు బాయ్.

వాడికి పదిరుపాయలు టిప్ ఇచింది. అది తీసుకుని ఆమెకు నమస్కారం చేసి వెళ్ళిపోయాడు అతను. తలుపులు మూసి టేబుల్ ముందు కూర్చుంది. క్యారియర్ తీసి చూసింది. అంతా వెజిటేరియన్ మీల్స్. ఆవురుఆవురు మంటు తినేసింది. అప్పుడు కాని ఆత్మారాముడు శాంతించలేదు. క్యారియర్ నీట్ గా సర్ది టీపాయ్ మీద పెట్టింది. తరువాత చేతులు కడుక్కుని వచ్చి మంచం మీద కూర్చుంది. ఒకసారి జరిగిన దంతా బేరీజు వేసుకుంది.

ఈ రాత్రి ఎలోగో అలా గడిపేస్తే సరి. రేపుఉదయం ఏం చెయ్యాలో తీరికగా ఆలోచించవచ్చు. ఆలోచిస్తునే అలాగే మంచం మీద వాలిపోయింది. కళ్ళు ముసుకుంది. పదినిమిషాలలో అనామిక గాఢనిద్రలోకి జారుకుంది.ఎంతసేపు నిద్రపోయిందో తెలియదు. విపరీతమైన దాహం వేసి కళ్ళు తెరిచింది. లేచి జగ్ తీసుకుని చూసింది. అందులో చుక్క నీళ్ళుకూడా లేవు. గది తలుపులు తెరిచి బయటకు నడిచింది. అంతా చీకటిగా ఉంది. మెల్లగా తడుముకుంటు మెట్ల దగ్గరకు వెళ్ళింది. అక్కడనుంచి కింద ఉన్న రిసప్షన్ కౌంటర్

స్పష్టంగా కనిపిస్తోంది.

కౌంటర్ ముందు ఆమెకు గది ఇచ్చిన వ్యక్తి కూర్చుని ఉన్నాడు. అతనికి ఎదురుగా ఎవరో ముగ్గురు వ్యక్తులు కూర్చుని ఉన్నారు. వాళ్ళు ఎవరో ఆమెకు తెలియలేదు. అంత రాత్రి వేళ ఎందుకు కూర్చుని ఉన్నారో అసలు తెలియదు. అప్పుడే కౌంటర్ లో ఉన్న వ్యక్తి మాట్లాడుతున్నాడు. అతని మాటలు ఆమెకు స్పష్టంగా వినిపిస్తున్నాయి.

"గదిలో ఒక పిట్టమాత్రమే ఉంది సార్. ఆమె తప్ప ఇంకేవరు లేరు"అన్నాడు రిసప్షనిస్ట్.

అవతల నుంచి మాట్లాడుతున్న వ్యక్తి ఏదో అన్నాడు. దానికి అతను చిన్నగా నవ్వి అన్నాడు.

"అలాగే ఇన్స్ పెక్టర్. మీరు చెప్పినట్టుగానే చేస్తాను. ఇది నాకు కొత్త కాదు కదా. ఇంకో అరగంటలో మేమందరం హోటల్ నుంచి వెళ్ళిపోతాం. మీరు మీ సిబ్బందితో రెయిడ్ చెయ్యటానికి రండి. బ్రోతల్ కేసులో ఆమెను అరెస్ట్ చేసి స్టేషన్ కు తీసుకువెళ్ళండి. తరువాత ఏం చెయ్యాలో మీకు తెలుసు. నేను చెప్పవలసిన పనిలేదు"అని నవ్వాడు రిసప్షనిస్ట్.

ఇన్స్ పెక్టర్ ఏదో అన్నాడు.

"అలాగే ఇంకో అయిదునిమిషాలలో మేమంతా వెళ్ళిపోతాం. తరువాత మీరు రండి. ఉంటాను బై"అని రిసివర్ పెట్టేశాడు రిసప్షనిస్ట్.

ఆ మాటలు విని ఒక్కసారిగా ఫ్రీజ్ అయిపోయింది అనామిక.

ఆమె శరీరం సన్నగా కంపించింది. రక్తం వెచ్చగా మొహంలోకి పాకింది. జరగబోయేది ఏమిటో ఆమెకు అర్ధమైంది. ఇంకో పదినిమిషాలలో రిసప్షనిస్ట్ తనవాళ్ళతో బయటకు వెళ్ళిపోతాడు. అప్పుడే ఆ ఏరియా పోలీస్ ఇన్స్ పెక్టర్ తన సిబ్బందిలో ఇక్కడికి వస్తాడు. రెయిడ్ చేసే నేపంతో పైకి వస్తాడు. గదిలో ఉన్న ఆమెను చూసి బ్రోతల్ కేసుకింద బుక్ చేస్తాడు. ఆమెను తీసుకుని పోలీస్ స్టేషన్ కుతీసుకువెళతాడు. అక్కడ లకప్ లో పెడతాడు. తరువాత తన సిబ్బందిని బయటకు పంపించి ఆమె మీద అత్యాచారం చేస్తాడు. ఇది వాళ్ళ ప్లాన్.

దాహం విషయం పూర్తిగా మరిచిపోయింది. వేగంగా తన గదిలోకి వెళ్ళింది. గబగబ తన సామానులు సర్దుకుని మెట్లదగ్గరకు వచ్చి నిలబడింది. అప్పుడే రిసప్షనిస్ట్ కౌంటర్ లోంచి లేస్తున్నాడు. కౌంటర్ డ్రాయర్ మూసి తాళంవేశాడు. తరువాత తన ఎదురుగా కూర్చుని ఉన్న వాళ్ళకు సైగ చేశాడు. వాళ్ళు కూడా ఇది తమకు అలవాటే అని క్యాజువల్ గా లేచారు. తరువాత అందరు గుంపుగా హోటల్ నుంచి వెళ్ళిపోయారు.

వాళ్ళు వెళ్ళగానే అప్పుడు రియాక్ట్ అయింది అనామిక. వేగంగా మెట్లు దిగింది. అటు ఇటు చూసింది. చుట్టుపక్కల ఎవరు లేరు. అంతే ఒక్కసారిగా రివ్వుమంటు హోటల్ లోంచి బయటపడింది. సమయం అర్ధరాత్రి దాటి రెండు గంటలు కావస్తోంది. మెయిన్ రోడ్డు దాదాపు నిర్మానుష్యంగా ఉంది. అప్పుడప్పుడు వాహనాలు వేగంగా దూసుకుపోతున్నాయి. అంతకుమించి

చడిచప్పుడు లేదు.

లేనిశక్తిని కూడదీసుకుని పరిగెత్తుతోంది అనామిక. ఆమె గుండెలు ఆయాసంతో ఎగిరిఎగిరి పడుతున్నాయి. ఒళ్ళంతా విపరీతంగా చెమటలు పడుతోంది. కాళ్ళు నొప్పి పుడుతున్నాయి. ఎక్కడైన కొంచం సేపు విశ్రాంతి తీసుకోవాలని ఉంది ఆమెకు. కాని ధైర్యం చాలటం లేదు. ఇన్స్ పెక్టర్ తలుచుకుంటే ఆమెకు ఎక్కడలేని భయం కలుగుతోంది. ఏక్షణంలో వస్తాడో ఎక్కడ పట్టుకుంటాడో అని తల్లడిల్లిపోతుంది. విశ్రాంతి తీసుకోవాలని ఉన్నా ఎక్కడ ఆగలేకపోతుంది. రివ్వున తుపాకి తూటాలా దూసుకుపోతుంది.

ఎంతసేపు పరిగెత్తిందో ఆమెకు తెలియదు. ఈ సిటి ఆమెకు పూర్తిగా కొత్త. ఎక్కడ ఉందో తెలియటంలేదు. అతికష్టంమీద ఇంకో అయిదునిమిషాలు పరిగెత్తింది. తరువాత ఆమె కాళ్ళు ముందుకు కదలనని మొరాయించాయి. నీరసంగా నిలబడి చుట్టు చూసింది. ఆ ప్రదేశం నిర్మానుష్యంగా నిస్తేజంగా ఉంది. చుట్టుపక్కల చాల ఇళ్ళు ఉన్నాయి. కాని అవన్ని విసిరేసినట్టుగా దూరదూరంగా ఉన్నాయి. అప్పుడే ఏదో చప్పుడు అయింది. అనామిక చప్పున పక్కకు తిరిగి చూసింది. అప్పుడే వాచ్ మెన్ చర్చ్ గేటు మూస్తున్నాడు. ఇంకేం ఆలోచించలేదు అనామిక. పరుగులాంటి నడకతో అతని దగ్గరకు వెళ్ళింది. ఉన్నట్టుండి మెరుపులా ప్రత్యేక్షమైన అనామికను చూసి అతను తెల్లబోయాడు. ఆశ్చర్యంగా ఆమె వైపు చూశాడు. ఏం కావాలని ప్రశ్నార్ధకంగా చూశాడు.

“నేను చాల ప్రమాధంలో ఉన్నాను”ఆయాసపడుతూ అంది

అనామిక. ఈ రాత్రి చర్చ్ లో నాకు ఆశ్రయం కావాలి,"

గేట్ మెన్ అర్ధంకానట్టుగా చూశాడు. ఈ అనుభవం అతనికి కొత్త.

"దయచేసి సందేహించకు. నిజంగానే నేను చాల ఇబ్బందిలో ఉన్నాను. ఈ రాత్రిమాత్రం నన్ను ఇక్కడ తలదాచుకోనివ్వు. రేపు ఉదయమే వెళ్ళిపోతాను. నీకు ఎలాంటి సమస్య రాదు"ప్రాదేయపూర్వకంగా అంది అనామిక.

వాచ్ మెన్ సందిగ్ధంగా ఆమె వైపు చూశాడు. తరువాత ఏదో నిర్ణయించుకున్నట్టు తలపంకించాడు.

"మీరు ఇక్కడే ఉండండి. ఫాదర్ తో మాట్లాడివస్తాను"అని చెప్పి లోపలికి వెళ్ళాడు. అనామిక ఆత్రంగా అతనికోసం ఎదురుచూస్తూ నిలబడింది. అప్పడప్పుడు వెనక్కి తిరిగి చూసింది. ఇన్స్ పెక్టర్ కాని అతని సిబ్బంది కాని కనుచూపుమేరలో కనిపించలేదు.

ఆమె ఎంతో సేపు ఎదురుచూడవలసిన అవసరం లేకుండ పోయింది. రెండుక్షణాలు తరువాత గోడకు కొట్టిన బంతిలా తిరిగివచ్చాడు వాచ్ మెన్.

"ఫాదర్ గారు మిమ్మల్ని లోపలికి రమ్మని చెప్పారు"అన్నాడు.

బ్రతుకుజీవుడా అనుకుంటు లోపలికి వెళ్ళింది అనామిక. చుట్టు చీకటి ఆవరించుకుని ఉంది. అప్పుడే కారిడార్ దగ్గర లైట్లు వెలిగాయి. గుమ్మం దగ్గర ఫాదర్ కనిపించాడు. తెల్లని గౌన్ లో ఆయన దేవదూతలా ఉన్నాడు. ఆయన మొహం ఎంతో ప్రశాంతంగా ఉంది.

కళ్ళలో దయకరుణ కొట్టొచ్చినట్టు కనిపిస్తున్నాయి. పెదవులమధ్య చిరునవ్వు మెరిసిపోతుంది.

"ఎవరమ్మా నువ్వు ఏం కావాలి"ఆప్యాయంగా అడిగాడు ఫాదర్.

"నేను ఎవరో నాకే తెలియని పరిస్థితిలో ఉన్నాను ఫాదర్. నా గతం పూర్తిగా మరిచిపోయాను. చివరకు నా అసలు పేరు కూడా గుర్తులేదు. ప్రస్తుతం అనామిక అని పేరు పెట్టుకున్నాను. అదే పేరుతో పిలవండి" అంది.

ఫాదర్ మాట్లాడలేదు. జాలిగా చూశాడు.

"నీ సమస్య నాకు అర్థమైంది. ఏం ఫర్వాలేదు. ఆ కరుణామయుడు నీకు తప్పకుండ మేలు చేస్తాడు. ఈ రాత్రికి ఇక్కడే తలదాచుకో. ఆ దేవదేవుడి సన్నిధిలో నీకు తప్పకుండ మేలుకలుగుతుంది. నాతో రా 'అంటు వెనక్కి తిరిగాడు ఫాదర్.

ఇద్దరు లోపలికి వెళ్ళారు. లోపల సూడిపడితే వినబడేంత నిశబ్ధం అలుముకుంది. ఫాదర్ తిన్నగా వెళ్ళి ఒక గదిముందు ఆగాడు. ఆ గది చిన్నది కాదు పెద్దది కాదు. ఒక మోస్తరుగా ఉంది. కాని చాల నీట్ గా అందంగా ఉంది. అటాచ్డ్ బాత్రూం కూడా ఉంది.

"ఈ గదిలో హాయిగా పడుకో. విశ్రాంతి తీసుకో. పిచ్చిపిచ్చి ఆలోచనలతో మనస్సు పాడుచేసుకోకు. అన్నట్టు అడగటం మరిచిపోయాను. భోజనం చేశావా"అడిగాడు ఫాదర్.

"చేశాను"అంది అనామిక.

"గుడ్ నేను వస్తాను. రేపు ఉదయం కలుసుకుందాం"అన్నాడు

ఫాదర్. తరువాత ఆయన వెళ్ళిపోయాడు.

అనామిక గది తలుపులు దగ్గరగా వేసింది. కాళ్ళకు ఉన్న బూట్లు విప్పి పక్కన పడేసింది. తన చేతిలో ఉన్న బ్యాగ్ కాస్మోటిక్స్ పాకెట్టును మంచంపక్కన ఉన్న టీపాయ్ మీద పెట్టింది. తరువాత కాళ్ళు చాపుకుని పడుకుంది. సాయంత్రంనుంచి విపరీతమైన టెన్షన్ అనుభవించింది అనామిక. అందుకే కళ్ళు మూసుకున్న వెంటనే గాఢనిద్రలోకి జారుకుంది.

భాగం --2

అలారం కొట్టినట్టు చప్పున కళ్ళు తెరిచింది అనామిక. బయట పూర్తిగా తెల్లవారిపోయింది. కాళ్ళకు చుట్టుకున్న దుప్పటిని పక్కకు లాగేసింది. లేచి కూర్చుని చుట్టు చూసింది. రాత్రి జరిగినదంతా ఆమెకు గుర్తుకువచ్చింది. ఏ పరిస్థితిలో ఇక్కడికి వచ్చిందో అర్థమైంది. మెల్లగా మంచంమీద నుంచి లేవబోయింది. అప్పుడే తలుపుతోసుకుని ఒక వ్యక్తి లోపలికి వచ్చాడు. తెల్లబట్టలు వేసుకున్నాడు. చేతిలో ట్రే ఉంది. అందులో టిఫిన్ ఉంది.

"ఫాదర్ గారు టిఫిన్ కాఫీ పూర్తిచేసి రమ్మని చెప్పారు. ఆయన తన స్టడిరూంలో ఉన్నారు"అన్నాడు ఆ వ్యక్తి.

"ఈ చర్చ్ కు నేను కొత్త. నాకు స్టడిరూం ఎక్కడుందో తెలియదు"అంది అనామిక.

"మీరు టిఫిన్ పూర్తిచేసి రండి. నేను తీసుకువెళ్తాను"అని చెప్పాడు అతను. తరువాత గదిలోంచి బయటకు వెళ్ళిపోయాడు.

వేడివేడి టిఫిన్ కాఫీ చూడగానే అనామికకు ప్రాణం లేచివచ్చినంతపనిఅయింది. గబగబ వాటిన పూర్తిచేసింది. వేడి కాఫీ తాగగానే ఆమెకు పోయిన ప్రాణం లేచివచ్చినట్టుగా తోచింది.

తరువాత శుభ్రంగా మొహం కడుక్కుంది. టవల్ తో మొహం తుడుచుకుని తన సామానులు తీసుకుని బయటకు వచ్చింది. గుమ్మం దగ్గర ఒక పక్కగా నిలబడిఉన్నాడు అతను.

"రండి అని ముందుకు దారితీశాడు. అనామిక అతన్ని అనుసరించింది. అతను ముందుకు నడిచి ఒక గదిముందు ఆగాడు.

"ఇదే ఫాదర్ స్టడిరూం. ఆయన లోపల మీకోసం ఎదురుచూస్తున్నారు వెళ్ళండి"అన్నాడు.

తలుపు తోసుకుని మెల్లగా లోపలికి అడుగుపెట్టింది అనామిక. లోపల విశాలమైన టేబుల్ ముందు కూర్చుని ఉన్నాడు ఫాదర్. అనామికను చూసి చిరునవ్వు నవ్వాడు.

"రాత్రి బాగా నిద్రపట్టిందా "అడిగాడు.

"చాల బాగా నిద్రపోయాను. మీ మేలు ఈ జన్మలో మరిచిపోలేను" అంది ఆమె కృతజ్ఞతగా .

"ఇందులో నా గొప్పతనం ఏమి లేదు. అంతా ఆ పరమాత్ముడి దయ. అంతే నేను నిమిత్తమాత్రుడిని. ముందు కూర్చో తరువాత వివరంగా మాట్లాడుకుందాం"అంటు కుర్చిచూపించాడు ఫాదర్.

సామానులు కిందపెట్టి ఆయనకు ఎదురుగా కూర్చుంది అనామిక.

"రాత్రి నువ్వు చాల కంగారులో ఉన్నావు. అందుకే వివరాలు అడగలేదు. ఇప్పుడు చెప్పు. అసలు ఏం జరిగింది. ఈ ఊరుకు ఎందుకు వచ్చావు"అడిగాడు.

వెంటనే ఏం మాట్లాడలేదు అనామిక. ఆలోచిస్తున్నట్టుగా

కళ్ళు మూసుకుంది. ఫాదర్ ఆమె పరిస్థితి గ్రహించాడు. అందుకే తను కూడా మౌనంగా ఉండిపోయాడు. రెండుక్షణాలు ఆ గదిలో మౌనం రాజ్యమేలింది. నిశబ్ధాన్ని చిధ్రంచేస్తూ అంది అనామిక.

"ఈ ఊరు ఎందుకు వచ్చానో తెలియదు. ఎప్పుడు వచ్చానో తెలియదు. కాని వచ్చాను. కొన్ని కాస్మోటిక్స్ సామానులు కొనుక్కోవాలని ఒక సూపర్ బజార్ కు వెళ్ళాను. కావల్సినవి కొనుక్కున్నాను. కౌంటర్ దగ్గరకు వెళ్ళి బిల్ చెల్లించాను. తరువాత సామానులు తీసుకుని సూపర్ బజార్ నుంచి బయటకు వచ్చాను. అప్పుడే నా గతం పూర్తిగా మరిచిపోయాను. చివరకు నా పేరు కూడా మరిచిపోయాను. ముందు ఏం చెయ్యాలో నాకు తోచలేదు. భయంతో తల్లిడిల్లిపోయాను. నాకు అమ్మేషియా వ్యాధి సోకిందని అప్పుడు నాకు తెలిసింది."

"ఇలాంటి పరిస్థితిలో రాత్రివేళ సిటిలో తిరగటం మంచిది కాదు. అందుకే ఏధైన హోటల్ లో ఉండాలని తీర్మానించుకున్నాను. నాకు ఎదురుగా ఒకహోటల్ కనిపించింది. సంతోషంతో అక్కడికి వెళ్ళి రూమ్ తీసుకున్నాను"అని జరిగినదంతా చెప్పింది అనామిక.

"మంచినీళ్ళకోసం నిద్రలేచాను. అది నా మంచికే జరిగింది. అనుకోకుండ రిసప్షన్ కౌంటర్ లో ఉన్న వ్యక్తి ఇన్స్ పెక్టర్ తో మాట్లాడిన మాటలు విన్నాను. దాంతో నా పై ప్రాణాలు పైనే పోయినంత పనిఅయింది. నేను ఎంత ప్రమాధంలో ఉన్నానో నాకు భోదపడింది. ఒక్క క్షణం కూడా అక్కడ ఉండలేకపోయాను. వెంటనే సామానులుతీసుకుని హోటల్ నుంచి బయటపడ్డాను. నాకు

తెలియకుండానే చాలదూరం పరిగెత్తాను. ఒకచోట ఆగిచూసేసరికి మీ వాచ్ మెన్ కనిపించాడు. అప్పుడే చర్చ్ గేటు తలుపులు మూయ్యబోతున్నాడు. వెంటనే అతని దగ్గరకు వెళ్ళి నా సమస్య చెప్పుకున్నాను. తరువాత ఏం జరిగిందో మీకు తెలుసు"అని పూర్తిచేసింది.

అంతా విని జాలిగా చూశాడు ఫాదర్.

"నీ కధ వింటే నాకు చాల బాధగా ఉంది. ఏం చెయ్యాలో నాకే అర్ధంకావటం లేదు"అన్నాడు ఫాదర్ విచారంగా.

అనామిక బిక్కమొహం వేసింది.

మరోసారి గదిలో నిశబ్దం అలుముకుంది.

ఫాదర్ లేచి అటుఇటు పచార్లు చెయ్యటం మొదలుపెట్టాడు. ఆయన మొహం గంభీరంగా ఉంది. ఆత్రంగా ఆయన వైపు తదేకంగాచూస్తోంది అనామిక. ఆయన ఏం సలహ చెప్పాడా అని ఎదురుచూస్తోంది.

క్షణాలు నిమిషాలు గడిచాయి. ఉన్నట్టుండి ఫాదర్ ఆగిపోయాడు. ఆయన మొహంలో చిరనవ్వు వెల్లివిరిసింది. సంతోషంతో ఆనామిక వైపు చూశాడు.

"ఒక మాట చెప్తాను వింటావా" అడిగాడు మెల్లగా.

"మీరేం చెప్పిన వింటాను"అంది అనామిక.

"నాకు మంచి స్నేహితుడు ఒకడు ఉన్నాడు. అతను ఒకపెద్ద పత్రికలో పనిచేస్తున్నాడు. అతనికి ఒక ఉత్తరంరాసి ఇస్తాను. అది తీసుకువెళ్ళి అతనికి ఇవ్వు. తప్పకుండ నీకు మేలు

జరుగుతుంది"అన్నాడు.

ఉత్సాహంతో చూసింది అనామిక.

"అలాగే ఇవ్వండి ఫాదర్".

ఫాదర్ టేబుల్ ముందు కూర్చున్నాడు. డ్రాయర్ లోంచి కలం కాగితం తీశాడు. కాగితం మీద గబగబ ఏదో రాశాడు. దాన్ని జాగ్రత్తగా మడిచి ఒక కవరులో పెట్టాడు. కవరు మీద తన స్నేహితుడి పేరు చిరునామా రాశాడు. తరువాత దాన్ని అంటించి అనామికకు ఇచ్చాడు.

అపురూపంగా దాన్ని తీసుకుని తన బ్యాగ్ లో పెట్టుకుంది అనామిక.

"చాల ద్యాంక్స్ ఫాదర్. మీరు సమయానికి ఆదుకోకపోతే నా పరిస్థితి అదోగతి అయిఉండేది. మీ మేలు ఈ జన్మలో మరిచిపోలేను"అంది రెండు చేతులు జోడించి.

"ఇందులో నా గొప్పతనం ఏం లేదు. అంతా దేవుడి దయ. ఆయన ఆజ్ఞ ప్రకారమే అంతా జరుగుతుంది. నేను కేవలం నిమిత్తమాత్రుడిని"అన్నాడు చల్లగా నవ్వుతూ ఫాదర్.

అనామిక కూడా నవ్వింది. దాదాపు పన్నెండు గంటలతరువాత మొదటిసారిగా నవ్వింది ఆమె. శరీరం ఎంతో తేలికపడిన అనుభూతి కలిగింది.

"చాల ద్యాంక్స్ ఫాదర్ వస్తాను. ఇప్పుడే వెళ్ళి ఆయనను కలుసుకుంటాను"అంది అనామిక లేచి.

"సంతోషంగా వెళ్ళిరా. వెళ్ళేముందు ఒక చిన్న

సలహా”అన్నాడు ఫాదర్.

“ఏమిటి ఫాదర్.”

“నీ పాస్ పోర్ట్ సైజు ఫోటోలు తీసుకోవటం మరిచిపోకు. తప్పకుండ వాళ్ళు ఫోటోలు అడుగుతారు”అన్నాడు.

అలాగే అని తలూపి బయటకు వచ్చింది.

టైం దాదాపు తొమ్మిదిన్నర కావస్తోంది. ఫోటో స్టూడియో కోసం చుట్టు చూసింది. ఆమెకు కొంతదూరంలో ఒక చిన్న స్టూడియో కనిపించింది. మెల్లగా రోడ్డు దాటి అవతలకు వెళ్ళింది. పావుగంటలో పాస్ పోర్ట్ సైజు ఫోటలు తీసుకుని బయటపడింది. అప్పుడే ఒక ఖాళీ ఆటో అటువైపు వస్తు కనిపించింది. దాన్ని ఆపి కూర్చుంది.

“ఎక్కడికి వెళ్ళాలి మేడం”అడిగాడు ఆటోడ్రైవర్.

కవరు మీద రాసిన అడ్రస్సు చెప్పింది అనామిక.

ఆటోరివ్వున ముందుకు దూసుకుపోయింది. అరగంటతరువాత అటో ఆమె చెప్పిన అడ్రస్సు ముందు ఆగింది. ఆటో దిగింది అనామిక. ఫేర్ చెల్లించి ముందుకు చూసింది. ఎదురుగా పెద్ద మెయిన్ గేటు కనిపించింది. దానిమీద ఆ పత్రిక పేరు పెద్దపెద్ద అక్షరాలతో రాసుంది. గేటు దగ్గర ఒక వాచ్ మెన్ కూర్చుని ఉన్నాడు. ఏదో తెలుగునవల చదువుతున్నాడు.

“ఎవరు కావాలమ్మా”అడిగాడు అనామికను.

“మీ చీఫ్ ఎడిటర్ రావుగారిని కలుసుకోవాలి”అంది అనామిక.

అతను ఏం మాట్లాడకుండ తలుపు తెరిచి పట్టుకున్నాడు. లోపలికి వెళ్ళింది అనామిక. విశాలమైన హాలులో చాల మంది

పనిచేస్తూ కనిపించారు. ఆమె తిన్నగా రిసప్షన్ కౌంటర్ దగ్గరకు వెళ్ళింది.

"నేను ఫాదర్ దగ్గరనుంచి వస్తున్నాను. మీ చీఫ్ ఎడిటర్ గారిని కలుసుకోవాలి"అంది.

"తిన్నగా వెళ్ళి కుడివైపుకు తిరగండి. కుడివైపు మీకు రావుగారి ఆఫీసు కనిపిస్తుంది"అని డైరక్షన్స్ ఇచ్చింది రిసప్షనిస్ట్. ఆమెకు థ్యాంక్స్ చెప్పిఅటువైపు వెళ్ళింది అనామిక. కుడివైపుకు తిరిగింది. పక్కన ఒక గది కనిపించింది. దాని మీద చీఫ్ ఎడిటర్ పేరు డెసిగ్నేషన్ రాసుంది.

మెల్లగా తలుపులు తోసుకుని లోపలికి వెళ్ళింది. విశాలమైన టేబుల్ ముందు కూర్చుని ఉన్నాడు ఒక వ్యక్తి. ఆయనకు దాదాపు యాభై సంవత్సరాలు ఉంటాయి.

"ఎవరుకావాలమ్మా"లోపలికి వచ్చిన అనామికను అడిగాడు ఆయన.

"నా పేరు అనామిక. ఫాదర్ డానియల్ నన్ను పంపించారు"అంది అనామిక.

ఫాదర్ డానియల్ పేరు వినగానే ఆయన నిటారు అయ్యాడు.

"ఏమిటి విషయం"ముందుకు వంగుతూ అడిగాడు.

అనామిక జవాబు చెప్పలేదు.బ్యాగ్ లోంచి ఫాదర్ రాసిన కవరు తీసి ఆయనకు ఇచ్చింది. ఆశ్చర్యంగా దాన్ని అందుకుని తీశాడు. ఆయన కళ్ళు అక్షరాల వెంట పరుగులుతీశాయి. రెండు క్షణాలు గడిచాయి. ఆయన ఉత్తరం చదవటం పూర్తిచేశాడు. ఉత్తరం

మడిచి ఆమె వైపు సానుభూతిగా చూశాడు.

"అంతా చదివాను. చాల బాధగా ఉంది. నేను ఏం చెయ్యాలో చెప్పు. నాచేతనైన సహాయం తప్పకుండ చేస్తాను."అన్నాడు ఆయన.

"నేనేం చెప్పలేకపోతున్నాను సార్. నా మైండ్ పూర్తిగా బ్లాంక్ అయిపోయింది. ఏం చెయ్యాలో అర్ధంకావటం లేదు. మీరే ఏదో చెయ్యాలి. ఈ టార్చర్ భరించలేకపోతున్నాను"అంది అనామిక. ఆమె కళ్ళో నీళ్ళు తిరిగాయి.

జాలిగా చూశాడు రావు.

"బాధపడకు. ప్రతి సమస్యకు ఏదో ఒక పరిష్కారం ఉంటుంది. దాన్ని మనం గ్రహించి పట్టుకోవాలి. అప్పుడే సమస్య విడిపోతుంది. మనం ఇప్పుడు చెయ్యవలసింది ఒక పని"అన్నాడు ఆయన.

"ఏమిటది"అంది అనామిక. ఆత్రంగా ముందుకు వంగింది.

"నీ ఫోటో పేపర్ లో వేసి ప్రకటన ఇద్దాం. ఈ ఫోటోలో ఉన్న అమ్మాయి గురించి ఎవరికైన తెలిస్తే ఈ ఫోన్ నెంబర్ కు కాల్ చెయ్యమని ప్రకటన ఇద్దాం. మా పత్రికకు విపరీతమైన సర్క్యులేషన్ ఉంది. రోజు కొన్ని లక్షలమంది చదువుతారు. వాళ్ళలో ఎవరో ఒకరు తప్పకుండ నీ ఫోటో చూస్తారు. నాకు కాల్ చేస్తారు. ఆ నమ్మకం నాకుంది. ఏమంటావు"అన్నాడు.

"మీకు తోచింది చెయ్యండి. నాకేం అభ్యంతరం లేదు"అంది అనామిక.

"అయితే మీ పాస్ పోర్ట్ సైజు ఫోటోలు రెండు ఇవ్వండి. ఇప్పుడే ప్రకటనకు ఏర్పాటు చేస్తాను"అన్నాడు.

అనామిక బ్యాగ్ తెరిచి రెండు ఫోటోలు తీసి ఇచ్చింది. వాటిని తీసుకుని లేచి నిలబడ్డాడు రావు.

"ఒక్కక్షణం ఇక్కడే ఉండు. ఇప్పుడే వస్తాను"అని ఫోటోలు తీసుకుని పక్క గదిలోకి వెళ్ళాడు. అయిదు నిమిషాల తిరిగి వచ్చాడు. ఆయన మొహం చిరునవ్వుతో వెలిగిపోతుంది.

"పని పూర్తయింది. రేపు పేపర్ లో నీ ఫోటో వస్తుంది. దానికింద ప్రకటన వస్తుంది. ప్రస్తుతం ఎక్కడ ఉంటున్నావు."

"నాకు ఈ సిటి కొత్త. తెలిసినవాళ్ళు ఎవరు లేరు. పరిచయస్తులు ఉన్నారో లేదో తెలియదు. ఎక్కడ ఉండాలో తోచటం లేదు"అంది అనామిక.

"ఒక పనిచేస్తావా"ఉత్సాహంగా అడిగాడు రావు.

"చెప్పండి."

"నేను ఈ మద్యనే ఇల్లు కట్టాను. చాల పెద్ద ఇల్లు. నేను నా భార్య మాత్రమే ఆ ఇంట్లో ఉంటున్నాం. మాకు పిల్లలు లేరు. నీకు అభ్యంతరం లేకపోతే నువ్వుకూడా మాతో ఉండవచ్చు. నీ సమస్య తీరిపోయేంతవరకు ఉండవచ్చు. నిన్ను కన్నకూతురిలా చూసుకుంటాం. నీకు ఇష్టమైతేనే. ఇందులో బలవంతం ఏంలేదు"అన్నాడు రావు.

రిలాక్స్ గా గాలి వదిలింది అనామిక.

"చాల మంచి వార్త చెప్పారు. తప్పకుండ ఉంటాను. ఊరికే ఉండటం నాకు ఇష్టం లేదు. అద్దె ఎంత ఇవ్వాలో చెప్పండి. ఇస్తాను"అంది అనామిక.

"అద్దె విషయం నేను పట్టించుకోను. నాకు కావల్సింది నువ్వు ఉండటం. నా భార్య ఒక్కతే ఉంటోంది. ఆమెకు కూడా ఒక తోడు అవసరం. మీరు ఇద్దరు కలిసి ఉంటే ఇద్దరికి లాభం కలుగుతుంది. నా భార్యకు ఒంటరితనం పోతుంది. నీకు ఒక నీడ దొరికినట్టుగా ఉంటుంది"అన్నాడు రావు.

అలాగే అని తలూపింది అనామిక. అనుకోకుండ ఉండటానికి ఆమెకు నీడ దొరికింది. అంతకంటే ఆమెకు మాత్రం కావల్సింది ఏం ఉంది.

"నేను ఈ రోజు మధ్యాహ్నం సెలవు పెట్టాను. ఒంటిగంట వరకు కాచుకో. ఇద్దరం కలిసి ఇంటికి వెళదాం. ఈ లోగా నా భార్యకు నీ గురించి చెప్తాను"అన్నాడు రావు.

ఆ తరువాత తతంగం వేగంగా జరిగిపోయింది. రావు తన భార్యకు కాల్ చేశాడు. అనామిక గురించి వివరంగా చెప్పాడు. సరిగ్గా ఒంటి గంటకు ఇద్దరు బయలుదేరారు. ఆటో వేగంగా వెళుతోంది. అంత కంటే అనామిక మెదడులో ఆలోచనలు వేగంగా కదులుతున్నాయి. తన భవిష్యత్తు ఏమిటో ఆమెకు అగమ్యగోచరంగా ఉంది. ఎన్నిరోజులు ఇలా ఉండాలో తెలియటం లేదు. రేపు పేపర్ లో ఆమె ఫోటో వస్తుంది. దానికింద ప్రకటన కూడా ఉంటుంది. ఆ పత్రికను చాల మంది చదువుతారు. వాళ్ళలో అనామిక స్నేహితులు కూడా ఉండవచ్చు. వాళ్ళలో ఎవరో ఒకరు రావు గారికి కాల్ చేస్తారు. ఆమె గురించి చెప్తారు. ఆ విషయం తలుచుకుంటే చాల థ్రిల్లింగ్ గా ఉంది అనామికకు. అలాగే జరగాలని మనస్సులో

ప్రార్థించింది.

ఆటో సిటి లిమిట్స్ దాటి హైవే మీదకు ప్రవేశించింది. ఇంకో పావుగంట ప్రయాణం చేసి ఒక కాలనిలో ఒక ఇంటి ముందు ఆగింది. అది అప్పుడే అభివృద్ధి చెందుతున్న కాలని. చాల ఇళ్ళు ఉన్నాయి. కాని దూరంగా విసిరేసినట్టుగా ఉన్నాయి. నిశబ్ధంగా నిర్మానుష్యంగా ఉంది.

“ఇదే మా ఇల్లు”కిందికి దిగుతూ అన్నాడు రావు.

అనామిక కూడా దిగి చుట్టు చూసింది. ఆమెకు కాలని ఎంతో నచ్చింది. ముఖ్యంగా పరిసరాలు బాగా నచ్చింది.

అప్పుడే గుమ్మం తలుపులు తెరుచుకున్నాయి. తలుపు దగ్గర ఒక స్త్రీ కనిపించింది. సన్నగా నాజుకుగా ఉంది. దాదాపు నలభై అయిదు సంవత్సరాలు ఉంటాయి. కాని చూడటానికి ఇంకా తక్కువ వయస్సు ఉన్నట్టు కనిపిస్తోంది. ముఖ్యంగా ఆమె మొహంలో చిరునవ్వు ఎవరిని అయిన కట్టిపడేస్తుంది. ఆటోవాడికి ఫేర్ చెల్లించి ఇద్దరు లోపలికి వెళ్ళారు.

“నా భార్య ఇందిర”అంటు భార్యను పరిచయం చేశాడు రావు.

“నీ గురించి ఆయన అంతా చెప్పారు. నువ్వేం కంగారుపడకు. హాయిగా ఇక్కడే ఉండు. నీ సొంత ఇల్లు అనుకో”అంది ఇందిర.

అనామిక చేతిని తన చేతులోకి తీసుకుని ఆప్యాయంగా నొక్కింది.

ఆవిడ మంచితనం అప్యాయత చూసి అనామిక కళ్ళు చెమర్చాయి.

"చాల ద్యాంక్స్ ఆంటి. మీ సహాయం ఎప్పటికి మరిచిపోలేను. రావుగారు పరిచయం అయ్యారు కనుక సరిపోయింది. లేకపోతే చాల ఇబ్బందిపడేదాన్ని. ఎక్కడ తలచాతుకోవాలో తెలిసేది కాదు. ఎన్నో కష్టాలు పడేదాన్ని. దేవుడి దయవల్ల మీరు నాకు పరిచయం అయ్యారు"అంది అనామిక.

"ముందు లోపలికి రా. తరువాత తీరికగా పొగడవచ్చు"అంది నవ్వుతూ ఇందిర.

అనామిక రావు కూడా నవ్వారు. దాంతో వాళ్ళ మద్య వాతావరణం తేలికపడింది. ముగ్గురు లోపలికి వెళ్ళారు. రావు చెప్పింది నిజమే. చాలపెద్దఇల్లు అది. అయిదుగదులు ఉన్నాయి. రెండు పోర్షన్స్ గా చేశారు. చిన్న పోర్షన్ లో ఒక హోలు వంటగది ఉన్నాయి. అందులోనే అనామిక ఉండబోతుంది.

"నీ సామానులు ఏవి"అడిగింది ఇందిర.

"ప్రస్థుతం నా దగ్గర ఈ బ్యాగ్ తప్ప ఇంకోకటి లేదు. రేపు మార్కెట్ కు వెళ్ళి కావల్సినవి కొనుక్కోవాలి"అంది అనామిక.

"రేపు కొనుక్కుందాం. ఈ రోజు పూర్తిగా విశ్రాంతి తీసుకో"అంది ఇందిర.

తరువాత ఇందిర అనామికను చిన్నవాటాలోకి తీసుకువెళ్ళింది.

"ఇదే నీ వాటా ఎలా ఉంది"అడిగింది ఇందిర.

"చాల బాగుంది ఆంటీ. నా ఒక్కదానికి బాగా సరిపోతుంది"అంది అనామిక.

"వెళ్ళి హాలులో కూర్చో. ఈ లోగా నేను వేడి కాఫీ తీసుకువస్తాను"అంది ఇందిర.

అనామిక వెళ్ళి హాలులో కూర్చుంది. రావు తన సెల్ తీసి ఎవరికో కాల్ చేశాడు. వాళ్ళతో మెల్లగా మాట్లాడుతున్నాడు. లోపలకిచెన్ లో మాత్రం సన్నగా చప్పుడు వస్తోంది. అయిదునిమిషాల తరువాత వేడి కాఫీ తీసుకువచ్చింది ఇందిర. అనామికకు ఒక కప్పు ఇచ్చి తను ఒక కప్పు తీసుకుంది.

"ఇలా అడుగుతున్నానని ఏం అనుకోకు"అంది ఇందిర కాఫీ సిప్ చేస్తూ.

"ఏమిటి ఆంటీ"అడిగింది ఆశ్చర్యంగా అనామిక.

"కనీసం ఒక్క విషయం కూడా నీకు గుర్తులేదా.అంది ఇందిర.

అనామిక పేలవంగా నవ్వింది. అందులో చాల అర్థాలు కనిపించాయి ఇందిరకు.

"నిజంగానే గుర్తులేదు ఆంటి. ఈ పరిస్థితి నాకు వస్తుందని నేను ఎప్పుడు అనుకోలేదు. అమ్మేషియా గురించి నేను ఎన్నో నవలలో చదివాను. సినిమాలో చూశాను. అప్పుడు నాకు చాల వింత అనిపించింది. నిజంగా ఇలా జరుగుతుందా అని ఆశ్చర్యపోయాను. పైగా నిజజీవితంలో ఇలా జరగదని అంతా ట్రాష్ అనుకున్నాను. కాని అది తప్పని ఇప్పుడు రుజువు అయింది. పైగా ఆ సమస్య నాకే వచ్చింది. అందుకే ఆశ్చర్యంగా ఉంది."

"బాధపడకు. రేపటితో నీ బాధ తీరిపోతుంది. నీ గురించి యాడ్ పేపర్ లో పడుతుంది. దాన్ని ఎవరో ఒకరు చూస్తారు. వాళ్ళలో

నీ స్నేహితులు తప్పకుండ ఉంటారు. వాళ్ళు ఆఫీసుకు ఫోన్ చేస్తారు. అ తరువాత నీ సమస్య తీరిపోతుంది."

"అది జరుగుతుందని అంటరా"అంది బేలగా అనామిక.

"తప్పకుండ జరుగుతుంది. ఆ నమ్మకం నాకుంది. నువ్వు కూడా నమ్మకం పెంచుకో. నమ్మకమే జీవితాన్ని ముందుకు నడిపిస్తుంది"అంది ఓదార్పుగా ఇందిర.

"అలాగే ఆంటి"అంది అనామిక.

తరువాత వాళ్ళ మధ్య ఆ సంభాషణ ఆగిపోయింది. వేరే టాపిక్ మీదకు మళ్ళింది. దాదాపు గంటసేపు కూర్చుని మాట్లాడుకున్నారు. దాంతో అనామికలో బెరుకు పూర్తిగా పోయింది. ఇందిర మీద గౌరవం ప్రేమ ఎక్కువయ్యాయి. ఆ తరువాత అందరు కలిసి భోజనం చేశారు. ఇందిర కొసరి కొసరి వడ్డించింది. ఆమె ఆప్యాయతకు అనామిక కళ్ళు తడిఅయ్యాయి.

భోజనం అయిన తరువాత రావు బయటకు వెళ్ళిపోయాడు. అప్పటికే అనామిక విపరీతంగా అలసిపోయింది. శరీరం విశ్రాంతి కావాలని కోరుకుంటోంది. కళ్ళు నిద్రలేమితో మత్తుగా మూసుకుపోతున్నాయి. ఆమె పరిస్థితిని ఇందిర గమనించింది.

"నీకు బాగా నిద్రవస్తున్నట్టుగా ఉంది. లోపలికి వెళ్ళి పడుకుందువుకాని రా"అంది.

ఆ మాటలకు ప్రాణం లేచివచ్చినట్టుగా ఫీలయింది అనామిక. చప్పున లేచి నిలబడింది. ఇందిర ఆమె చేతిని పట్టుకుని బెడ్ రూంలోకి తీసుకువెళ్ళింది. ఆ గది చాల విశాలంగా ఉంది. అంతకంటే

విశాలంగా గదిమధ్యలో డబుల్ కాట్ ఉంది. దానిమీద తెల్లని బెడ్ షీట్ ఉంది.

"వెళ్ళి హాయిగా పడుకో" అంది ఇందిర.

చెప్పిందే ఆలస్యం అన్నట్టు వెంటనే వెళ్ళి మంచంమీద పడుకుంది. అంతా మరిచిపోయి కళ్ళు మూసుకుంది. అంతే ఆ తరువాత ఏమైందో ఆమెకు తెలియదు. గాఢనిద్రలోకి జారుకుంది.

భాగం --3

అనామిక తిరిగి కళ్ళు తెరిచేసరికి బాగా చీకటిపడింది. టీవిలో వార్తలు వస్తున్నాయి. చప్పున లేచి కూర్చుంది. గదంతా చీకటిగా ఉంది. మెల్లగా తడువుకుంటు హాలులోకి వెళ్ళింది. హాలులో లైట్లు దేదిప్యమానంగా వెలుగుతున్నాయి. ఇందిర రావు కూర్చుని టీవిలో వార్తలు చూస్తున్నారు. అనామికను చూసి నవ్వుతూ పలకరించింది ఇందిర.

"బాగా నిద్రపట్టిందా అనామిక."

"చాల బాగా నిద్రపోయాను ఆంటి. ఇప్పుడు శరీరం చాల తేలికగా ఉంది"అంది అనామిక.

"వెళ్ళి మొహం కడుక్కొని రా. ఆ బట్టలు విప్పి నా చీర కట్టుకో. బాత్రూంలో పెట్టాను"అంది ఇందిర.

అలాగే అని నవ్వి బాత్రూంలోకి వెళ్ళింది. బకెట్ లో వేడి నీళ్ళు ఉన్నాయి. మొదటి చెంబుపోసుకుంది. ఎంతో హాయి అనిపించింది. అయిదు నిమిషాలలో స్నానం పూర్తిచేసింది. శరీరం ఎంతో తేలికఅనిపించింది. గాలిలో తేలిపోతున్న అనుభూతి కలిగింది. వేసుకున్న బట్టలు విప్పి బకెట్ లో వేసింది. ఇందిర ఇచ్చిన చీర

కట్టుకుని బయటకు వచ్చింది.

అప్పటికే రావు దంపతులు డైనింగ్ టేబుల్ ముందు కూర్చున్నారు. కాని భోజనం చెయ్యలేదు. అనామికకోసం ఎదురుచూస్తున్నారు. వెళ్ళి ఇందిర పక్కన కూర్చుంది అనామిక.

"యాడ్ అంతా రెడి అయింది. ఈరాత్రి అది ప్రింట్ అయిపోతుంది. రేపు తెల్లవారుజామున నాలుగుగంటలకు పేపర్ మార్కెట్టు లోకి వెళుతుంది"అన్నాడురావు.

"చాల ధ్యాంక్స్ అంకుల్" అంది అనామిక.

"మనలో మనకు ధ్యాంక్స్ ఎందుకు. నువ్వు నా కూతురు లాంటిదానివి. జరిగింది మరిచిపో. సంతోషంగా ఉండు. అంతే నేనుచెప్పగలిగేది"అన్నాడు రావు.

"అంతకంటే నేను మాత్రం ఏం చెయ్యగలను అంకుల్"అంది విచారంగా అనామిక.

"అదే వద్దని చెప్పేది. విచారించటం మానేయ్. అప్పుడే మనస్సు ప్రశాంతంగా ఉండేది. ప్రశాంతమైన మనస్సుతో భోజనం చెయ్యి. అంతా మంచే జరుగుతుంది"అంది అప్పటివరకు మౌనంగాఉన్న ఇందిర.

భాగం --4

మరుసటి రోజు పెందళాడే నిద్రలేచింది ఇందిర. తలుపు తెరుచుకుని బయటకు వచ్చింది. గుమ్మం ముందు పేపర్ కనిపించింది. ఆత్రంగా అందుకుని చూసింది. గబగబ యాడ్ కాలమ్స్ వైపు వెళ్ళింది. ఒకచోట ఆమె ఫోటో ఉంది. దానికింద ప్రకటన ఉంది. అది చదివి తృప్తిగా నిటూర్చింది. ఈ పాటికి పేపర్ దేశం నాలుగుమూలలకు వెళ్ళిఉంటుంది. కొన్ని లక్షలమంది చూసిఉంటారు. వాళ్ళలో ఎవరో ఒకరు స్పందించకపోరు.

ఆ స్పందన మీదే ఆమె జీవితం ఆధారపడిఉంది. అనుకున్నట్టుగా అంతా మంచి జరిగితే అంతకంటే అదృష్టం ఇంకొకటి లేదు. లేకపోతే ఏం చెయ్యాలో ఆమెకు తట్టలేదు. ఆ ఆలోచనే ఆమెను భయకంపితురాలిని చేసింది. అప్పుడే రావు బయటకు వచ్చాడు. గుమ్మం ముందు అనామిక కనిపించింది. పేపర్ పట్టుకుని బొమ్మలా ఉంది.

“ఏమిటమ్మా అలా ఉన్నావు”అడిగాడు రావు.

ఆ మాటలకు చప్పున ఆలోచన నుంచి తేరుకుంది. నవ్వుతూ రావు వైపు చూసింది.

"ఏం లేదు అంకుల్. మీరు ఇచ్చిన యాడ్ పడింది. దాన్ని చూస్తున్నాను"అంది నవ్వి.

"ఇక నిశ్చితంగా ఉండు. అంతా మంచే జరుగుతుంది"అన్నాడు రావు.

పేపర్ ఆయనకు ఇచ్చి లోపలికి వెళ్ళింది అనామిక. ఆమె గుండెలు రాకేట్ వేగంతో కొట్టుకుంటున్నాయి. ఉద్వేకంతో శరీరం సన్నగా కంపిస్తోంది. ఇంకో గంటలో తప్పకుండ ఏదో జరుగుతుంది. ఎవరో ఒకరు తన గురించి కాల్ చేస్తారు. ఆ కాల్ తో ఆమె పరిస్ధితి పూర్తిగా మారిపోతుంది. కాని అలాగని అలా జరుగుతుందని నమ్మకం లేదు. అనుకున్నదానికి విరుద్ధంగా జరిగే అవకాశం కూడా ఉంది. అందుకే అది తలుచుకుని కలవరపడిపోతుంది.

మనిషికి జీవితంలో ఎన్నో కష్టాలు వస్తాయి. కాని ఒక మనిషి తన గురించి పూర్తిగా మరిచిపోవటం చాల కష్టం.కనీసం పేరుకూడా గుర్తులేకపోవటం ఇంకా దారుణం.అలాంటి పరిస్ధితి పగవాడికి కూడా రాకూడదు.

నిద్రలేచిన ఇందిర బయటకు వచ్చింది. బొమ్మలా ఉన్న అనామికను జాలిగా చూసింది. ఏదో చెప్పాలనుకుంది. తరువాత వద్దనుకుని లోపలికి వెళ్ళింది. కొంచంసేపయిన తరువాత కాఫీ తెచ్చి అనామికకు ఇచ్చింది. కాఫీ తాగుతు హాలులోకి వెళ్ళింది అనామిక. సోఫాలో కూర్చుని పేపర్ చదువుతున్నాడు రావు. ఎదురుగా ఉన్న టిపాయ్ మీద ఆయన సెల్ ఉంది. దాని వైపు చూస్తూ కూర్చుంది అనామిక. క్షణాలు నిమిషాలు గడుస్తున్నాయి. సెల్ వైపు తదేకంగా

చూస్తుంది అనామిక. ఆమె గుండెలు వాయువేగంతో కొట్టుకుంటున్నాయి. చెవులు సెల్ రింగ్ కోసం ఎదురుచూస్తున్నాయి.

పది నిమిషాలు భారంగా గడిచాయి. అప్పుడే రావు సెల్ చప్పుడు చేసింది. ఉలిక్కిపడింది అనామిక. ఒక్కసారిగా శరీరం ఉద్వేకానికి లోనైంది. రావు వైపు కంగారుగా చూసింది.

పేపర్ పక్కన పెట్టి నింపాదిగా సెల్ అందుకున్నాడు రావు.

"హలో అన్నాడు మాములుగా.

అవతలనుంచి ఎవరు చేశారో తెలియదు. వాళ్ళు ఏం చెప్పారో అంతకంటే తెలియదు.

"ఇక్కడ సిగ్నల్స్ కొంచం వీక్ గా ఉన్నాయి. నేన బయటకు వచ్చి మాట్లాడతాను అని లేచాడు రావు. హాలులోంచి బయటకు వెళ్ళాడు. తను కూడా వెళ్ళాలని ఆత్రతపడింది అనామిక. కాని కదలలేకపోయింది.రావు కోసం ఆసక్తిగా ఎదురుచూస్తూ కూర్చుంది.

అయిదు నిమిషాల తరువాత రావు వచ్చాడు. ఆయన మొహం గంభీరంగా ఉంది. ఆశ్చర్యంగా అనామిక వైపు చూశాడు. ఆయన ఎందుకు అలా చూస్తున్నాడో ఆమెకు అర్ధంకాలేదు.

"ఇది నీకు సంబంధించిన కాల్ కాదు. నా కొలీగ్ ఒకడు చేశాడు. వాడికి ఏదో సమస్య వచ్చింది. దాని గురించి చర్చించుకున్నాం"అన్నాడు రావు.

గాలి తీసిన బెలున్ లా అయింది అనామిక పరిస్థితి. అంతకుముందు ఉన్న ఉత్సాహమంతా ఆవిరై పోయింది. నిరుత్సాహంగా చూసింది.

ఆమె పరిస్థితి రావు అర్థంచేసుకున్నాడు. నవ్వుతూ అన్నాడు.

“అప్పుడే అంతా నిరుత్సాహపడకు అనామిక. ఇంకాట్టైం ఉంది. ఈ రోజు కాకపోతే రేపు కాల్ రావచ్చు. అంతకంటే మనం మాత్రం చెయ్యగలిగింది ఏం ఉంది”అన్నాడు రావు.

దాంతో లేని ఉత్సాహం తెచ్చుకుంది అనామిక.

“మీరు చెప్పింది నిజం అంకుల్”అంది.

భోజనం టైం వరకు అనామిక ఎదురుచూసింది. కాని ఒక్క కాల్ కూడా రాలేదు. భోజనం అయిన తరువాత అనామిక ఇందిర గదిలోకి వెళ్ళారు. ఇద్దరు కబుర్లలో పడ్డారు. ఆ రోజు ఆదివారం. రావుకు ఆఫీసు సెలవు. అందుకే ఇంట్లోనే ఉన్నాడు. సాయంత్రం వరకు కాచుకుంది అనామిక. కాని ఒక్క కాల్ కూడా రాలేదు. ఏం జరుగుతుందో ఆమెకు అర్థంకావటం లేదు. కనీసం ఒక్కరు కూడా ఆమె గురించి కాల్ చెయ్యలేదు. ఈ పరిణామం ఏ రకంగా అర్థంచేసుకోవాలో అర్థంకాలేదు అనామికకు. రాత్రి ఏడుగంటలవరకు ఓపికగా కాచుకుంది. కాని పరిస్థితిలో ఎలాంటి మార్పులేదు.

ఇక తప్పదనుకుని రావు దగ్గరకు వెళ్ళింది. అప్పుడే ఆయన టీవి ముందు కూర్చొబోతున్నాడు.

“ఏమిటమ్మా”ఆప్యాయంగా అడిగాడు.

“బొత్తిగా ఇంట్లో సామానులు లేవు. మార్కెట్టుకు వెళ్ళాలని అనుకుంటున్నాను. మీరు కూడా తోడువస్తే నాకు కావలసింది కొనుక్కుంటాను” అంది అనామిక.

“అలాగే రేపు ఉదయం వెళదాం”అన్నాడు రావు.

“మీరు ఆఫీసుకు వెళ్ళాలి కదా”అంది అనామిక.

“ఫర్వాలేదు. కొంచం ఆలస్యంగా వెళతాను”అన్నాడు రావు.

దాంతో ఆ సంభాషణ ఆగిపోయింది.

తరువాత ఇందిర దగ్గరకు వెళ్ళింది అనామిక. ఆమెకు కురగాయలు తరగటంలో సహాయం చేసింది. వంటలో కూడా పాలుపంచుకుంది. ప్రస్థుతం తను ఉన్న పరిస్థితిలో ఏదో పని కల్పించుకుంటే బాగుంటుందని తోచింది అనామికకు. దాని వల్ల రెండు లాభాలు కలుగుతాయి. ఒకటి టైం పాస్ అవుతుంది. ఇంకోకటి మనస్సులో గూడుకట్టుకున్న విచారం మరచిపోవచ్చు.

వంట పూర్తయిన తరువాత ఇందిర అనామిక హాలులో కూర్చున్నారు. పిచ్చాపాటి మాట్లాడుకుంటున్నారు. రావు పడకగదిలో ఉన్నాడు. ఉదయం నుంచి ఆయన మూడ్ సరిగ్గా లేదని అనామిక గ్రహించింది. ఫోన్ కాల్ వచ్చేంతవరకు ఆయన చాల మాములుగా ఉన్నాడు. సరదాగా ఉన్నాడు. కాని ఆఫోన్ కాల్ వచ్చినతరువాత ఆయన వాలకం బాగా మారిపోయింది. ఏదో సమస్యతో ఇబ్బందిపడుతున్నట్టుగా ఉంది. మొహంలో కళ బాగా ఇంకిపోయింది.

రాత్రి తొమ్మిదిగంటలకు ముగ్గురు భోజనం చేశారు. భోజనం అయిన తరువాత కొంచం ఒంటరిగా ఉండాలని భావించింది అనామిక. అందుకే ఇంట్లోంచి బయటకు వచ్చింది. కాలని చాల నిశబ్ధంగా నిర్మానుష్యంగా ఉంది. అక్కడక్కడ ఇళ్ళలో సన్నగా లైట్లు

వెలుగుతున్నాయి. మెల్లగా నడుచుకుంటు ముందుకు సాగింది. కొంచం దూరం వెళ్ళిన తరువాత ఒక ఇసుక దిబ్బ కనిపించింది. దాని పక్కన కొంచం పూర్తయిన బిల్డింగ్ ఉంది. వెళ్ళి ఆ ఇసుకలో కూర్చుంది. చాల వాసిలేటింగ్ గా ఉంది ఆమెకు. అనుకున్నట్టుగా ఏం జరగలేదు. దాదాపు పన్నెండు గంటలు గడిచిపోయాయి. ఇంతవరకు ఒక్క కాల్ కూడా రాలేదు. ప్రపంచంలో చాలమంది దురదృష్టవంతులు ఉంటారు. కాని ఎవరికి ఇలాంటి పరిస్థితి ఉండిఉండదు. ప్రపంచంలో ఎవరికైన చుట్టాలు కాని బంధువులు కాని ఉండకపోవచ్చు. కాని స్నేహితులు లేకుండ ఎవరు ఉండరు. కనీసం ఒక్క స్నేహితుడైన ఉంటాడు.

కాని విచిత్రంగా అనామికకు ఎవరు లేనట్టుగా ఉంది. ఉంటే ఖచ్చితంగా కాల్ చేసి ఉండేవారు. కాని కాల్ చెయ్యలేదంటే ఎవరు లేరని అర్థం. ఇలా ఎక్కడైన జరుగుతుందా. ఆమెకు ఎందుకో నమ్మకం కలగటం లేదు. పైగా ఈ బాధ ఎలా అణచుకోవాలో తెలియటం లేదు. చాల టెన్షన్ గా ఉంది ఆమెకు. అన్నిటికంటే ఆమెను ఒక విషయం ఆశ్చర్యపరుసోంది. దాన్ని ఎందుకో జీర్ణంచేసుకోలేకపోతుంది.

అదే టీషర్ట్ మీద రక్తపు మరకలు. హోటల్ లో అద్దం ముందు నిలబడినప్పుడు ఆ రక్తపు మరకలు చూసింది. అంతరక్తం షర్ట్ మీద చిందటం మాములు విషయం కాదు. దానికి ఏదో ముఖ్యమైన కారణం ఉంది. అది ఏమైన ఉంటుంది. ఒకవేళ కొంపదీసి ఎవరినైన హత్యచేసిందా. అందుకే భయపడి ఈ సిటికి పారిపోయివచ్చిందా.

తలుచుకుంటే శరీరం జలధరిస్తోంది ఆమెకు.

అన్ని ప్రశ్నలే. ఒక్కదానికి జవాబులేదు. ఆమె తిరిగి మాములు మనిషి కావాలి. అప్పుడే ఈ చిక్కుముడులు విడిపోతాయి. అంతవరకు అనుమానంతో బ్రతకవలసిందే.

ఆలోచిస్తూ ఎంతసేపు కూర్చుందో ఆమెకు తెలియదు.

"ఏమిటి ఇక్కడ కూర్చున్నావు. చల్లగాలికి వచ్చావా"అడిగాడు రావు.

ఆయనను చూసి చప్పున లేవబోయింది అనామిక.

"వద్దు కూర్చో. నేను కూడా కాసేపు కూర్చుంటాను"అని ఆమె పక్కన కూర్చున్నాడు.

టైం ఎంతయిందో తెలియదు. ఆకాశంలో చంద్రుడు వెన్నలముద్దలా మెరిసిపోతున్నాడు. దానికిలోడు చల్లని గాలివీస్తోంది.

"ఏమిటమ్మా అంత దీర్ఘంగా ఆలోచిస్తున్నావు"అడిగాడు రావు.

"ఏం లేదు అంకుల్"అంది తడబడుతూ.

రావు ఆప్యాయంగా నవ్వాడు.

"నాకు తెలుసమ్మా. ఒక్క కాల్ కూడారాలేదని బాధపడుతున్నావు కదూ. అంతగా వర్రికాకు. తొందరలోనే అన్ని సర్దుకుంటాయి. నువ్వు తప్పకుండ మాములు మనిషి అవుతావు. నాకు ఆ నమ్మకం ఉంది"అన్నాడు.

అనామిక బలహీనంగా నవ్వింది.

"అదే జరిగితే నాకంటే అదృష్టవంతురాలు ఇంకేవరు ఉండరు.

ఆ శుభసంఘటన ఎంత తొందరగా జరిగితే అంత మంచిది”అంది.

“తప్పకుండ జరుగుతుంది. దేవుని మీద భారం వెయ్యి. ఆయన తప్పకుండ కరుణిస్తాడు”అన్నాడు.

ఆ తరువాత ఇద్దరు వేరే విషయాలు మాట్లాడుకున్నారు. అప్పటికే బాగా పొద్దుపోయింది. దాదాపు అందరి ఇళ్ళలో లైట్లు ఆరిపోయాయి. చంద్రుడి వెన్నల తప్ప ఇంకో వెలుతురు లేదు.

“బాగా పొద్దుపోయింది. ఇంటికి వెళదామా”అడిగాడు రావు.

“పదండి”అని లేచింది అనామిక.

ఇద్దరు పక్కపక్కనే నడుస్తూ ఇంటివైపు నడిచారు. రావు ఏదో చెప్పుతున్నాడు. అనామిక అన్యమనస్కంగా ఊ కొడుతోంది. అయిదు నిమిషాలలో ఇల్లు చేరుకున్నారు. ఇందిర వీళ్ళకోసం ఎదురుచూస్తూ గమ్మం ముందు నిలబడింది.

“ఏమిటి ఇంత ఆలస్యమైంది”అడిగింది ఇందిర.

“మాట్లాడుతుంటే టైం తెలియలేదు”అంది అనామిక.

ఆ మాటలు ఇందిర నమ్మిందో లేదో తెలియదు. కాని ఏం మాట్లాడలేదు. నవ్వి మౌనంగా లోపలికి వెళ్ళిపోయింది. ఆ రాత్రి చాలసేపటివరకు అనామిక నిద్రపోలేదు. నిద్రపోవాలని ప్రయత్నించిన వీలుకాలేదు. మాటిమాటికి ఆమెకు తన పరిస్థితి గుర్తుకువస్తోంది. తెల్లవారుజాము వరకు మంచంమీద అసహనంగా కదులుతూ ఉండిపోయింది.

భాగం--5

"నమస్తే సార్"అని లోపలికి వచ్చాడు రాంబాబు.

పేపర్ చూస్తున్న శరత్ బాబు తలఎత్తి చూశాడు.

"నువ్వా రాంబాబు ఏమిటి విషయం"అడిగాడు అతను.

"మీరు చెప్పినట్టుగానే అన్ని చోట్ల వెతికాను. కాని అమ్మగారు ఎక్కడ కనిపించలేదు. అయిన నాకు అనుమానం తీరలేదు. ఇంకో రోజంతా వెతికాను. అయిన ఏం లాభం లేకుండ పోయింది. అమ్మగారి జాడమాత్రం తెలియలేదు"అన్నాడు రాంబాబు.

"ఆమె గురించి దిగులుపడకు. ఆమె ఎక్కడుందో నాకు తెలుసు"అన్నాడు అతను..

తలమీద పిడుగుపడినట్టు అదిరిపడ్డాడు రాంబాబు. ఆశ్చర్యంగా అతని వైపు చూశాడు.

"మీకు తెలుసా. మరి తీసుకురావటానికి వెళ్ళలేదా"అడిగాడు.

"మాములుగా ఉంటే తీసుకువచ్చేవాడిని. కాని ఆమెకు మతిస్థిమితం సరిగ్గా లేదు. గతం పూర్తిగా మరిచిపోయింది. తను ఎవరో కూడా ఆమెకు గుర్తులేదు. అలాంటి మనిషి వల్ల మనకు ఏం

45

ప్రమాధం ఉండదు. అందుకే వద్దని విడిచిపెట్టాను"అన్నాడు అతను.

"అయితే ఇప్పుడు ఏం చేద్దాం."

"ఆమెను పూర్తిగా మరిచిపోదాం. ఆమె వల్ల మనకు ఎలాంటి ప్రమాధం లేదు"అన్నాడు ఆ వ్యక్తి.

"అయితే మనవాళ్ళను వెనక్కి వచ్చేయ్యమని చెప్పానా"అన్నాడు రాంబాబు.

"నువ్వేం మాట్లాడకు. నేను స్వయంగా వాళ్ళతో చెప్తాను.ఈ విషయం ఇంతటితో నువ్వు మరిచిపో. ఆమె గురించి ఎవరికి ఎక్కడ చెప్పకు. తెలిసిందా"అన్నాడు అతను తీక్షణంగా.

అలాగే అని తలూపాడు రాంబాబు. తరువాత అతనికి నమస్కారం చేసి వెళ్ళిపోయాడు. ఆ వ్యక్తి కొన్ని క్షణాలపాటు చలనం లేకుండ కూర్చున్నాడు. తరువాత లేచి టెలిఫోన్ దగ్గరకు వెళ్ళాడు. రిసివర్ ఎత్తి ఒక నెంబర్ డయల్ చేశాడు. అవతలనుంచి రెస్పాన్స్ రాగానే అన్నాడు.

"నేను షాకాల్ ను మాట్లాడుతున్నాను. ఆమెను ఏం చెయ్యకండి. వివరాలు అడగకండి. తరువాత అన్ని విషయాలు చెప్తాను"అని ఇంకో మాటకు అవకాశం ఇవ్వకుండ రిసివర్ పెట్టేశాడు షాకాల్.

రాయల్ గ్రూప్ ఆఫ్ కంపెనీలకు యం.డి కమ్ చెయిర్ పర్సన్ అతను.

భాగం--6

"ఏం కావాలో లిస్ట్ రాసుకున్నావా"అడిగాడు రావు.

"రాసుకున్నాను అంకుల్"అంది అనామిక.

వాళ్ళు అప్పుడే బజార్ కు ఆటోలో వచ్చారు.రావు ఆటో ఫేర్ చెల్లించి అతన్ని పంపించేశాడు. ఉదయం పదిగంటలు కావస్తోంది. రాత్రంతా నిద్రపోలేదు అనామిక. తన పరిస్థితి గురించి ఆలోచిస్తూ ఉండిపోయింది. ఎప్పుడో తెల్లవారుజామున ఆమె కళ్ళు మెల్లగామూతలుపడ్డాయి. అందుకే కళ్ళు కొంచం మండుతున్నాయి. శరీరం బలహీనంగా ఉంది. ఈ విషయం రావు దంపతులకు చెప్పలేదు ఆమె. చెపితే చాల కంగారుపడతారు.లేనిపోని హడావిడి చేస్తారు.

ముందుగా పెద్ద ప్లాస్టిక్ దుకాణంలోకి వెళ్ళారు. అక్కడ రెండు పెద్ద ప్లాస్టిక్ బకెట్స్ మూడు మగ్గులు కొనుక్కుంది. తరువాత బెడ్ షాపుకు వెళ్ళింది. ఒక మంచిపరుపు దిండ్లు కొనుక్కుంది. ఫర్నిచర్ షాపులో ఫోల్డింగ్ మంచం రెండు కుర్చీలు తీసుకుంది. చివరగా కాస్మొటిక్స్ షాపులో సబ్బులు పౌడర్ కొనుక్కుంది. నిజానికి కాస్మొటిక్స్ ఆమె తీసుకోనవసరంలేదు. అంతకుముందే ఆమె కొనక్కుంది. కాని భయంలో కంగారులో వాటిని హోటల్ లో విడిచిపెట్టి

వచ్చేసింది.

ఒక ఆటో మాట్లాడుకుని అన్ని సామానులు అందులో పెట్టుకుంది. ఆటోవాడికి అడ్రస్సు చెప్పాడు రావు. తరువాత ఆమెను ఆటోలో పంపించి తను అక్కడనుంచి ఆఫీసుకు వెళ్ళిపోయాడు రావు. ఆ సామానులు తీసుకుని ఇంటికి చేరుకుంది అనామిక. వాటిన జాగ్రర్తగా ఆటోలోంచి దింపి లోపల పెట్టింది. ఇందిర కూడా సహాయం చేసింది. తరువాత ఆటోవాడికి డబ్బు ఇచ్చి పంపించేసింది.

లక్షరుపాయలలో దాదాపు పదివేలు ఖర్చుఅయింది. ఇంకా తొంబైవేలు ఉంది. వీటితో ఆమె రోజులు వెళ్ళదియ్యాలి. తను మాములు మనిషి ఎప్పుడు అవుతుందో తెలియదు. అంతవరకు ఈ డబ్బు ఎంతో అవసరం. నిజానికి తన పరిస్థితి గురించి ఆమె వర్రీ కావటం లేదు. ఇంకా ఒక్క కాల్ కూడా రానందుకు బాధపడుతోంది.

ఇందిర ఆమె కలిసి ఇల్లు సర్దారు.ఎక్కడపెట్టవలసిన సామానులు అక్కడ పెట్టారు. తరువాత తీరుబడిగా కూర్చున్నారు.

అనామిక స్తబ్దుగా ఉండటం ఇందిర గమనించింది.

“నీ పరిస్థితి నాకు అర్ధమవుతోంది అనామిక. బాధపడకు. ధైర్యంగా ఉండు. తప్పకుండ నువ్వు మాములు మనిషివి అవుతావు”అంది ఓదార్పుగా.

బలవంతంగా నవ్వినట్టు నవ్వింది అనామిక.

“నేను ఆ విషయం గురించి బాధపడటం లేదు ఆంటీ”అంది.

“మరి దేని గురించి ఆలోచిస్తున్నావు”ఆశ్చర్యంగా అడిగింది ఇందిర.

"పేపర్ లో యాడ్ వేసి ఇరవైనాలుగుగంటలు గడిచిపోయాయి. కాని ఒక్క కాల్ కూడా రాలేదు. అదే నాకు మింగుడు పడలేదు. ఎందుకు ఇలా జరిగిందో అర్ధంకావటంలేదు. నాకు మతిమరుపు వచ్చినప్పుడు నా చేతిలో ఖరీదైన కాస్మోటిక్స్ బ్యాగ్ ఉంది. అందులో ఉన్న వస్తువులు చాల ఖరీదైనవి. మాములు మద్యతరగతి ఆడవాళ్ళకు కొంచం కూడా అందుబాటులో ఉండవు. కేవలం బాగా డబ్బున్నవాళ్ళు మాత్రమే వాటిని కొనక్కోగలరు. అంటే నేను చాల పెద్ద కుటుంబం నుంచి వచ్చినదాన్ని అయిఉండవచ్చు. నాకు చాల డబ్బు ఉండిఉండాలి. పైగా నా జర్కిన్స్ జేబులో లక్షరుపాయలు ఉన్నాయి. ఒక మాములు అమ్మాయి దగ్గర అంత డబ్బు ఉండదు. కనుక నాకు బాగా డబ్బు ఆస్థిపాస్థులు ఉండిఉండాలి. అంతడబ్బు ఉన్నప్పుడు నాకు తెలిసినవాళ్ళు పరిచయస్థులు బాగా ఉంటారు సహజంగా. వాళ్ళలో కనీసం ఒక్కరైన పేపర్ లో యాడ్ చూసి ఉంటారు. కాని అలాంటిది ఏం జరగలేదు. ఇంతవరకు ఒక్కకాల్ కూడా రాలేదు. ఇది నాకు చాల అసహజంగా కనిపిస్తుంది"అంది.

"బహుశా వాళ్ళు ఎవరు యాడ్ చూడలేదేమో. అందుకే కాల్ చెయ్యలేదమో."

"అంకుల్ పేపర్ చాల పావులర్. రోజు కొన్ని లక్షలమంది చదువుతారని అంకుల్ చెప్పారు."

"ఉండవచ్చు. నాకు తోస్తుంది ఒక్కటే. నీకు టైం బాగాలేదు. అందుకే ఇలా జరిగింది. టైం బాగా లేకపోతే అంతా నెగిటివ్ గా జరుగుతుంది. అలాగే మంచిటైం వచ్చినప్పుడు అంతా మంచే

జరుగుతుంది. ప్రస్థుతం నీకు బాడ్ పీరియడ్ నడుస్తోంది. ఇలా అంటున్నానని ఏం అనుకోకు''అంది ఇందిర.

అనామిక ఏం మాట్లాడలేదు. ఇందిర మాటలకు ఆమె కొంచం కూడా కన్విన్సింగ్ కాలేదు. అయిన ఏం అనలేదు. మౌనంగా ఉండిపోయింది.

భాగం --7

సిటిలో బార్ కమ్ రెస్టారెంటులో ఒక టేబుల్ ముందు కూర్చుని ఉన్నాడు ఇంద్రజిత్. అతని ముందు సగం నిండిన బీర్ సీసా ఉంది. దాని పక్కనే గ్లాసు ఉంది. అందులో కొంచం బీర్ ఉంది. అతనితో పాటు మరికొంతమంది ఉన్నారు బార్ లో. అందరు తాగుతూ ఎంజాయ్ చేస్తున్నారు. కొంతమందిమెల్లగా మాట్లాడుకుంటున్నారు.

జ్యూక్ బాక్స్ లోంచి సన్నగా విదేశీ సంగీతం వినిపిస్తోంది. టైం చూశాడు ఇంద్రజిత్. ఏడుగంటలు కావటానికి ఇంకో పది నిమిషాలు ఉంది. సరిగ్గా ఏడుగంటలకు ఒక మనిషి వచ్చి ఇంద్రజిత్ ను కలుసుకోబోతున్నాడు. ఒక ముఖ్యమైన సమాచారం ఇవ్వబోతున్నాడు. అది కాని బయటపడితే సిటి బాంబులా ఉడికిపోతుంది. జనం ఆశ్చర్యంలో షాక్ అవుతారు. ఇంత దారుణం జరుగుతుందా అని చెప్పుకుంటూరు.

జ్యూక్ బాక్ లోంచి సన్నగా విదేశీ సంగీతం వినిపిస్తోంది. మళ్ళి వాచ్ చూశాడు. ఇంకో అయిదు నిమిషాలు ఉంది. ఇలా కాచుకోని ఉండటం ఇంద్రజిత్ కు కొత్తకాదు. ఇది అతని వృత్తి. మైండ్ బ్లోయింగ్ సమాచారం సేకరించి పత్రికలకు అమ్ముకోవటం అతని పని. అతను

ఒక ఇన్ వెస్టిగేటివ్ జర్నలిస్ట్. దాదాపు పదిసంవత్సరాలనుంచి ఈ లైన్ లో పనిచేస్తున్నాడు. ఎన్నో రహస్యాలను వెలికితీశాడు. ఎంతో మంది రాజకీయనాయకుల, అధికారుల, మంత్రుల రహస్యాలను సేకరించాడు. వాటిని పత్రికలకు అమ్ముకుని డబ్బు సంపాదించుకున్నాడు. ఎవరో ఒకడు తమ రహస్యాలను బట్టబయలుచేస్తున్నాడని వీళ్ళకు తెలుసు. కాని ఎవరో మాత్రం తెలియదు. తెలుసుకోవాలని ఎంతో ప్రయత్నించారు. కాని ఏం లాభం లేకుండ పోయింది.

ఇంద్రజిత్ ఏం చేసిన సాక్ష్యాలు ఆధారాలు లేకుండ చేస్తాడు. సంఘటన జరిగిన స్థలంలో ఒక చిన్న క్లూ కూడా విడిచిపెట్టడు. అందుకే అతని పేరు బయటకు రాలేదు. పైగా ఎవరికి అతని గురించి కూడా తెలియదు. పరిచయం ఉన్నవాళ్ళకు కూడా అతను తన అసలు వృత్తిచెప్పలేదు. ఏదో ప్రైవేట్ కంపెనిలో పనిచేస్తున్నానని చెప్పాడు. చాల మాములుగా సాదాసీదాగా ఉంటాడు. అందుకే అతని మాటలు అందరు నమ్మారు.

చాల రోజులనుంచి సోషల్ వెల్ ఫేర్ మంత్రిమీద అతనికి అనుమానంగా ఉంది. అతని మీద ఎన్నోస్కామ్ లు ఉన్నాయి. తన శాఖలో ఎన్నో తప్పులు ఫ్రాడ్ చేశాడు. ఈ విషయం చాల మందికి తెలుసు. కాని ఎవరు ఒక్క నేరం కూడా నిరూపించలేదు. అతని వ్యతిరేకంగా ఒక్క అధారం కూడా సంపాదించలేకపోయారు. రాష్ట్ర ముఖ్యమంత్రికి కూడా అతని మీద అనుమానం ఉంది. అనుమానం కాదు ఖచ్చితంగా నమ్ముతున్నాడు. తలుచుకుంటే ఆయన అతన్ని

మంత్రి వర్గంనుంచి డిస్ మిస్ చెయ్యగలడు. కాని అతనికి వ్యతిరేకంగా ఒక్క ఆధారం కూడా లేదు. కనీసం అతని మీద ఎవరు చిన్న అభియోగం కూడా చెయ్యలేదు. అందుకే ముఖ్యమంత్రి ఏం చెయ్యలేకపోయాడు. చేతులు కట్టుకుని కూర్చోవటం తప్ప.

అన్నిటికంటే ఆ మంత్రికి ఎంతో మంది మాఫియా లిడర్స్ తో సత్ సంబంధాలు ఉన్నాయి. ముఖ్యంగా ఆయిల్ మాఫియ, కోల్ మాఫియలో అతనికి చాల దగ్గర సంబంధాలు ఉన్నాయి. వాళ్ళతో అతనికి చాల దగ్గర డీలింగ్స్ ఉన్నాయి. వాళ్ళమద్య చాల అగ్రిమెంట్స్ ఒప్పందాలు ఉన్నాయి. వాటిని స్టాంప్ పేపర్ మీద కూరా రాసుకున్నారు. ఈ విషయాలన్ని అతికష్టం మీద తెలుసుకున్నాడు ఇంద్రజిత్.

కాని ఆ అగ్రిమెంట్ కాగితాలు ఎక్కడఉన్నాయో ఇంద్రజిత్ కు తెలియదు. తెలుసుకోవాలని ఎంతో ప్రయత్నించాడు. కాని విజయం సాధించలేకపోయాడు. అప్పుడే మంత్రి ఫారమ్ హౌజ్ లో పనిచేస్తున్న ఒక వ్యక్తి గురించి తెలుసుకున్నాడు. అతని బ్యాక్ గ్రౌండ్ బాగా చెక్ చేశాడు. ఆ నేపధ్యంలో అతనికి చాల విషయాలు తెలిశాయి. ఆ మనిషికి చాల కష్టాలు ఉన్నాయి. ముఖ్యంగా కుటుంబకష్టాలు చాలు ఉన్నాయి. ఆర్థికంగా అతనికి చాల సమస్యలు ఉన్నాయి. అతనికి అవసరమైన డబ్బు ఏమంత పెద్ద మొత్తం కాదు. ఇరవైవేలు మాత్రమే.

ఆ డబ్బు ఇచ్చి సహాయం చెయ్యమని మంత్రిని అడిగాడు అతను. మంత్రి ఇవ్వలేదు. అంతడబ్బు అడ్వాన్స్ ఇవ్వటం కుదరదలని గట్టిగా చెప్పాడు. నెలనెలతన జీతం నుంచి కట్

చేసుకోమని బ్రతిమాలాడు అతను. చివరకు ఆయన కాళ్ళమీద కూడా పడ్డాడు. కాని మంత్రి మనస్సు కరగలేదు. కాళ్ళతో తన్ని విదిలించి పారేశాడు. ఆ సమయంలో ఫారమ్ హౌజ్ వాచ్ మెన్ పక్కన ఉన్నాడు. అతని ద్వారనే ఈ విషయాలు తెలుసుకున్నాడు.

అనుకోకుండ తీగదొరికినందుకు చాల థ్రిల్ ఫీలయ్యాడు ఇంద్రజిత్. ఇక డొంక కదలటమే మిగిలింది. ఆ కేర్ టేకర్ ద్వారనే మంత్రి డొంక కదల్చాలని అనుకున్నాడు ఇంద్రజిత్. అందుకే కేర్ టేకర్ కు కాల్ చేశాడు. తనకు సహాయం చేస్తే ఆ డబ్బు తను ఇస్తానని చెప్పాడు. ముందు కేర్ టేకర్ అతని మాటలు నమ్మలేదు. కాని పదేపదే చెప్పటంతో నమ్మాడు.

ఇద్దరి మద్య డీల్ కుదిరింది. కేర్ టేకర్ ఇక్కడికి వచ్చి ఇంద్రజిత్ కు కావల్సిన సమాచారం ఇస్తాడు. ఇంద్రజిత్ అతనికి ఇరవైవేలరుపాయలు ఇస్తాడు. ప్రస్థుతం ఇంద్రజిత్ అతని కోసమే ఎదురుచూస్తున్ననాడు.

అయిదునిమిషాలు గడిచాయి.

అప్పుడే లోపలికి వచ్చాడు కేర్ టేకర్ . భయంభయంగా చుట్టు చూశాడు. మూలగా ఉన్న టేబుల్ దగ్గర ఇంద్రజిత్ కనిపించాడు. మెల్లగా వచ్చి ఇంద్రజిత్ ఎదురుగా కూర్చున్నాడు.

"నేను అడిగింది తెచ్చారా"ఉపోద్ఘాతం లేకుండ అడిగాడు ఇంద్రజిత్.

"తెచ్చాను"అంటు జేబులోంచి ఒక సబ్బు బిళ్ళ తీసి టేబుల్ మీద పెట్టాడు. దాని మీద తాళం చెవి ఇంప్రషన్ ఉంది.

ఇంద్రజిత్ దాన్ని తీసుకుని పరీక్షగా చూశాడు. తృప్తిగా తలపంకించి తన జేబులో పెట్టుకున్నాడు. తరువాత బ్యాగ్ లోంచి ఒక కవరు తీసి అతని ముందు పెట్టాడు..

“ఇందులో ఇరవై వేలు ఉన్నాయి. తీసుకోండి”అన్నాడు.

అతను తీసుకోలేదు. సందిగ్ధంగా చూశాడు.

“ఈ విషయం ఎవరికి చెప్పరు కదా. నా ఉద్యోగం ఊడిపోతుంది”అన్నాడు భయంగా.

మెల్లగా నవ్వాడు ఇంద్రజిత్.

“మీ విషయం బయటపడితే నేను కూడా బయటపడిపోతాను. అందుకే ఎట్టిపరిస్థితిలోను మీ గురించి ఎవరికి చెప్పను. నన్ను నమ్మండి”అన్నాడు.

“చాల ధ్యాంక్స్ నేను వెళతాను. మీ దయవల్ల నా సమస్య తీరిపోయింది. వస్తాను”అంటు లేచాడు అతను. తరువాత మెల్లగా బార్ లోంచి వెళ్ళిపోయాడు. వెంటనే అక్కడనుంచి కదలలేదు ఇంద్రజిత్. రెండు క్షణాలు కూర్చున్నాడు.తరువాత బిల్ చెల్లించి బయటపడ్డాడు. పార్కింగ్ స్పేస్ లో ఉన్న తన బైక్ దగ్గరకు వెళ్ళాడు. బైక్ మీద కూర్చుని తన మొహానికి పెట్టుకున్న పెట్టుడు గడ్డం మీసం తీసేశాడు. దాన్ని సంచిలో పెట్టుకుని బైక్ స్టార్ట్ చేశాడు.

భాగం --8

కిటికి దగ్గర నిలబడి నిర్లిప్తంగా బయటకు చూస్తోంది అనామిక. ఆమె మనస్సు విపరీతంగా భారంగా గూడుకట్టుకుని ఉంది. తన పరిస్థితి తనకే అర్థం కావటం లేదు ఆమెకు. ఇక్కడికి వచ్చినెల రోజులు అయింది. కాని ఇంతవరకు రావుకు ఒక్క కాల్ కూడా రాలేదు. కనీసం పేపర్ ఆఫీసుకు కూడా ఎవరు రాలేదు. అదే ఆమెను తెగ ఇబ్బందిపెడుతోంది. కొరుకుడుపడటం లేదు.

ఎన్ని రోజులు ఇక్కడ ఉండాలో అర్థంకావటం లేదు. నిజానికి రావు దంపతులు ఆమెను చాల బాగా చూసుకుంటున్నారు. కన్నకూతురిలా ఆదరిస్తున్నారు. ప్రేమిస్తున్నారు. ప్రతి క్షణం ఆమె దగ్గరే ఉంటున్నారు. ఓదార్పు మాటలతో ఆమెను సముదాయించటానికి తమ వంతు ప్రయత్నం చేస్తున్నారు. కాని అనామికకు మాత్రం మనస్సులోంచి దిగులు పోవటం లేదు. పైగా ఎక్కువవుతోంది. ఈ మతిమరుపు వ్యాధితో ఎలా జీవించాలో తోచటం లేదు. భవిష్యత్తు చీకటిగా కనిపిస్తోంది. చేతిలో డబ్బు మెల్లగా అయిపోతుంది. ప్రతిరోజు రెండుపూటలు ఆమెను రావు తన ఇంట్లో భోజనం చెయ్యమంటున్నాడు. ఇందిర కూడా అదే మాట పదే పదే

చెప్పింది. కాని అనామిక మాత్రం ఒప్పుకోలేదు. ఇప్పటికే ఆ దంపతులు ఆమెకు ఎంతో సహాయం చేశారు. ఆపదలో ఉన్నప్పుడు దేవుళ్ళలాగా ఆదుకున్నారు. ఇంకా వాళ్ళను ఇబ్బంది పెట్టటం ఆమెకు ఇష్టం లేదు. అందుకే తన వంట తనే స్వయంగా చేసుకుంటుంది. అప్పుడప్పుడు మాత్రం ఇందిరతో కలిసి భోజనం చేస్తుంది.

"ఏమిటమ్మా అక్కడ నిల్చున్నావు"అంది ఇందిర.

అనామిక ఆలోచననుంచి తెప్పరిల్లి నవ్వింది.

"ఏం లేదు ఆంటి. కూర్చుంటే ఏం తోచటం లేదు"అంది.

"పుస్తకాలు చదవు. బాగా టైంపాస్ అవుతుంది"అంది ఇందిర.

"ఎంతసేపని చదువుతూ కూర్చోమంటారు. విసుగు పుడుతుంది. అందుకే నేను ఒక నిర్ణయానికి వచ్చాను"అంది.

"ఏమిటది. కొంపదీసి ఇక్కడనుంచి వెళ్ళిపోవాలనుకుంటున్నావా"అంది ఇందిర నవ్వుతూ.

"వెళ్ళాలనుకున్నా ఎక్కడికి వెళ్ళగలను. మీరు తప్ప నాకు ఎవరు ఉన్నారు"అంది అనామిక. చివరి మాట అంటున్నప్పుడు ఆమెకు తెలియకుండానే కళ్ళు తడిఅయ్యాయి.

ఇందిర ఆప్యాయంగా ఆమె మీద చెయ్యి వేసింది.

"ఊరికే నవ్వులాటకు అన్నాను. బాధపడకు. ఇంతకుముందే నీకు చెప్పాను. ఇప్పుడు చెప్పుతున్నాను. దయచేసి అదే విషయం ఆలోచిస్తూ కూర్చోకు. దాన్ని మరిచిపోవటానికి ప్రయత్నించు. లేకపోతే నీ ఆరోగ్యానికి ఇబ్బంది కలుగుతుంది. ఇంతకంటే ఏం

చెప్పగలను"అంది.

అనామిక ఇందర చేతులను తన చెంపలకు ఆనించుకుంది.

"మీరు పక్కన ఉండటం వల్ల ఈ మాత్రం ధైర్యంగా అయిన ఉండగలుగుతున్నాను. లేకపోతే నేను ఏమైపోయ్యేదాన్నో. తలుచుకుంటే గుండెలు అదిరిపోతున్నాయి."

"జరిగింది మరిపోవాలి. తప్పదు. జరగబోయేది ఆలోచించాలి. అప్పుడే మనస్సుకు శాంతిగా ఉంటుంది. పదే పదే జరిగింది ఆలోచించటం వల్ల మనకు ఏం లాభం ఉండదు. బాధ మనస్తాపం తప్ప. ఒకప్పుడు మాకు పిల్లలు లేరని నేను ఎంతో బాధపడ్డాను. ప్రతి నిమిషం ఆ విషయం తలుచుకుంటు కుమిలిపోయేదాన్ని. నా తోటి వాళ్ళందరు పిల్లాపాపలతో సుఖంగా సంతోషంగా ఉన్నారు. నేను మాత్రం వాళ్ళను చూస్తూ విచారంలో మునిగిపోయేదాన్ని. ఏపని చెయ్యబుద్ధిఅయ్యేది కాదు. ఎప్పుడు ఇలాగే కిటికి దగ్గర కూర్చుని ఆలోచిస్తూ ఉండేదాన్ని. వంటచెయ్యటం కూడా మరిచిపోయేదాన్ని. ఆయనతో మాట్లాడటం కూడా మానేశాను. ఒకవేళ మాట్లాడిన ముక్తసరిగా రెండు మాటలు మాట్లాడేదాన్ని. ఆయన ఏం పట్టించుకునేవారు కారు. జాలిగా నా వైపు చూసేవారు అంతే."

"కాని నోరు తెరిచి ఒక్క మాట అనేవారు కారు. దాదాపు అన్ని పనులు ఆయనే చేసేవారు. ఒకరోజు ఇలాగే కిటికి దగ్గర నిలబడి ఆలోచిస్తున్నాను. ఎదురుగా ఎవరో ఇల్లు కడుతున్నారు. కూలీలు తమ కుటుంబాలతో వచ్చి ఇల్లు పక్కన గుడిసే వేసుకున్నారు. రోజు

వాళ్ళ పిల్లలు వచ్చి ఇసుకలో ఆడుకునేవారు. పైన ఎండమాడిపోయిన ఆ పిల్లలు పట్టించుకునేవాళ్ళు కాదు. కేరింతలు కొడుతూ సంతోషంగా ఆడుకునేవాళ్ళు. వీళ్ళ ఆటలు చూసి తల్లితండ్రులు మురిసిపోయేవారు. ఈ దృశ్యం నేను ప్రతిరోజు చూసేదాన్ని. దాంతో నాలో ఇంకా బాధపెరిగిపోయింది. నాకు పిల్లలు లేరనే చింత ఎక్కువైంది

. "కాని ఒక రోజు జరిగిన సంఘటన నాకు జీవితం మీద ఉన్న అభిప్రాయం మార్చివేసింది. ఆ రోజు నేను మాములుగా కిటికి దగ్గర నిల్చుని ఉన్నాను. ఎదురుగా పిల్లలు ఇసుకలో ఆడుకుంటున్నారు. వాళ్ళ పక్కన బిల్డింగ్ కన్ స్ట్రక్షన్ జరగుతోంది. ఏం జరిగిందో ఏమో. ఉన్నట్టుండి పైన బిల్డింగ్ పిట్టగోడ కూలిపోయింది. అది తిన్నగా వచ్చి ఇసుకలో ఆడుకుంటున్న ఒక పిల్లవాడిమీద పడింది. అంతే ఆ పసివాడు తల పగిలింది. రక్తం వరదలై కారింది. అందరు కంగారుగా ఆ బిడ్డ చుట్టు చేరారు. వాడి తల్లి తండ్రి లబోదిబో మంటు మొత్తుకున్నారు. ఒక్కసారిగా ఆ ప్రాంతం ఏడుపు పెడబొబ్బలతో నిండిపోయింది.

బాబును వెంటనే హాస్పటల్ కు తీసుకువెళ్ళటానికి ప్రయత్నించారు. కాని అప్పటికే బాబు చనిపోయాడు. వాడి ప్రాణాలు గాలిలో కలిసిపోయాయి. ఆ దృశ్యం నన్ను పూర్తిగా కదలించింది. నాలుగు రోజులు వరకు ఆ షాక్ నుంచి తేరుకోలేకపోయాను. నేనే ఇంత బాధపడుతుంటే ఆ కన్నతల్లి తండ్రి పరిస్థితి ఎలా ఉంటుందో ఊహించుకో. కొన్నిరోజులపాటు నేను ఎంతో మానసికవేదన

అనుభవించాను. అప్పుడే నాకు జీవితం పట్ల ఒక అభిప్రాయం కలిగింది. ఎవరికి ఏది కావాలంటే దొరకదు. ప్రాప్తం ఉంటేనే దొరుకుతుంది. వాళ్ళకు ఆ బాబు పుట్టాలని రాసి ఉంది. పుట్టాడు. కాని చనిపోయాడు. అంతవరకే వాళ్ళ ప్రాప్తం. ఇంతకాలం నాకు పిల్లలు లేరని ఎంతో బాధపడ్డాను. నిద్రలేని రాత్రుళ్ళు గడిపాను. విచారంతో కృంగిపోయాను. స్నేహితులతో కూడా కలవటం మానేశాను. కాని ఆ పసిబాబు చనిపోయిన తరువాత నా దృక్పథం పూర్తిగా మారిపోయింది. నాకు పిల్లలు లేరనే చింత మాత్రమే ఉండేది. ఆ బాధ ఒక్కటే. కాని పిల్లలు ఉన్నవాళ్ళకు ఎన్నో బాధలు. ఆ పిల్లలను పెంచి పెద్ద చెయ్యాలి. బాగా చదివించాలి. ప్రయోజకుల్ని చెయ్యాలి. ఇంతచేసిన ఫలితం ఉంటుందని నమ్మకం లేదు.

అందుకే పరిస్థితులతో రాజీపడిపోయాను. పిల్లలు లేరనే చింత పూర్తిగా మరిచిపోయాను. నిన్ను మొదటిసారి చూసినప్పుడు చాల ఇష్టపడ్డాను. నాకు కాని ఒక కూతరు పుట్టిఉంటే అచ్చంగా నీ లాగే ఉండేది అని తోచింది. అందుకే నీ మీద అభిమానం పెంచుకున్నాను. దయచేసి ఇంకేప్పుడు నీ పరిస్థితి తలుచుకుని కృంగిపోకు. దేవుడున్నాడు. నీకు తప్పకుండ మేలు చేస్తాడు''అని తన సుదీర్ఘమైన మాటలు ముగించింది.

భాగం--9

సిటికి పాతిక కిలోమీటర్ల దూరంలో ఉన్న ఫారమ్ హౌజ్.

సమయం ఆరుగంటలు కావస్తోంది. అప్పుడే ఒక బైక్ ఫారమ్ హౌజ్ కు కొంచం దూరంలో ఆగింది. దానిమీద నుంచి ఇంద్రజిత్ దిగాడు. అతను భుజం మీద ఒక బ్యాగ్ మాత్రం ఉంది. బైక్ ను ఒక మూలగా పార్క్ చేసి బిల్డింగ్ వైపు నడిచాడు ఇంద్రజిత్. సమయం ఆరుగంటలు కావస్తోంది. సూర్యుడు క్రమంగా పశ్చిమాద్రి చాటుకు మెల్లగా తప్పుకుంటున్నాడు. ఆకాశం కెంజాయిరంగుకి మారింది. గాలి చల్లగా వీస్తోంది.

ఇంద్రజిత్ మెయిన్ గేటు దగ్గరకు చేరుకున్నాడు. జేబులోంచి ఒస సీసా బయటకు తీశాడు. అందులో మత్తు మందు ఉంది. ఫారమ్ హౌజ్ టోఫోగ్రఫి గురించి అతనికి బాగా తెలుసు. ఒకటికి పదిసార్లు స్టడి చేశాడు. ఏ గది ఎక్కడుందో తెలుసుకున్నాడు. అంతేకాదు ఫారమ్ హౌజ్ లో ఎంత మంది సెక్యూరిటి పనివాళ్ళు ఉన్నారో కూడా గ్రహించాడు.

మొత్తం నలుగురు పనివాళ్ళు ఫారమ్ హౌజ్ లో పనిచేస్తున్నారు. వాళ్ళలో ఇద్దరు వాచ్ మెన్స్ మిగిలిన ఇద్దరిలో

ఒకడు ఫారమ్ కేర్ టేకర్, ఇంకోకడు వంటవాడు. సాధారణంగా మంత్రి వారానికి నాలుగురోజులు ఫారమ్ హౌజ్ లో గడుపుతుంటాడు. పైగా ఎప్పుడు పడితే అప్పుడు పెద్దవాళ్ళతో పార్టీలు చేసుకుంటాడు. అందుకే వండిపెట్టటానికి ప్రత్యేకంగా ఒక వంటవాడిని ఏర్పాటుచేసుకున్నాడు. వాచ్ మెన్స్ ది షిఫ్ట్ డ్యూటి. ఇరవైనాలుగు గంటలు గేటు దగ్గర ఎవరో ఒకరు ఉంటారు. వంతులు వేసుకుని కాపలా ఉంటారు. ఈ విషయాలు బాగా స్టడిచేశాడు ఇంద్రజిత్. వారంరోజులు ఫారమ్ చుట్టు తిరిగాడు. వంటవాడిని పరిచయం చేసకున్నాడు. వాటికి కొంత డబ్బు ఆశచూపాడు. దాంతో అన్ని విషయాలు కక్కాడు.

అప్పుడే వాచ్ మెన్ గేటు దగ్గరకు వచ్చాడు. కర్చీఫ్ తో మొహం తుడుచుకుని కుర్చిలో కూర్చున్నాడు. వాడిచేతిలో తెలుగు డిటెక్టివ్ నవల ఉంది. కాళ్ళుబార్లా చాపుకుని చదవటం మొదలుపెట్టాడు. వెనుక ఉన్న ఇంద్రజిత్ ను అతను గమనించలేదు. పిల్లిలా అడుగులు వేసుకుంటు వాచ్ మెన్ వెనుక చేరుకున్నాడు ఇంద్రజిత్. జేబులోంచి కర్చీఫ్ మత్తుమందు సీసా తీశాడు. సీసాలో ఉన్న ద్రవం కొంచం కర్చీఫ్ మీదు పోశాడు. వెంటనే జేబులోంచి ఇంకో కర్చీఫ్ తీసి తన నోటికి కట్టుకున్నాడు. తరువాత మెల్లగా వాచ్ మెన్ వెనుక చేరుకున్నాడు.

ఇంద్రజిత్ అడుగుల చప్పుడు కూడా వాచ్ మెన్ వినలేదు. అతని కళ్ళు దీక్షగా పుస్తకం వైపు చూస్తున్నాయి. అంత డీప్ గా పుస్తకంలో కూరుకుపోయాడు అతను. తన వెనుక ఒక మనిషి

ఉన్నాడాని కొంచం కూడా గమనించలేకపోయాడు. తన చేతిలో ఉన్న కర్చీఫ్ ను వాచ్ మెన్ ముక్కు దగ్గర గట్టిగా అదిమాడు. ఈ పరిణామాన్ని వాచ్ మెన్ ఎంతమాత్రం ఊహించలేదు. తప్పించుకోవాలని ప్రయత్నించాడు. కాని ఇంద్రజిత్ బలం ముందు అతని శక్తి చాలలేదు. క్షణంపాటు గిలగిలకొట్టుకుని తరువాత తలపక్కకు వాల్చేశాడు. క్షణంలో అతనికి స్పృహపోయింది.

వాచ్ మెన్ ముక్కుదగ్గరనుంచి కర్చీఫ్ తీసేశాడు ఇంద్రజిత్. చుట్టు ఒకసారి పరికించి చూశాడు. చుట్టుపక్కల ఎవరు లేరు. చుట్టు నిశబ్ధంగా నిస్తేజంగా ఉంది. వాచ్ మెన్ ను మెల్లగా పక్కకు లాగేశాడు. తరువాత గేటుమూసి లోపలికి నడిచాడు. హాలులో అతనికి ఎవరు కనిపించలేదు. మిగత స్టాఫ్ ఎక్కడఉంటారో ఇంద్రజిత్ కు తెలుసు. వెనుక అవుట్ హౌస్ ఉంది. అందులో స్టాఫ్ ఉంటారు.

వాళ్ళు ఎదురుపడతారనే భయం ఇంద్రజిత్ కు లేదు. అందుకే నిర్భయంగా హాలు దాటి ముందుకు వెళ్ళాడు. విశాలమైన కారిడార్ దాటి కుడివైపుకు తిరిగాడు. అక్కడవరుసగా చాల గదులు ఉన్నాయి. మూడు గదులుదాటి నాల్గుగవ గదిముందు ఆగాడు. ఆదే మంత్రి బెడ్ రూం. అందులోనే అతని సేఫ్ ఉంది. తలుపులు దగ్గరగా వేసి ఉన్నాయి. మెల్లగా తీసి లోపలికి అడుగుపెట్టాడు. అతనికి కుడివైపు ఒక పెద్ద సేఫ్ ఉంది. అది తెరవటం ఆరితేరిన సేఫ్ బ్రేకర్స్ వల్ల కూడా కాదు. ఒకవేళ సాధ్యమైన చాల కష్టపడవలసి వస్తుంది. అందుకే ఆ రిస్క్ ఇంద్రజిత్ తీసుకోలేదు. తెలివిగా మారుతాళం తయారుచేసుకున్నాడు. సేఫ్ ముందుకు వెళ్ళి ముంగాళ్ళ మీద

కూర్చున్నాడు. జేబులోంచి తాళం తీసి సేఫ్ లో పెట్టాడు. క్షణం తరువాత సేఫ్ క్లిక్ మంటు చప్పుడు చేసితెరుచుకుంది. తలుపులు తెరిచి లోపలికి తొంగిచూశాడు. ఒకవైపు వరుసగా ఫైల్స్ పేర్చి ఉన్నాయి. ఇంకో వైపు కరెన్సీ నోట్లుఉన్నాయి. ఫైల్స్ తీసి చూశాడు. అతనికి కావల్సిన ఫైలు చాల తేలికగా దొరికింది.

తెరిచి చూశాడు. అందులో స్టాంప్ పేపర్ మీద మంత్రి మాఫియా డాన్స్ రాసుకున్న అగ్రిమెంట్స్ ఉన్నాయి. ఒకటి కాదు, చాల ఉన్నాయి. ఆ ఫైలు తీసి పక్కన పెట్టాడు. నోట్లకట్టలలోంచి రెండు కట్టలు తీసుకుని జేబులో పొదపుకున్నాడు. సేఫ్ యధాప్రకారం మూసి ఫైలు తీసుకుని లేచి నిలబడ్డాడు. అప్పుడే గేటు దగ్గర వాహనం ఆగిన చప్పుడు వినిపించింది.

ఒక్కసారిగా ఫ్రీజ్ అయిపోయాడు ఇంద్రజిత్. వెంటనే ఫైలుతీసుకుని తలుపు పక్కన నిలబడ్డాడు. బయట రెండుసార్లు హారన్ వినిపించింది. గేటు దగ్గరగా వేసి ఉన్నాయి. వాటిని తెరవటానికి వాచ్ మెన్ ను పిలుస్తున్నారని ఇంద్రజిత్ కు అర్ధమైంది. ఆ తరువాత ఎవరో గేటు తీసిన చప్పుడు వినిపించింది. తరువాత కారు లోపలికి వచ్చిన శబ్ధం వినిపించింది.

ఉపిరిబిగపట్టి తలుపుపక్కన నిలబడ్డాడు ఇంద్రజిత్. గోడుకు పూర్తిగా అంటుకునిపోయాడు. అతని గుండెలు రాకేట్ వేగంతో కొట్టుకుంటున్నాయి. శరీరం ఉద్వేకంలో సన్నగా కంపిస్తోంది. ఈ పరిస్థితి అతను ఎంత మాత్రం ఊహించలేదు. అందుకే కొంచం కంగారుపడుతున్నాడు. అతని ఆలోచనలకు అంతరాయం కలిగిస్తూ

సన్నగా అడుగుల చప్పుడు వినిపించింది. ఆ వెంటనే తలుపులోసుకుని ఒక వ్యక్తి గదిలోకి అడుగుపెట్టాడు. అతనే మంత్రి.

పక్కకు చూడకుండ తిన్నగా మంచం దగ్గరకు వెళ్ళాడు. ఇదే మంచి సమయం అనుకుని అలర్ట్ అయ్యాడు ఇంద్రజిత్. క్షణం కూడా ఆలస్యం చెయ్యకుండ మెల్లగా గదిలోంచి బయటపడ్డాడు. వడివడిగా అడుగులు వేస్తూ హాలులోకి వెళ్ళాడు. అదృష్టవశతు చుట్టు పక్కల ఎవరు లేరు. హాలులో కూడా ఎవరు లేరు.

శక్తి అంతా కాళ్ళలోకి తెచ్చుకుని రివ్వుమంటు హాలులోంచి బయటకు పరిగెత్తాడు ఇంద్రజిత్. అదే వేగంలో గేటు దాటి రోడ్డు మీదుకు వెళ్ళాడు. అల్లంత దూరంలో అతని బైక్ పార్క్ చేసి ఉంది. వడివడిగా వెళ్ళి బైక్ మీద కూర్చుని స్టార్ట్ చేశాడు. మరుక్షణం బైక్ వేగంగా ముందుకు దూసుకుపోయింది.

భాగం--10

ఆ రోజు ఆదివారం. మాములుగా రావుకు ఆఫీసు సెలవు. కాని ఆ రోజ ఒక ముఖ్యమైన పని ఉండటం వల్ల ఆయన పెందళాడే ఆఫీసుకువెళ్ళాడు. తన గదిలో కూర్చుని ఉంది అనామిక. ఆమె ముందు ఆ రోజు పేపర్ ఉంది. అందులో వాంటెడ్ కాలమ్స్ దీక్షగా చూస్తోంది. ఇందిర కిచెన్ లో వంటతో కుస్తీపడుతోంది.

అనామిక ఇక్కడికి వచ్చి నెలరోజులు దాటిపోయాయి. కాని ఇంతవరకు ఒక్కరు కూడా కాల్ చెయ్యలేదు. ఆ విషయం రావు చెప్పలేదు. కాని ఆమెకు అర్ధమైంది. కాల్స్ వచ్చి ఉంటే అయన తప్పకుండ అనామికకు చెప్పిఉండేవాడు. కొత్తలో మాత్రం ప్రతిరోజు ఆడిగేది. ఆయన ఆఫీసునుంచి రాగానే ఎవరైన కాల్ చేశారా అంకుల్ అని అడిగేది.

లేదని చెప్పటానికి రావు చాల కష్టపడవలసివచ్చింది. ఆమె పరిస్థితి చూస్తుంటే అతనికే గుండె తరుక్కుపోతుంది. చర్చ్ ఫాదర్ ఎంతో నమ్మకంతో అనామికను అతని దగ్గరకు పంపించాడు. అతన పరిధిలో చెయ్యవలసినదంతా చేశాడు. కాని ఫలితం మాత్రం శూన్యం. అది తలుచుకుంటే ఆయనకు బాధగానే ఉంది. కాని ఏం

చెయ్యగలడు. ఈ విషయం అనామికతో చెప్పలేదు. వింటే ఆమె ఇంకా ఎక్కువ బాధపడుతుంది. ఆ బాధ ఎక్కువైతే డిప్రషన్ గా మారే అవకాశం ఉంది. అందుకే బలవంతంగా నోరుమూసుకున్నాడు రావు.

వరుసగా వారంరోజు రావును అడిగింది అనామిక. ప్రతి సారి ఆయన దగ్గరనుంచి నెగిటివ్ జవాబు వచ్చింది. దాంతో చాల నిరుత్సాహపడిపోయింది ఆమె. పైగా రోజు అదే విషయం అడగటం ఆమెకు కూడా చాల ఇబ్బందిగా మారింది. అందుకే మెల్లమెల్లగా అడగటం మానేసింది. రావు కూడా ఆ ప్రస్తావన తీసుకువచ్చేవాడుకాదు. దాంతో ఆ విషయం దాదాపు మరిచిపోయిందని చెప్పాలి.

దానికంటే ఆమె ముందు ఇంకో సమస్య ఉంది. ఆమె దగ్గర ఉన్న డబ్బు అయిపోవస్తుంది. ఇంకా కొన్నిరోజులు ఇలాగే ఉంటే మొత్తం ఖాళీ అయిపోతుంది. తరువాత పూర్తిగా రావు దంపతుల మీద ఆధారపడవలసివస్తుంది. రావు సంతోషంగా ఆమె బాధ్యతను తీసుకుంటాడు. అందులో సందేహం లేదు. కాని ఆమెకు మాత్రం ఇష్టంలేదు. అందుకే ఏదో ఉద్యోగం చూసుకోవాలని తీర్మానించుకుంది. కాని ఇందులో చిన్న సమస్య ఉంది. ఆమె ఏం చదువుకుందో తెలియదు. డిగ్రీ చదివిందో పోస్ట్ గ్రాడ్యుయేట్ చేసిందో గుర్తులేదు. ఈ రోజులో క్లర్క్ ఉద్యోగం చెయ్యాలంటే కనీసం డిగ్రీ అయిన చదివిఉండాలి. దానికి సంబంధించిన సర్టిఫికెట్ చూపించాలి. అప్పుడే జాయిన్ కావటానికి ఒప్పుకుంటారు. కాని అనామిక దగ్గర ఏ సర్టిఫికెట్ లేదు. అయిన అప్లయ్ చెయ్యటానికి సిద్ధపడింది.

అందుకే రోజు వాంటెడ్ కాలమ్స్ చూడటం అలవాటు చేసుకుంది. దీక్షగా చూస్తున్న అనామిక ఒక ప్రకటన చూసి అప్రయత్నంగా ఆగిపోయింది. అగి మల్హోత్ర కంపెని ఇచ్చిన యాడ్. ఆ కంపెనికి లేడి క్లర్క్ లు కావాలని ఆ యాడ్ సారాంశం. అందులో అర్హతలు కాని చదువులు కాని ఏం చెప్పలేదు. వెంటనే అనామిక దానికి అప్లయ్ చేసింది. అప్లికేషన్ ను కవరులో పెట్టి అడ్రస్సు రాసింది. తరువాత తీసుకువెళ్ళి కాలనిలో ఉన్న పోస్ట్ డబ్బాలో వేసింది.

నిజానికి ఆ ఉద్యోగం వస్తుందని ఆమెకు కొంచం కూడా నమ్మకం లేదు. కాని ఎక్కడో ఏదో మూల ఆశ.అందుకే ఒక రాయి వేసింది. తరువాత దాని గురించి పూర్తిగా మరిచిపోయింది. తన రొటిన్ జివితంలో పడిపోయింది. ఆ రోజు మద్యాహ్నం అనామిక భోజనం చేసి ఏదో పుస్తకం చదువుతోంది. ఇందిర తన బెడ్ రూంలో నిద్రపోతుంది. రావు ఆఫీసుకు వెళ్ళిపోయాడు. అప్పుడే పోస్ట్ అని కేక వినిపించింది. అనామిక లేచి వెళ్ళి ఒక కవరు తీసుకుంది. లోపలికి వచ్చి కవరు తెరిచి చూసింది.

అది మల్హోత్ర కంపెని పంపిన అపాయింట్ మెంట్ లెటర్.

ఒక్క క్షణం అనామికకు బుర్రపనిచెయ్యలేదు. ఇది కలా నిజమా అన్న సందిగ్ధంలో పడిపోయింది. అందుకే కొంచంసేపు అచేతనంగా ఉండిపోయింది. తరువాత తేరుకుని ఆర్డర్ తీసుకుని ఇందిర దగ్గరకు వెళ్లింది. అప్పుడే ఇందిర నిద్రలేచింది. చెదిరిన జుట్టును సరిచేసుకుంటోంది.

“ఆంటీ ఒక శుభవార్త”అంది అనామిక నవ్వుతూ.

"ఏమిటి? అంది ఇందిర.

"నాకు మల్హోత్ర కంపెనిలో ఉద్యోగం వచ్చింది. ఎల్లుండి జాయిన్ కావాలి"అంది.

నిజమా అన్నట్టుగా చూసింది ఇందిర.

అనామిక ఆమెకు తన చేతిలో ఉన్న ఆర్డర్ ను ఇచ్చింది. ఇందిర అది చదవి "చాల సంతోషం అనామిక. నీకు మంచి రోజులు వచ్చాయ్. ఉద్యోగం వచ్చినట్టుగానే నీ జ్ఞాపకాలు కూడా నీకు తిరిగి వస్తాయి. అంతవరకు ఎదురుచూడటమే నువ్వు చెయ్యవలసిన పని"అంది.

"మీరు చెప్పింది నిజమే. కనీసం దేవుడు నా కంటు ఒక వ్యాపకం ఏర్పాటు చేశాడు. దీని వల్ల నాకు రెండు లాభాలు కలుగుతాయి. మొదటి అంతో ఇంతో జీతం వస్తుంది. రెండోది లోపల రగులుతున్న బాధను విచారం మరిచిపోగలుగుతాను. ఉదయం నుంచి సాయంత్రం వరకు పనిలో ఉంటాను. అందులోవల్ల పిచ్చిపిచ్చి ఆలోచనలు రావు. మనస్సులో భారం ఉండదు. దాని వల్ల ఆరోగ్యం కూడా సక్రమంగా ఉంటుంది"అంది అనామిక.

తేలికగా నవ్వింది ఇందిర.

"ఇప్పటికైన నిజం గ్రహించావు. ఈ రోజు మనం ఆనందంగా గడపాలి,. అంకుల్ వచ్చినతరువాత అందరం మంచి హోటల్ కు వెళదాం"అని ప్రపోజ్ చేసింది ఇందిర.

"కాని ఖర్చు అంతానాది. అంకుల్ ఒక్క రుపాయి కూడా ఇవ్వటానికి వీలులేదు"అంది అనామిక.

"అలాగే."

"మాటలు చెప్పితే సరికాదు. ఒట్టు వెయ్యండి"అని తనచేతిని ముందుకు చాచిసంది అనామిక.

నవ్వుతూ ఆమె చెయ్యి మీద తన చేతిని వేసింది ఇందిర.

తరువాత ఇద్దరు కాఫీ తాగురు. కాఫీ తాగిన తరువాత తన వాటాలోకి వెళ్ళింది అనామిక. ఆర్డర్ ను పదేపదే పదిసార్లు చదివింది. సంతోషంతో ఆమె శరీరం ఊగిపోతుంది. ఆనందం తట్టుకోలేకపోతుంది. కాని అదే సమయంలో ఒక చిన్న అనుమానం కూడా కలుగుతోంది. అప్లికేషన్ లో కేవలం తన వివరాలు మాత్రం రాసింది. ఏం చదివిందో ఎంతవరకు చదివిందో మొదలైన వివరాలు రాయలేదు.తెలిస్తే కదా రాయటానికి. అయిన ఆమెను అపాయింట్ చేశారు. కనీసం ఇంటర్వ్యూకు కూడా పిలవలేదు. ఇది కొంచం అసహజంగా తోచింది ఆమెకు. కాని ఈ విషయం ఇందిరకు చెప్పలేదు ఆమె.

సాయంత్రం అయిదు గంటలకు అనామిక ఇందిర తయారయ్యారు. సోఫాలో కూర్చుని రావు కోసం ఎదురుచూస్తూ కూర్చున్నారు. అరగంట తరువాత రావు వచ్చాడు. ఆయన మొహంలో ఏదో తెలియని విచారం కనిపిస్తోంది. కొంచం గంభీరంగా కనిపించాడు. ఈ విషయం అనామిక గ్రహించింది. ఇందిర గ్రహించిందో లేదో ఆమెకు తెలియదు.

"ఏమండి మన అనామికకు ఉద్యోగం వచ్చింది"అంది.

"ఉద్యోగం వచ్చిందా ఎప్పుడు"ఆశ్చర్యంగా అడిగాడు రావు.

"ఉదయం అపాయింట్ మెంట్ ఆర్డర్ వచ్చింది. ఈ

శుభసందర్భం పురస్కరించుకుని తను మనకు హోటల్ లో పార్టీ ఇవ్వబోతుంది. మీరు కూడా రావాలి. వెంటనే తయారవ్వండి. ఈ లోగా కాఫీ తీసుకువస్తాను"అని చెప్పి ఇందిర లోపలికి వెళ్ళింది.

అనామిక వైపు ఆశ్చర్యంగా చూశాడు రావు. నిజమే అన్నట్టు తలఆడించింది ఆనామిక.

"చాల సంతోషం తల్లి. ఇది మంచి శుభపరిణామం. తొందరలోనే నువ్వు మాములు మనిషివి కావాలని మనసారా కోరుకుంటున్నాను"అన్నాడు రావు.

ఆ మాటలలో సంతోషం కంటే ఏదో తెలియని బాధకనిపించింది అనామికకు.

"ధ్యాంక్యు అంకుల్. ఇదంతా మీ గొప్పతనమే అంకుల్."

"ఇందులో నేను చేసింది ఏముంది."

"ఆ రోజు మీరు కాని ఆశ్రయం ఇవ్వకపోతే నా గతి అదో గతి అయ్యిఉండేది. ఈ మతిమరుపు జబ్బులో నానా అవస్థలు పడేదాన్ని. మీరు సమయానికి ఆదుకున్నారు. నాకు ఒక నీడను కల్పించారు. అన్నిటికంటే నాకు తల్లి తండ్రి ప్రేమను చవిచూపించారు. మీ ప్రేమ వల్లే ఇలాగైన ఉండగలుగుతున్నాను. మీకు ఏం ఇచ్చిన రుణం తీరదు."

"ఈ శుభసందర్భలో ఇలాంటి మాటలు మాట్లాడకూడదు. నేను కాకపోతే ఇంకోకరు సహాయపడేవాళ్ళు. దేశంలో మంచివాళ్ళకు ఏం కొదవలేదు. జరిగింది మరిచిపో. జరగాల్సింది ఆలోచించు. ఈ రోజు అందరం హాయిగా ఎంజాయ్ చేద్దాం. ఆ విషయం పక్కన పెట్టు.

ఎప్పుడు జాయిన్ కావాలి.''

"ఎల్లుండి పదిగంటలకు రిపోర్ట్ ఇవ్వాలి."

"మొదటిరోజు కనుక నీకు అడ్రస్సు తెలుసుకోవటానికి కొంచం ఇబ్బందిగా ఉంటుంది. అందుకే నేను వచ్చి దిగబెడతాను. ఆ తరువాత నువ్వు ఒంటరిగా వెళ్ళవచ్చు"అన్నాడు రావు.

అతని మాటలు సబబుగానే తోచాయి అనామికకు. అలాగే అని తలూపింది.

భాగం--11

“డబ్బు తెచ్చారా”తన ఎదురుగా కూర్చున్న వ్యక్తిని అడిగాడు ఇంద్రజిత్.

“తెచ్చాను”అని తన చేతిలో ఉన్న కవరును చూపించాడు ఆ వ్యక్తి.

అతను ఒక ప్రముఖ ఇన్ వెస్టిగేటివ్ పత్రికలో రిపోర్టర్. ఇంద్రజిత్ ఇవ్వబోతున్న మంత్రితాలుకు ఫైలును తీసుకోవటానికి వచ్చాడు అతను.

ఫారమ్ హౌజ్ నుంచి బయటకు రాగానే ఇంద్రజిత్ ఆ పత్రిక చీఫ్ ఎడిటర్ కు కాల్ చేశాడు. తన దగ్గర అముల్యమైన సమాచారం ఉందని చెప్పాడు. పైగా అది ఒక మంత్రికి సంబంధించింది అని చెప్పాడు. దాంతో అలర్ట్ అయ్యాడు ఆ ఎడిటర్. ఇంతకుముందు ఇంద్రజిత్ ఒకసారి అతనితో డీల్ చేశాడు. అందుకే అతను వెంటనే ఇంద్రజిత్ మాటలు నమ్మాడు.

“ఎంత కావాలి”అడిగాడు ఎడిటర్ ఉద్వేకంతో ఊగిపోతూ.

“రెండు లక్షలు. దానికి ఒక్క రుపాయి తగ్గేది లేదు”అన్నాడు ఇంద్రజిత్.

“చాల ఎక్కువ. అంత ఇవ్వటానికి నాకు అధికారం లేదు. రెండు రోజులు గడవు ఇవ్వండి. మా యండితో మాట్లాడిన తరువాత మీకు కాల్ చేస్తాను”అన్నాడు ఎడిటర్.

“ఓకే రెండు రోజులు గడువుఇస్తాను. ఆ టైం దాటిపోతే దయచేసి మీరు కాల్ చెయ్యవద్దు. ఆ ఫైలు ఇంకో పత్రికకు ఇచ్చేస్తాను”అన్నాడు.

“అవసరంలేదు. టైంలోగా మీకు కాల్ చేస్తాను”అన్నాడు ఎడిటర్.

చెప్పినట్టుగానే టైంకు కాల్ చేశాడు ఎడిటర్. ఫైలు తీసుకోవటానికి తను రావటం లేదని తనకు బదులుగా ఇంకో మనిషిని పంపిస్తున్నానని చెప్పాడు. ప్రస్తుతం ఆ మనిషి కోసమే ఎదురుచూస్తున్నాడు. సరిగ్గా పది నిమిషాల తరువాత ఆ మనిషి వచ్చాడు. ఇంద్రజిత్ ను చూసి పలకరింపుగా నవ్వాడు. తరువాత వచ్చి అతనికి ఎదురుగా కూర్చున్నాడు.

“ఇదిగో ఫైలు. డబ్బు ఇవ్వండి”అన్నాడు ఇంద్రజిత్ ఫైలు టేబుల్ మీద పెట్టి.

అతను కవరును ఇంద్రజిత్ ముందు పెట్టాడు. ఇంద్రజిత్ కవరు అందుకుని అందులో ఎంత డబ్బు ఉందో చూశాడు. అతడు ఫైలు అందుకుని అందులో విషయాలు సరిగ్గా ఉన్నాయో లేదో చూశాడు. తరువాత తృప్తిగా తలపంకించి ఫైలు సరిగ్గా ఉంది అన్నాడు.

“డబ్బు కూడా సరిగ్గా ఉంది”అన్నాడు ఇంద్రజిత్.

అతను లేచి నమస్కారం చేసి ఫైలు తీసుకుని వెళ్ళిపోయాడు.

ఇంద్రజిత్ మాత్రం అక్కడనుంచి కదలలేదు. సిగరెట్ వెలిగించి చుట్టు చూశాడు. అది ఓల్డ్ సిటిలో ఒక పాత ఏరియా. ఎప్పుడు ఎవరిని కలుసుకోవాలని అనుకున్నా ఇంద్రజిత్ అక్కడే కలుసుకుంటాడు. ఈ ఏరియాలో పోలిసుల బెడద అంతగా ఉండదు. పైగా తరుచు ఈ ఎరియాకి వస్తుంటాడు ఇంద్రజిత్. అందుకే ఇక్కడవాళ్ళు చాల మందితో అతనికి పరిచయం ఉంది.

పది నిమిషాలపాటు ఆలోచిస్తూ కూర్చున్నాడు ఇంద్రజిత్. కేఫ్ లో పెద్దగా కస్టమర్స్ లేరు. నలుగురు మాత్రం ఉన్నారు. ఇద్దరు టీతాగుతూ పిచ్చాపాటి మాట్లాడుకుంటున్నారు. ఇంకో ఇద్దరు సిగరెట్ తాగుతూ ఏదో విషయం గురించి చర్చించుకుంటున్నారు. డబ్బు జేబులో పెట్టుకుని లేచాడు ఇంద్రజిత్. బిల్ డబ్బు టేబుల్ మీద పెట్టి హోటల్ నుంచి బయటపడ్డాడు.

కేఫ్ కు ఎదురుగా అతని బైక్ పార్క్ చేసి ఉంది. మెల్లగా దానివైపు నడిచాడు. అప్పుడే అతని సెల్ రింగ్ అయింది. డిస్ ప్లే మీద నెంబర్ చూసి ఉలిక్కిపడ్డాడు అతను. ఇది కలా నిజమా అన్న సందేహంలో పడిపోయాడు. ఎందుకైన మంచిదని కళ్ళు నులుపుకుని చూశాడు. సందేహం లేదు అదే నెంబర్. దాదాపు ఆ నెంబర్ నుంచి నాలుగునెలలు ఫోన్ రావటం లేదు. ఎప్పుడు చేసిన స్విచ్ అఫ్ అని వస్తుంది. అందుకే కాల్ చెయ్యటం మానేశాడు. కాని ఇప్పుడు అనుకోకుండ అదే నెంబర్ నుంచి అతనికి కాల్ వచ్చింది. అందుకే తియ్యాలో వద్దా అని ఆలోచనలో పడ్డాడు.

ఫోన్ మాత్రం రింగ్ అవుతునే ఉంది. ఇక ఆగలేదు ఇంద్రజిత్. చప్పున సెల్ ఆన్ చేసి “హలో అన్నాడు.

భాగం--12

సిటిలో ఒక పెద్ద హోటల్ ముందు క్యాబ్ ఆగింది. అందులోంచి అనామిక ఇందిర రావు దిగారు. అనామిక క్యాబ్ ఫేర్ చెల్లించిన తరువాత ముగ్గురు లోపలికి వెళ్ళారు. ఆ రోజు ముస్లింల పండుగ. అందుకే అన్ని ఆఫీసులకు సెలవు ప్రకటించారు. హోటల్ లో విపరీతంగా రష్ గా ఉంది. అంతకుముందే రావు మేనేజర్ కు కాల్ చేసి టేబుల్ రిజర్వ్ చేయించాడు.ఒక పెద్ద పత్రికలో చీఫ్ ఎడిటర్ రావు. అయనతో మేనేజర్ కు బాగా పరిచయం ఉంది.

వాళ్ళకు టేబుల్ నెంబర్ 10 రిజర్వ్ చేశాడు మేనేజర్. ముగ్గురు వెళ్ళి ఆ టేబుల్ ముందు కూర్చున్నారు. రావు ఇందిర పక్కపక్కన కూర్చున్నారు. వాళ్ళకు ఎదురుగా అనామిక కూర్చుంది. ఆ రోజు ఆమె ప్రత్యేకంగా అలంకరించుకుంది. చూడీదార్ అంటే చాల ఇష్టం అనామికకు. అందుకే ఎప్పుడు అలాంటి డ్రస్సు మాత్రమే వేసుకుంటుంది. కాని ఈ రోజు మార్చింది. మంచి ఖరీదైన చీర కట్టుకుంది. దానికి మ్యాచింగ్ బ్లౌజు వేసుకుంది. ఆ డ్రస్సులో చాలఅందంగా గ్రేస్ ఫూల్ గా ఉంది.

చాలమంది ఆమెను చూస్తూ అడ్మైర్ చేస్తున్నారు. అనామిక

మాత్రం వాళ్ళను పట్టించుకోవటం లేదు. కాని అందరివైపు గుచ్చిగుచ్చి చూస్తుంది. ఆమె ఉద్దేశం ఒక్కటే. వీళ్ళలో ఎవరో ఒకరు తనని గుర్తించకపోతారా. అందుకే సభ్యత మరిచిపోయి కావాలని అందరిని చూస్తోంది. కాని వాళ్ళలో ఒక్కరు కూడా ఆమెను గుర్తించలేదు. ఆమె వైపుమెచ్చుకోలుగా చూస్తున్నారు తప్ప ఎవరు ఆమెను పలకరించటానికి సాహసం చెయ్యలేదు.

అప్పుడే ఒక వ్యక్తి లోపలికి వచ్చాడు. సెల్ లో ఎవరితోనో మెల్లగా మాట్లాడుతూ అనామిక టేబుల్ దగ్గరకు వచ్చాడు. క్యాజువల్ గా ఆమె వైపు చూశాడు. అదే సమయంలో ఆమె కూడా అతని వైపు చూసింది. ఆమె మాములుగానే ఉంది. కాని అతను మాత్రం షాక్ తిన్నట్టు నిలబడిపోయాడు. అతని నోరు ఆశ్చర్యంతో సన్నగా తెరుచుకుంది.ఏదో అద్భుత దృశ్యం చూస్తున్నట్టుగా చూస్తూ ఉండిపోయాడు.

అందరు అతని వైపు కోపంగా చూస్తున్నారు. సభ్యత మరిచిపోయి ఒక అమ్మాయిని తదేకంగా చూడటం వాళ్ళకు ఏ మాత్రం నచ్చలేదు. కాని అనామికకు మాత్రం అతని ప్రవర్తన కొంచం కూడా ఇబ్బందిపెట్టలేదు. పైగా సంతోషం కలిగిస్తోంది. ఆతని వాలకం చూస్తుంటే ఆమెను ఇంతకుముందు ఎక్కడో చూసినట్టు అనిపిస్తుంది. బహుశా వేరే ఎక్కడో ఆమెను చూసిఉంటాడు. కాని అనుకోకుండ ఇక్కడ కనిపించేసరికి నిర్ఘాంతపోతున్నాడు.

అనామిక కూడా చూపులు మరల్చుకుండ అతని వైపు చూస్తోంది. ఇద్దరి చూపులు ఒక క్షణంపాటు కలుసుకున్నాయి.

ముందుగా అతను తేరుకున్నాడు. గిరుక్కున వెనక్కి తిరిగి బయటకు వెళ్ళిపోయాడు. అందరు తేలికగా నిటుర్చారు. ఏ గొడవ జరగనందుకు లోలోపల ఎంతో సంతోషపడ్డారు. కాని అనామిక మాత్రం తెగ నిరుత్సాహపడిపోయింది.

అతను ఎవరో ఆమెకు తెలియదు. ఇంతకుముందు అతన్ని చూసిందో లేదో కూడా తెలియదు. కాని ఒక విషయం మాత్రం స్పష్టంగా తెలిసింది. అతను ఆమెను ఖచ్చితంగా గుర్తుపట్టాడు. ఆ విషయం అతని మొహంలో స్పష్టంగా కనిపించింది. అయిన ఎందుకో పలకరించలేదు. కనీసం చిరనవ్వు నవ్వలేదు. ఎందుకని. ఏది ఏమైన ఈ విషయం అనామికకు చాల సంతోషం కలిగించింది. కనీసం ఈ సిటిలో ఒక్కరైన ఆమెను గుర్తుపట్టగలిగారు. అది చాలు ఆమెకు.

జరుగుతున్న తతంగాన్ని రావు దంపతులు చూశారు. ఆ వ్యక్తి వాలకం వాళ్ళకు విచిత్రంగా అనిపించింది. దానికితోడు అనామిక కూడా అతన్ని చూస్తూ ఉండిపోవటం వాళ్ళకు భయం కలిగించింది. ముందు ఆమెను వారించాలని చూశారు. కాని తరువాత తమకు ఎందుకులే అని ఊరుకున్నారు. కాని వాళ్ళకు కూడా అతను అనామికను గుర్తుపట్టాడని తెలిసింది.

ఆ వ్యక్తి వెళ్ళిపోయిన తరువాత కూడా అనామిక మాములు మనిషి కాలేకపోయింది. ఆలోచిస్తూ స్తబ్దుగా ఉండిపోయింది.

"ఏమిటమ్మా అలా ఉన్నావు"అడిగాడు ఏం తెలియనట్టు రావు.

ఉలిక్కిపడి తేరుకుంది అనామిక. చప్పున వాస్తవప్రపంచంలోకి

వచ్చింది.

"సారీ అంకుల్ అతన్ని చూస్తుంటే ఎక్కడో చూసినట్టుగు ఉంది అందుకే అలా అయిపోయాను"అంది పెదవులమీద నవ్వు తెచ్చిపెట్టుకుంటు.

"ఫర్వాలేదు అయింది ఏదో అయింది. ముందు పార్టీ ఎంజాయ్ చేద్దాం"అన్నాడు.

అతని మాటలు పూర్తికాలేదు. తెల్ల డ్రస్సు వేసుకున్న స్టీవర్డ్ వచ్చి వాళ్ళ ముందు నిలబడ్డాడు. గంట తరువాత ముగ్గురు భోజనం ముగించారు. బిల్ చెల్లించి హోటల్ నుంచి బయటకు వచ్చారు. అప్పటికే బాగా చీకటిపడిపోయింది. లైట్ల వెలుగులో నగరం దేదిప్యమానంగా వెలిగిపోతుంది. ముగ్గురు నడుస్తూ సరదాగా మాట్లాడుకుంటున్నారు. అటుఇటు చూస్తున్న అనామిక కళ్ళు ఒకచోట ఆగిపోయింది.

ఆమెకు ఎదురుగా కొంతదూరంలో ఒక వ్యక్తి ఉన్నాడు. అతను కారును అనుకుని సెల్ ఫోన్ చెవిమీద పెట్టుకుని ఎవరితోనో మాట్లాడుతున్నాడు. అనామిక చూసిన సమయానికి అతను కూడా అనామికను చూశాడు. వెంటనే అతని మొహంలో కంగారుకనిపించింది. చప్పున సెల్ ఫోన్ ఆఫ్ చేసి జేబులోపెట్టుకున్నాడు. కారులో కూర్చుని స్టార్ట్ చేశాడు. మరుక్షణం కారు వేగంగా ముందుకు దూసుకుపోయింది. అంతా క్షణంలో జరిగిపోయింది. ఈ విషయం రావు కాని ఇందిర కాని గమనించలేదు. వాళ్ళిద్దరు ఏదో మాట్లాడుకుంటు బిజిగా ఉన్నారు. ఒక్క అనామిక మాత్రమే అతన్ని చూసింది. ఈ సంఘటనలో ఆమెకు

పూర్తిగా అర్ధమైంది. ఆ వ్యక్తి ఎవరో ఆమెకు తెలియదు. ఒక వేళతెలిసిఉన్నా ప్రస్తుతం మాత్రం గుర్తులేదు. కాని ఆ వ్యక్తి అనామికను గుర్తుపట్టాడు. గతంలో ఇద్దరికిబాగా పరిచయం ఉంది. ఇద్దరి మద్య ఏం జరిగిందో తెలియదు. ఆమెను చూస్తునే తెగ భయపడ్డాడు. హోటల్ నుంచి బయటకు వచ్చాడు. రెండు నిమిషాలకు ముందు ఆమెను మరోసారి చూశాడు. ఒక్క క్షణం కూడా ఆగలేదు.కంగారుగా కారులో వెళ్ళిపోయాడు.

ఎవరతను. ఎందుకు ఆమెను చూసి అంతగా భయపడ్డాడు. అదే సమయంలో హోటల్ లో జరిగిన సంఘటన అనామికకు గుర్తుకువచ్చింది. బాత్రూంలో బట్టలు మార్చుకున్నప్పుడు తన టీషర్ట్ మీద రక్తపు మరకలను ఆమె చూసింది. పైగా జేబులో లక్షరుపాయలు కూడా ఉన్నాయి. వీటికి ఆమెను చూసి ఇప్పుడు భయపడిపారిపోయిన మనిషికి తప్పకుండ సంబంధం ఉంది. కాని అది ఎలాంటి సంబంధం ? అన్ని ప్రశ్నలే ఒక్కదానికి జవాబులు లేవు.

గంట తరువాత క్యాబ్ లో ఇంటికి చేరుకున్నారు. కొన్ని గంటలకు ముందు అనామికలో ఉన్న ఉత్సాహం ఇప్పుడు లేదు. ఈ విషయం రావు దంపతులు గ్రహించారు. ఇద్దరిలో ఇందిర కొంచం ఎక్కువగా స్పందించింది. అనామికను అడిగి విషయం తెలుసుకోవాలని భావించింది. కాని రావు ఆమెను వారించాడు. దాంతో ఆమె నోరు మూసుకుంది.

ఇంట్లోకి వెళ్ళిన తరువాత తన వాటాలోకి వెళ్ళింది అనామిక. గబగబ బట్టలు విప్పి నైట్ డ్రస్సు వేసుకుంది. మంచినీళ్ళు తాగి లైటు

ఆఫ్ చేసింది. వెళ్ళి మంచం మీద వాలిపోయింది. కళ్ళు మూసుకుంది కాని నిద్రరావటం లేదు. మాటి మాటికి ఆ వ్యక్తి రూపం కళ్ళముందు గోచరిస్తోంది. ఆమెను చూసి అతని కళ్ళలో కనిపించిన భయం షాక్ ఆమె మరిచిపోలేకపోతుంది.

తన పరిస్థితి చూసి ఆమెకే జాలివేసింది. కాని ఒక విషయం మాత్రం ఆమెకు విపరీతంగా సంతోషం కలగచేసింది. ఈ విశాలప్రపంచంలో ఆమెను గుర్తుపట్టిన వ్యక్తి కనీసం ఒక్కడైన ఉన్నాడు. అది చాలు ఆమెకు.

భాగం--13

"రమా నువ్వా ఎక్కడనుంచి మాట్లాడుతున్నావు"అడిగాడు ఇంద్రజిత్. అతని గొంతు సన్నగా వణికింది.

"మన ఇంటి దగ్గరనుంచి మాట్లాడుతున్నాను"అంది రమ.

రమ అతని భార్య.

తలమీద పడుగుపడినట్టుగా అదిరిపోయాడు ఇంద్రజిత్.

"ఇంటి దగ్గరనుంచా. ఎప్పుడు వచ్చావు"తేరుకుంటు అడిగాడు.

"ఒక గంట ముందు వచ్చాను. ఇప్పుడు మీరు ఎక్కడ ఉన్నారు."

"ముఖ్యమైన అసైన్ మెంట్ లో ఉన్నాను. ఏం ఎందుకు అడుగుతున్నావు?

"మీరు అర్జంటుగా ఇంటికి రండి. మీతో ఒక ముఖ్యమైన విషయం చెప్పాలి"

"ఆ విషయం ఫోన్ లో చెప్పవచ్చుకదా"అన్నాడు నిర్లిప్తంగా ఇంద్రజిత్.

"ఇది ఫోన్ లో చెప్పే విషయం కాదు. అందుకే రమ్మని

83

అంటున్నాను. దయచేసి వెంటనే ఇంటికి బయలుదేరిరండి''అని ఇంకో మాటకు అవకాశం లేకుండ లైన్ కట్ చేసింది రమ.

ఇంద్రజిత్ కూడా సెల్ ఆఫ్ చేసి బైక్ మీద కూర్చున్నాడు. అతనికి అంతా అయోమయంగా ఆశ్చర్యంగాను ఉంది. రమ ఇంటికి రావటం ఏమిటి ఫోన్ చెయ్యటం ఏమిటి. సరిగ్గా నెలరోజులకు ముందు రమ ఇంట్లోంచి వెళ్ళిపోయింది. ఆ రోజు ఇద్దరికి మాట మాట పెరిగింది. తలో మాట అనుకున్నారు. దాంతో కోపంతో రెచ్చిపోయింది రమ. గబగబ బ్యాగ్ లో తన బట్టలు కుక్కుకుని నేను వెళుతున్నాను. ఈ జన్మలో మళ్ళి ఈ ఇంటికి రాను''అని బయలుదేరింది.

ఊహించని ఆమె నిర్ణయానికి బిత్తరపోయాడు ఇంద్రజిత్. ఆమెను ఎంతో సముదాయించాడు. ఇలా అర్ధాంతరంగా వెళ్ళటం మంచిది కాదని నచ్చచెప్పాడు. అయిన రమ వినిపించుకోలేదు. చివరకు ఆమెకు క్షణాపణ కూడా చెప్పాడు. ఆయన ఆమె మనస్సు కరగలేదు. నిర్ధాక్షిణ్యంగాఅతని చేతిని తోసి ఇంట్లోంచి వెళ్ళిపోయింది.

అమెను చివరిసారిగా చూడటం అదే. తరువాత ఇంద్రజిత్ ఆమెకు ఎన్నోసార్లు కాల్ చేశాడు. రింగ్ పోతుంది కాని ఆమె వైపు నుంచి రెస్పాన్స్ లేదు. ఒకసారి పదిసార్లు చేశాడు. అయిన లాభం లేకుండ పోయింది. ఆమె వైపు కొంచం కూడా స్పందనలేదు. ప్రతిరోజు అయిదుఆరుసార్లు కాల్ చేశాడు. అయిన ఆమె వైపు నుంచి చిన్న రెస్పాన్స్ కూడా లేదు. పదిరోజులపాటు ట్రైచేశాడు. తరువాత కాల్ చెయ్యటం మానుకున్నాడు ఇంద్రజిత్. అలా నెలరోజులు గడిచిపోయాయి. ఏదో ఒకరోజు రమ తప్పకుండ వస్తుందని అతనికి

నమ్మకం ఉంది. ఆ రోజు కోసం ఆత్రంగా ఎదురుచూస్తూ కూర్చున్నాడు. అది ఇంత తొందరగా నెరవేరుతుందని మాత్రం అనుకోలేదు. అందుకే సంతోషం ఉద్వేకం అతన్ని కలిసికట్టుగా కుదిపేస్తున్నాయి.

ఆ రోజు ఇంకా అతనికి గుర్తు ఉంది. మామూలుగా అలవాటు ప్రకాగం ఆ రోజు రాత్రి పదకొండుగంటలకు వచ్చాడు. ఒక వారం రోజుల నుంచి ఒక ముఖ్యమైన అసైన్ మెంటులో ఉన్నాడు. సిటీలో పెద్ద బిజినెస్ మాగ్నెట్ షాకాల్. అతని అసలు పేరు శాఖమూరి కాలేశ్వరరావు. అందరు మర్యాదగా షాకాల్ అని అంటారు. అతనికి దాదాపు ఇరవై కంపెనీలు ఉన్నాయి. వాటి అన్నిటికి అతనే యం.డి కమ్ ఛైయిర్ పర్సన్. ఇవి చట్టబద్ధంగా అతను నిర్వహిస్తున్న వ్యాపారాలు. కాని చట్టవ్యతిరేకంగా అతనికి ఇంకో వ్యాపారం ఉంది. అది దొంగతనంగా మారణాయుధాలు తయారుచెయ్యటం. ఈవిషయం ఎవరికి తెలియదు. చివరకు పోలీసులకు కూడా తెలియదు. ఇంద్రజిత్ కూడా తెలిసేది కాదు. కాని అనుకోకుండ షాకాల్ కంపెనిలో పనిచేస్తున్న వ్యక్తితో అతనికి అనుకోకుండ స్నేహం అయింది. అది కూడా కాకతాళీయకంగా జరిగింది. ఒక రోజు ఇంద్రజిత్ బార్ కు వెళ్ళాడు. నిజానికి అతనికి పెద్దగా తాగుడు అలవాటు లేదు. కాని ఆ రోజు ఎందుకో బీర్ తాగాలనిపించింది అతనికి. అక్కడ అతనికి ఒక వ్యక్తి పరిచయం అయ్యాడు. ఆ వ్యక్తి వచ్చి ఇంద్రజిత్ ఎదురుగా కూర్చున్నాడు.

ఆవ్యక్తిని క్యాజువల్ గా చూసి తన పనిలో తాను పడిపోయాడు.

రెండు గ్లాసులు బీర్ తాగాడు ఇంద్రజిత్. మూడో గ్లాసు తాగబోతుంటే అప్పుడు మాట్లాడాడు ఆ వ్యక్తి. ఆ వ్యక్తి హాట్ డ్రింక్ తీసుకున్నాడు. రెండు పెగ్గులు తాగినట్టుగాన్నాడు. దాంతో మత్తు ఆవహించింది అతన్ని. మనిషి మాటలు తడబడుతున్నాయి. కళ్ళు భారంగా కిందికి సోలిపోతున్నాయి.

అతని వాలకం చూస్తుంటే ఏ క్షణంలో అయిన కింద పడిపోయేలా ఉన్నాడు. కాని అలాంటిది ఏం జరగలేదు. ముద్దుముద్దుగా ఏదో మాట్లాడతున్నాడు. ఆ మాటలు ఇంద్రజిత్ కు కొంచం కూడా అర్థంకాలేదు. కానిఅప్పుడే అతని నోటినుంచి షాకాల్ అనే మాట వచ్చింది. దాంతో ఒక్కసారిగా నిటారు అయ్యాడు ఇంద్రజిత్. ముందుకు వంగి ఏమన్నారు అని అడిగాడు.

"ఆ షాకాల్ మంచివాడు కాడు"అన్నాడు ఆ వ్యక్తి మందు సిప్ చేస్తూ.

"మీరు ఎవరి గురించి మాట్లాడుతున్నారు. ఇంతకి షాకాల్ ఎవరు"తెలియనట్టుగా అడిగాడు ఇంద్రజిత్.

"షాకాల్ అంటే నిజంగా తెలియదా" నవ్వుతూ అడిగాడు అతను.

"నిజంగానే తెలియదు. ఎవరు ఆయన?

"ఆయన పెద్ద బిజినెస్ మాగ్నట్. రాయల్ గ్రూప్ ఆఫ్ కంపెనీలకు పూర్తి యజమాని. ఇది అందరికి తెలిసిన విషయం. కాని ఎవరికి తెలియదని విషయం ఇంకోకటి ఉంది"అని ఆగాడు అతను.

"ఏమిటది"మెల్లగా అడిగాడు ఇంద్రజిత్. అతని కళ్ళు ఆత్రంగా

ఆ వ్యక్తి వైపు చూస్తున్నాయి.

"షాకాల్ కు రహస్య ఆయుధాలు ఫ్యాక్టరి ఉంది. అందులో రకరకాల తుపాకులు తయరవుతాయి. వాటిని రహస్యంగా కాశ్మీర్ ఉగ్రవాదులకు అమ్ముతాడు. కోట్లు సంపాదిస్తున్నాడు. ఈ విషయం చాల కొద్ది మందికి మాత్రమే తెలుసు."

"వాళ్ళు ఎవరు"అడిగాడు ఇంద్రజిత్.

"నాకు అందరి గురించి తెలియదు. ఒక వ్యక్తి గురించి మాత్రం తెలుసు."

"ఎవరతను."

"వాడి పేరు మల్హోత్ర. మల్హోత్ర ఎంటరప్రైజెస్ యజమాని. వాడు కూడా ఆ బిజనెస్ లో పార్టనర్. అతను కాకుండ ఇంకా ఎంతమంది పార్టనర్స్ ఉన్నారో నాకు తెలియదు"

"మరి నీకు ఎలా తెలిసింది"వాడిగ్లాసులోమందు పోస్తూ అడిగాడు ఇంద్రజిత్.

"నేను షాకాల్ దగ్గర పనిచేస్తున్నాను. దాదాపు అయిదుసంవత్సరాల నుంచి కష్టపడి పనిచేస్తున్నాను. దానికి తగిన జీతం ఇవ్వటం లేదు. ఎన్నోసార్లు నాకు జీతం పెంచమని అడిగాడు. వీలు కాదన్నాడు. అక్కడే పనిచెయ్యటానికి మనస్సు ఒప్పటం లేదు. అలాగని ఉద్యోగం మానేయ్యలేను. మానేసిఎక్కడికి వెళ్ళగలను. ఎవరు ఉద్యోగం ఇస్తారు. అందుకే గబ్బిలంలా అక్కడే వేలాడుతున్నాను"అన్నాడు ఆవ్యక్తి.

ఇంకా షాకాల్ గురించి చాల వివరాలు తెలుసుకోవాలని

అనుకున్నాడు ఇంద్రజిత్. కాని వీలుకాలేదు. ఆ వ్యక్తి మత్తుగా అలాగే టేబుల్ మీద సోలిపోయాడు. అప్పుడప్పుడే లేచేలాకనిపించలేదు. ఇక చేసేది లేక ఆ వ్యక్తి జేబులు వెతికాడు. పై జేబులో అతని ఐడింటి కార్డ్ కనిపించింది. లోపల జేబులో నాలుగు వందరుపాయల నోట్లు కొంత చిల్లర ఉన్నాయి. డబ్బు యధాస్థానంలో పెట్టాడు. ఐడింటి కార్డ్ మాత్రం చూశాడు. దాని మీద అతని పేరు డెసిగ్నేషన్ ఉన్నాయి. అతని పేరు పెంచలయ్య. షాకాల్ కంపెనిలో మెకానిక్ గా పనిచేస్తున్నాడు. బహుశా షాకాల్ ఆయుధాల ఫ్యాక్టరిలో పనిచేస్తుండవచ్చు. కాని ఆ అయుధాల ఫ్యాక్టరీ ఎక్కడుందో మాత్రం చెప్పలేదు. ఆ విషయం తెలుసుకునేలోగా విపరీతంగా తాగి స్పృహ కోల్పోయాడు.

అయిన ఇంద్రజిత్ నిరుత్సాహపడలేదు. మరునాడు అదే టైంకు అదే బార్ కు వెళ్ళాడు. అప్పటికే అతను వచ్చి కూర్చుని మందు తాగుతున్నాడు. ఇంకా మొదటి రౌండ్ లోనే ఉన్నాడు. ఇంద్రజిత్ ను చూసి పలకరింపుగా నవ్వాడు. జవాబుగా ఇంద్రజిత్ కూడా మందహాసం చేశాడు.

తరువాత అతనితో మాటలు కలిపాడు ఇంద్రజిత్. ఆ రోజు అతని బిల్ తనే పే చేశాడు. ఇలా నాలుగు రోజులు జరిగింది. రోజు అతన్ని కలుసుకోవటానికి ఇంద్రజిత్ పనిగట్టుకుని ఆ బార్ కు వెళ్ళేవాడు. ఇద్దరు కలిసి తాగేవారు. అతను ఎక్కువగా తాగేవాడు. ఇంద్రజిత్ మాత్రం కొద్దిగా తీసుకనేవాడు.ఇద్దరికి మంచి స్నేహం కుదురిపోయింది.

ఒకరోజు షాకాల్ ప్రస్తావన వచ్చింది.

"ఎంత బ్రతిమాలిన ఆ పెద్దమనిషి తగినంత జీతం పెంచటం లేదు"అన్నాడు నిరుత్సాహంగా.

"నీకు డబ్బు అవసరం చాల ఉన్నట్టుగా ఉంది అవునా"అన్నాడుఇంద్రజిత్.

"అవును. నా భార్యకు ఆపరేషన్ చేయించాలి. దానికి ఇరవైవైలు ఖర్చుఅవుతుందని డాక్టర్ చెప్పాడు. నా దగ్గర ఒక్క పైసా కూడా లేదు. అందుకే షాకాల్ గారిని వెళ్ళి అడిగాను. ఆయన ససేమిరా ఒక్క రుపాయి అడ్వాన్స్ ఇవ్వనని చెప్పాడు. ఏం చెయ్యాలో తోచటం లేదు. నా భార్యకు అపరేషన్ చెయ్యించలేని స్థితిలో ఉన్నాను. నా అంత దురదృష్టవంతుడు ఇంకోకడు ఉండడు. ఇంకో నేలరోజలు మాత్రమే నాకు గడువు ఉంది. ఈ లోగా ఆవిడకు ఆపరేషన్ చెయ్యకపోతే త్రీవ్రమైన పరిస్థితులు ఎదురుకోవలసివస్తుంది. అందుకే తల్లడిల్లిపోతున్నాను. చాల మందిని అప్పుడు అడిగాను. ఎవరు నా మొహం చూసి సహాయం చెయ్యలేదు. నేను అబద్ధం చెప్పుతున్నానని అనుకుంటున్నారు. నా తాగుడుకోసం అడుగుతున్నానని భావిస్తున్నారు. నేను తాగుబోతునే కాని భార్య అనారోగ్యం అడ్డంపెట్టుకుని తాగే ఉన్మాధ స్దితిలో లేను నేను. కాని నా మాటల ఎవరు నమ్మలేదు"అన్నాడు పెంచలయ్య.

"బాధపడకు. నీకు అవసరమైన డబ్బు నేను ఇస్తాను. కాని దానికి నువ్వు నాకో సహాయం చెయ్యాలి"అన్నాడు ఇంద్రజిత్.

"ఏం చెయ్యాలి"అడిగాడు పెంచలయ్య.

"షాకాల్ నిర్వహిస్తున్న రహస్యఆయుధాలు ఫ్యాక్టరీ ఎక్కడ ఉందో ఆ సమాచారం కావాలి. అది చెపితే నీకు ఇరవైవేలుఇస్తాను"అన్నాడు ఇంద్రజిత్.

ఆశ్చర్యంగా చూశాడు పెంచలయ్య.

"నేను నిజమే చెప్పుతున్నాను"అన్నాడు ఇంద్రజిత్.

"ఏం చెయ్యాలి"అన్నాడు పెంచలయ్య ఏదో నిర్ణయించుకున్నట్టు.

"షాకాల్ నడుపుతున్న రహస్య ఆయుధాల ఫ్యాక్టరి గురించి కొన్ని వివరాలు కావాలి."

"అడగండి."

"ఫ్యాక్టరీ ఎక్కడుంది."

"పావురాలపల్లి అనే గ్రామంలో."

"అందులో ఎంత మంది ఉన్నారు."

"దాదాపు యాభై మంది పనిచేస్తున్నారు. సెక్యూరిటీతో కలిపి."

"షాకాల్ ఏ టైంలో అక్కడికి వెళదాడు."

"ప్రతిరోజు ఆయన రాడు.వారానికి రెండు రోజులు మాత్రం వస్తాడు. అన్ని వ్యవహారాలు చూసుకుని సాయంత్రం వెళ్ళిపోతాడు"అన్నాడు పెంచలయ్య.

అంతకుమించి ఏం అడగాలో తోచలేదు ఇంద్రజిత్ కు. వెంటనే ఇరవైవేలుతీసి అతని చేతిలో పెట్టాడు. పెంచలయ్య కళ్ళు మిలమిల మెరిశాయి. డబ్బు తీసుకుని ఆప్యాయంగా కళ్ళకు అద్దుకున్నాడు.

పది నిమిషాల తరువాత ఇంద్రజిత్ సంతోషంతో ఇంటికి బయలుదేరాడు. అతను ఇంటికి చేరుకునేసరికి దాదాపు పన్నెండున్నర కావస్తోంది. బైక్ పార్క్ చేసి లోపలికి వెళ్ళాడు.

హాలులో అటుఇటు తీవ్రంగా పచార్లు చేస్తోంది రమ. ఆమె మొహం ఎర్రగా కందిపోయినట్టుగా ఉంది. భర్తను చూసి ఒక్కసారిగా కదిలిపోయింది.

"అయిందా మీ రాచకార్యాలు"అంది ఎగతాళిగా.

"సారీ రమా. పనిపూర్తిచేసుకుని వచ్చేసరికి ఈ వేళ అయింది"అన్నాడు మెల్లగా ఇంద్రజిత్.

"రోజు అర్ధరాత్రి ఇంటికి వస్తున్నారు. ఇంట్లో నేను ఉన్నాననే విషయం పూర్తిగా మరచిపోయారు. ఒక్కదాన్ని ఒంటరిగా బిక్కుబిక్కు మంటు ఉంటున్నాను. కనీసం వారానికి ఒకరోజైన పెందళాడే వచ్చారా. ఇంకా ఎంత కాలం ఇది భరించమంటారు"అంటు చెడమడ మాట్లాడింది.

ఇంద్రజిత్ శాంతంగా ఆమెకు నచ్చచెప్పాడు. తన ఉద్యోగంలో ఉన్న సాధకబాధలను వివరించాడు. అన్ని ఉద్యోగాలలాగా తనకు టైం అంటు లేదని చెప్పాడు.

"నా ఉద్యోగ సాధకబాధలు గురించి నీకు పెళ్ళికాకముందే చెప్పాను. నువ్వు సంతోషంగా సరే అన్నావు. ఇప్పుడు ఇలా అంటున్నావు. ఇది నా వృత్తి. ఇంతకంటే నేను ఏం చెప్పలేను"అన్నాడు ఇంద్రజిత్.

కాని రమ మాత్రం ఊరుకోలేదు. ఆవేశంతో రెచ్చిపోయింది.

ఇష్టంవచ్చినట్టు మాట్లాడింది. అనవసరంగా తొందరపడి అతన్ని పెళ్ళిచేసుకున్నానని అంది. ఆ రోజు రాత్రి అంతా ఇద్దరు మాట మాట అనుకుంటు గడిపారు. ఎవరు నిద్రపోలేదు. తెల్లవారుజామును తన బట్టలు సర్దుకుని రమ వెళ్ళిపోయింది. వెళ్తున్నానని కనీసం అతనితో చెప్పలేదు. కావల్సిన బట్టలు సర్దుకుని తన పుట్టింటికి వెళ్ళిపోయింది. రమ ప్రవర్తనకు చాల బాధపడ్డాడు ఇంద్రజిత్. ఆమెను నచ్చచెప్పాలని ఎన్నోసార్లు కాల్ చేశాడు. కాని ఆమె ఒక్క కాలుకు రెస్పాండ్ కాలేదు. దాదాపు పదిరోజులు ఆగకుండ ప్రయత్నించాడు. కాని ఏం లాభం లేకుండ పోయింది.

రోజులు గడుస్తున్నాయి. రమ మాత్రం ఇంటికి రాలేదు. కనీసం ఫోన్ కూడా చెయ్యలేదు. కాని సరిగ్గా నెలరోజుల తరువాత అనుకోకుండ రమ దగ్గర నుంచి కాల్ వచ్చింది అతనికి. అంతకంటే అతనికి మాత్రం కావల్సింది ఏముంది. సంతోషంతో ఇంటికి బయలుదేరాడు.

ఆ రోజు లాగే ఇప్పుడు కూడా రమ హాలులో అటు ఇటు పచార్లు చేస్తుంది. ఆమె మొహంలో ఉద్వేకం స్పష్టంగా కనిపిస్తోంది. ఇంద్రజిత్ ను చూడగానే ఒక్కసారిగా రియాక్ట్ అయింది. అమాంతం వచ్చి అతని కాళ్ళమీద పడిపోయింది.

ఊహించని ఈ పరిణామానికి బిత్తరపోయాడు ఇంద్రజిత్. ఒక్క క్షణం పాటు అతని బుర్రపనిచెయ్యలేదు.

"ఏమిటిది రమ లే"అన్నాడు ఇబ్బందిగా.

"మీరు క్షమించానంటే కాని నేను పైకి లేవను"అంది రమ

తలపైకి ఎత్తకుండ.

"క్షమించాను ఇక పైకి లే"అన్నాడు.

రమ లేచి అతన్ని చుట్టుకుపోయింది.

"నన్ను మన్నించండి. నాకు తగిన బుద్ధి వచ్చింది. ఇంకేప్పుడు ఇలాంటి పని చెయ్యను"అంటు అతన్ని చుట్టుకుపోయింది. సంతోషంతో ఊగిపోయాడు ఇంద్రజిత్. ఎందుకు ఏమిటిఅని ఎలాంటి వివరాలు అడగలేదు అతను. ఆప్యాయంగా దగ్గరకు తీసుకున్నాడు.

భాగం--14

ఉదయం పదిగంటలు కావస్తోంది. అప్పుడే ఒక ఆటో వచ్చి ఒక బిల్డింగ్ ముందు ఆగింది.

"ఇదేనమ్మా మల్హోత్ర కంపెని. జాగ్రర్తగా వెళ్ళు. నేను బయలుదేరుతాను"అన్నాడు రావు.

అలాగే అని నవ్వి ఆటోదిగింది అనామిక. ఆమె చేతిలో ఒక బ్యాగ్ మాత్రమే ఉంది.

ఆటోవెళ్ళిన తరువాత నింపాదిగా లోపలికి నడిచింది. ఎదురుగా వస్తున్న వాచ్ మెన్ ను మల్హోత్ర కంపెని ఎక్కడుందని అడిగింది అనామిక.

"సెకండ్ ఫ్లోర్ అని చెప్పాడు అతను.

వెళ్ళి లిఫ్ట్ లో నిల్చుని సెకండ్ ఫ్లోర్ బటన్ నొక్కింది. క్షణం తరువాత లిఫ్ట్ సెకండ్ ఫ్లోర్ లో ఆగింది. లిఫ్ట్ లోంచి బయటకు వచ్చి ఎదురుగా చూసింది. గది పైన మల్హోత్ర ఎంటర్ ప్రైజెస్ అని ఇంగ్లీష్ లో రాసుంది. మెల్లగా తలుపు తోసుకుని లోపలికి వెళ్ళింది. ఎదురుగా ముందు విశాలమైన హోలు కనిపించింది. అక్కడ దాదాపు ఒక యాభై మంది కంప్యూటర్స్ ముందు కూర్చుని పనిచేసుకుంటున్నారు.

ఆశ్చర్యం ఏమిటంటే వాళ్ళలో ఇద్దరు మాత్రమే మగవాళ్ళు ఉన్నారు.

ఇంతలో ఒక అందమైన అమ్మాయి లేచి అనామిక దగ్గరకు వచ్చింది.

“ఎవరు కావాలి”అంది.

“నా పేరు అనామిక. యం.డి గారిని కలవాలి”అంది.

“ఓ మీరేనా అనామిక. మీ గురించి యం.డి గారు చెప్పారు. తిన్నగా వెళ్ళి కుడివైపుకు తిరగండి. అదే యం.డి గారిచాంబర్స్ . విష్ యూ బెస్ట్ ఆఫ్ లక్”అంది ఆమె.

“థ్యాంక్యు”అని చెప్పి ముందుకు నడిచింది అనామిక. ఆమె చెప్పినట్టుగానే తిన్నగా వెళ్ళి కుడివైపుకు తిరిగింది. ఎదురుగా మిస్టర్ మల్హోత్ర. యం.డి అని నేమ్ ప్లేటు కనిపించింది. తలుపులు దగ్గరగా వేసి ఉన్నాయి. మెల్లగా తలుపు దగ్గరకు వెళ్ళి తట్టింది.

“కమిన్ అని లోపలనుంచి గంభీరమైన గొంతు వినిపించింది.

అనామిక తలుపు తోసుకుని లోపలికి అడుగుపెట్టింది. ఒక్కసారిగా చల్లని గాలి మొహానికి తాకింది. ఎదురుగా విశాలమైన టేబుల్ ముందు ఒక యువకుడుకూర్చుని ఉన్నాడు. కంపెని యం.డి అంటే అతనికి యాభై సంవత్సారు ఉంటాయని అనుకుంది. కాని ఇతను యువకుడు.పైగా స్మార్ట్ గా అందంగా ఉన్నాడు.

లోపలికి వచ్చిన అనామికను చూసి అతని కళ్ళు ఆశ్చర్యంతో పెద్దవయ్యాయి. అది ఒక్క క్షణం మాత్రమే. వెంటనే తేరుకుని “మీరు అనామిక కదూ”అన్నాడు.

“అవును. ఇదిగో మీరు పంపిన అపాయింట్ మెంట్ ఆర్డర్”అని ఆర్డర్ కాగితాన్ని అతనికి ఇచ్చింది. అతను దాన్ని అందుకుని చూశాడు.తరువాత తలపంకించి.

“రండి మిమ్మల్ని మిగత స్టాఫ్ కుపరిచయం చేస్తాను”అని గదిలోంచి బయటకు వచ్చాడు. అతని వెనుక అనామిక వెళ్ళింది. మల్హోత్రను చూడగానే స్టాఫ్ అంతా మర్యాదగా లేచి నిలబడ్డారు.

“ఈమే పేరు అనామిక. కొత్తగా మన కంపెనిలో జాయిన్ అయింది”అంటు స్టాఫ్ లో ఒక అమ్మాయి వైపు చూశాడు. ఆమె తన సీటులోంచి లేచివచ్చింది.

“ఈమే పేరు సరస్వతి. మీకు ఏ సహయం కావాలన్నా ఆమెను అడగండి. పనిలో ఏధైన సందేహాలు ఉంటే ఆమెను అడిగి తెలుసుకోండి”అన్నాడు .

అలాగే అని తలూపింది అనామిక.

తరువాత మల్హోత్ర వెళ్ళిపోయాడు. సరస్వతి అనామిక వెంట పెట్టుకుని తన సీటు దగ్గరకు తీసుకువెళ్ళింది. ఆమె సీటుపక్కన ఒక టేబుల్ ఖాళీగా ఉంది. దాని మీద ఏవో కొన్ని ఫైల్స్ కంప్యూటర్ ఉన్నాయి.

“ఇదే మీ సీటు. కూర్చోండి. మొదటిరోజు కనుక ఏం పని ఉండదు. ఆ ఫైల్స్ చూడండి. కంపెని గురించి మీకు ఒక అవగాహన వస్తుంది”అంది సరస్వతి.

అనామిక కూర్చుని ఒక ఫైలు తీసుకుంది. అది కంపెని మెమెరాండం అంట్ ఆర్టికల్స్ ఆఫ్ అసోసియేషన్ ఫైలు. అందులో

కంపెనికి సంబంధించిన పూర్తి వివరాలు ఉన్నాయి. దాదాపు గంటసేపు చదివింది అనామిక. దాంతో ఆమెకు మల్హోత్ర వ్యాపారం ఏమిటో పూర్తిగా అర్ధమైంది.

మల్హోత్రది రియల్ ఎస్టేటు వ్యాపారం. దాంతో పాటు అతను ప్రభుత్వ కాంట్రాక్టులు కూడా చేస్తుంటాడు. అన్ని కలిపి దాదాపు వందకోట్ల టర్నోవర్ ఉంటుంది. ఇది పైకి అందరికి తెలిసిన వ్యాపారం. కాని లోపల అతను రహస్యంగా ఒక ఆయుధాలు ఫ్యాక్టరీ నడిపిస్తున్నాడని ఎవరికి తెలియదు. ఆ ఫైలు మొత్తం చదవటానికి అనామికకు రెండు గంటలు పట్టింది. అందులో కొంచం అకౌంట్స్ కు సంబంధించిన సమాచారం ఉంది. ఒక్క ముక్క కూడా అవ అర్థంకాలేదు ఆమెకు. కాని మల్హోత్ర బాగా డబ్బున్నవాడని మాత్రం గ్రహించింది.

ఒంటి గంట వరకు టైం పాస్ చేసింది అనామిక. అది లంచ్ టైమ్. స్టాఫ్ అందరు తమ సీట్లలోంచి లేచారు. కొంతమంది టిఫిన్ బాక్స్ తీసుకుని లంచ్ రూమ్ వైపు వెళ్ళారు. కొంతమంది కంపెని క్యాంటిన్ వైపు వెళ్ళరు. మొదటిరోజు కనుక అనామిక ఏం తెచ్చుకోలేదు. అయిన ఆమెకు పెద్దగా ఆకలి కూడా లేదు. అందుకే తన సీటులోనే కూర్చుంది.

"టిఫిన్ తెచ్చుకోలేదా"డ్రాయర్ మూస్తూ అడిగింది సరస్వతి.

"మొదటి రోజు కదా అందుకే తెచ్చుకోలేదు. పైగా నాకు ఆకలిగా కూడా లేదు"అంది సరస్వతి.

"ఏం తినకుండ ఖాళీ కడుపుతో ఉండకూడదు.చాల

సమస్యలు వస్తాయి. నేను క్యాంటిన్ కు వెళుతున్నాను. మీరు కూడా రండి. నాతో పాటు ఏదైన తినండి"రండి"అని అనామిక చేతిని పట్టుకుంది.

ఆమె అంత ఆప్యాయంగా పిలుస్తుంటే కాదనలేకపోయింది అనామిక. ఇష్టం లేకపోయిన బలవంతంగా లేచింది. ఇద్దరు మెల్లగా క్యాంటిన్ వైపు నడిచారు. క్యాంటిన్ అంటే ఏదో చిన్నదిగా ఉంటుందని అనుకుంది. కాని అనామిక ఊహించిన దానికంటే చాల పెద్దగా ఉంది. విశాలమైన హాలు. అందులో దాదాపు యాభై వరకు టేబుల్స్ ఉన్నాయి. అప్పటికే చాల మంది కూర్చుని టిఫిన్ చేస్తున్నారు.

సరస్వతి చుట్టు చూసింది. మూలగా ఒక ఖాళీ టేబుల్ కనిపించింది. అక్కడికి వెళ్ళి కూర్చున్నారు ఇద్దరు. సర్వర్ కు రెండు ప్లేటు పూరీలు ఆర్డర్ చేసింది సరస్వతి. అతను ఆర్డర్ తీసుకుని వెళ్ళగానే అనామిక వైపు తిరిగింది సరస్వతి.

"ఎలా ఉంది ఆఫీసు"అని అడిగింది.

"చాల బాగుంది. వర్క్ అట్మాస్ ఫియర్ చాల బాగుంది"అంది అనామిక.

"మన యం.డి మీద మీ అభిప్రాయం ఏమిటి? ఇంకో ప్రశ్న సంధించింది సరస్వతి.

"మనిషి చాల మంచివాడిలాగా కనిపించాడు. పైగా నవయువకుడు. అందంగా స్మార్ట్ గా సినిమా హీరోలా ఉన్నాడు. ఆడవాళ్ళను బాగా గౌరవించేలా ఉన్నాడు."

సరస్వతి చిన్నగా నవ్వింది.

"ఎందుకు నవ్వుతున్నారు"ఆశ్చర్యంగా అడిగింది అనామిక.

"మీ అమాయకత్వం చూస్తుంటే నవ్వు వచ్చింది. అందుకే నవ్వాను. ఏం అనుకోకండి. మొదటి పరిచయం లోనే ఒక మనిషి మీద నిశ్చితమైన అభిప్రాయం ఏర్పరచుకోకూడదు. కొన్ని రోజుల పోతే కాని ఆ మనిషి పూర్తి స్వభావం తెలియదు."

"అంటే"అంది అర్థంకానట్టు అనామిక.

"ఇంగ్లీష్ లో ఒక సామెత ఉంది. ఆల్ దట్ గ్లిట్టర్స్ ఈజ్ నాట్ గోల్డ్ అని. ఇక్కడ ఈ సామెత మన బాస్ కు చక్కగా సరిపోతుంది. పైకి ఆయన మంచివాడిలా కనిపిస్తాడు. ఆడవాళ్ళతో చాల సభ్యతతో ప్రవర్తిస్తాడు. వాళ్ళను చాల గౌరవిస్తాడు కూడా. దాంతో ఆడవాళ్ళు ముఖ్యంగా అమ్మాయిలు అతను చాల మంచివాడని అపోహపడతారు. కాని నిజానికి అతను అంత మంచివాడు కాడు. అతనికి అందమైన అమ్మాయిల బలహీనత ఉంది. అందమైన అమ్మాయిలంటే పడిచస్తాడు. వాళ్ళకోసం ఎంతకయిన తెగిసాడు. ఏధైన చేస్తాడు. ముందు వాళ్ళకు ఎక్కడలేని ప్రత్యేకత ఇస్తాడు. వాళ్ళుఅడగకున్నా సదుపాయలు కలగచేస్తాడు. దాంతో అమ్మాయికి అతని మీద సదభిప్రాయం ఏర్పడుతుంది. అందంగా కూడా ఉంటాడు కనుక ఇష్టం కూడా ఏర్పడే అవకాశం ఉంది. తరువాత ఒకరోజు తన చాంబర్స్ లోకి పిలుస్తాడు. ఆఫీసువిషయాలు కొంచం సేపు మాట్లాడతాడు. తరువాత తన మనస్సులో ఉన్న కోరికను బయటపెడతాడు. తన కోరిక తీరిస్తే ఆమెకు కావల్సినంత డబ్బు ఇస్తానని ఆశపెడతాడు. లేకపోతే ప్రమోషన్ ఇస్తానని చెప్తాడు. శీలం మీద

పెద్దగా పట్టింపులేని వాళ్ళు అతని కోరికకు పూర్తిగా లొంగిపోతారు. అతనికి సంపూర్ణంగా సహకరిస్తారు. దాంతో వాళ్ళ దశ తిరిగిపోతుంది. చేతినిండా డబ్బు ఖరీదైన జీవితం వాళ్ళ వశం అవుతుంది.”

“అలాగని అందరు ఆడవాళ్ళు అతని ప్రలోభానికి లొంగరు. కొంతమంది తమకు అలాంటివి ఇష్టంఉండదని చెప్తారు. అయిన అతను కోపం తెచ్చుకోడు. ఆ మాటలు చాల స్పోర్టివ్ గా తీసుకుంటాడు. కాని లోపల మాత్రం అవమానంతో రగిలిపోతాడు. కోపంతో చెలరేగిపోతాడు. దాంతో డైరక్టుగా బెదిరింపులకు దిగుతాడు. తన కోరిక తీర్చకపోతే చాల కష్టాలు పడవలసవస్తుంది హెచ్చరిస్తాడు. అయిన ఆ అమ్మాయి ఒప్పుకోకపోతే ఆమెను పోలిసు కేసులో ఇరికిస్తాడు. ఏదో ఫైలు మాయం అయిందని చెప్పి ఆమె మీద పోలీస్ రిపోర్ట్ ఇస్తాడు. డబ్బుకోసం ఆ ఫైలును శత్రువుకు ఇచ్చిందని కంప్లయింట్ ఇస్తాడు. రూల్ ప్రకారం అయితే పోలీసులు ఆ విషయం పూర్తిగా దర్యాప్తు చెయ్యాలి. నిజనిజాలు నిగ్గు తేల్చాలి. కాని మన యం.డి విషయంలో అలా జరగదు. అయిన రిపోర్ట్ ఇవ్వగానే ఆ అమ్మాయిని వెంటనే అరెస్ట్ చేస్తారు. కొంత మందికు పోలీసులంటే చాల భయంగా ఉంటుంది. పైగా అది పరువు ప్రతిష్టలకు సంబంధించిన విషయం. అందుకే అతని దగ్గరకు వెళ్ళి తమ మీద రిపోర్ట్ ఇవ్వవద్దని ఇచ్చిన రిపోర్ట్ వాపసు తీసుకోమని చెప్తారు. దానికి ఒక కండిషన్ పెడతాడు మళ్ళోత్ర. తన కోరిక తీరిస్తే కేసు వాపను తీసుకుంటానని చెప్తాడు. పోలిసు కేసు కంటే అదే నయంఅని చాల మంది భావిస్తారు. అందుకే అతని కోరిక తీర్చటానికి ఒప్పుకుంటారు. తరువాత అంతా

వేగంగా జరిగిపోతుంది. ఆమెను ఒక ఖరీదైన హోటల్ కు తీసుకువెళతాడు. డబుల్ ఏసి రూమ్ బుక్ చేస్తాడు. రాత్రినుంచి మరునాడు ఉదయం వరకు ఆ అమ్మాయితో గడుపుతాడు. తరువాత తెల్లవారుజామున కారులో ఆమెను ఇంటివరకు దిగబెడతాడు. తరువాత తను వెళ్ళిపోతాడు. "

"ఆ రోజు తరువాత ఆమె మీద ఎలాంటి వత్తిడి ఉండదు. ఆమెకు భారిగా జీతం పెరుగుతుంది. విపరీతమైన స్వేచ్ఛ కూడా దొరుకుతుంది. ఆ అమ్మాయి ఇష్టంవచ్చినప్పుడు ఆఫీసుకు రావచ్చు. ఇష్టం వచ్చినప్పుడు ఇంటికి వెళ్ళిపోవచ్చు. ముందుగా సమాచారం ఇవ్వకుండ సెలవు కూడా పెట్టవచ్చు. అందరి గురించి ఎందుకు. నా గురించి చెప్తాను. నాకు కూడా అలాంటి పరిస్థితి వచ్చింది. మా నాన్నగారు అనుకోకుండ మూడుసంవత్సరాలకు ముందు చనిపోయారు. ఆయన ఒక ప్రైవేట్ కంపెనిలో పనిచేసేవారు. పెద్దగా ఆయనకు జీతం లేకపోయిన గౌరవంగా బతికేవాళ్ళం. దేనికి లోటు ఉండేది కాదు. అప్పటికే నేను డిగ్రి పూర్తిచేశాను. ఉద్యోగవేటలో ఉన్నాను. నాన్నగారు పోయిన తరువాత మా కుటుంబానికి నేనే తోడు అయ్యాను. నాకు మా అమ్మ మా అమ్మకు నేను తప్ప ఈ లోకంలో మాకు ఎవరు లేరు. "

"అందుకే ఉద్యోగం నాకు తప్పనిసరి. అప్పుడే నాకు ఈ కంపెనిలో ఉద్యోగం వచ్చింది. నేను కూడా నీలాగా మల్హోత్ర మీద మంచి అభిప్రాయం ఏర్పరచుకున్నాను. చాల మంచి వాడని ఉత్తముడని మురిసిపోయాను. పది రోజుల తరువాత కాని నాకు అసలు విషయం

తెలియలేదు. అతను ఎంత నీచుడో స్త్రీలోలుడో అప్పుడు తెలిసింది. ఒకరోజు నన్ను అర్జంటుగా తన చాంబర్స్ కు రమ్మని చెప్పాడు. ముఖ్యమైన ఫైలు తీసుకుని అతని గదిలోకి వెళ్ళాను. గదిలోకి రాగానే నా దగ్గరకు వచ్చాడు. అతని ప్రవర్తన చూసి నాకు భయం వేసింది. శరీరం సన్నగాకంపించింది.

“నన్ను ఏదో చేస్తాడని కంపించిపోయాను. కాని అలాంటిది ఏం జరగలేదు. అతను నా దగ్గరకు వచ్చి తన మనస్సులో మాటచెప్పాడు. ఎలాంటి ఉపోద్ఘాతం లేకుండ తన కోరికను బయటపెట్టాడు. తన కోరిక తీరిస్తే జీతం రెట్టింపు చేస్తానని చెప్పాడు. అంతేకాదు ప్రమోషన్ కూడా ఇస్తానని అన్నాడు. నాకు వెంటనే ఏం చెయ్యాలో తోచలేదు. నా మైండ్ పూర్తిగా బ్లాంక్ అయిపోయింది. ఏం చెయ్యాలో తోచలేదు. అక్కడనుంచి పారిపోదామని అనుకున్నాను. కాని నా కాళ్ళు అందుకు సహకరించలేదు. కాళ్ళు నేలకు పూర్తిగా బిగిసిపోయినట్టుగా ఉంది. “

“నిజానికి నేను తలుచుకుంటే అక్కడనుంచి పారపోవచ్చు. ఉద్యోగానికి రాజీనామా చెయ్యవచ్చు. కాని దాని వల్ల లాభం కంటే నష్టం ఎక్కువ. మాకంటు ఆస్థిపాస్థులుఏం లేవు. నాన్నగారి జీతం తప్ప మాకు ఇంకో ఆధారం లేదు. ఇప్పుడు అది కూడా లేదు. వచ్చిన డబ్బు ఏమంత పెద్ద మొత్తం కాదు. రెండు నెలలలో అది అయిపోతుంది. తరువాత మళ్ళి డబ్బు కోసం తడుముకోవాలి. పైగా ఈ కంపెనిలో నాకు చాల మంచి జీతం వస్తుంది. ఇంత పెద్ద మొత్తం వేరే కంపెనిలో ఇస్తారని నేను అనుకోవటం లేదు. నాకు మా అమ్మ, మా

అమ్మకు నేను తప్ప ఈ ప్రపంచంలో మాకు ఎవరు లేరు. కనీసం చుట్టాలు బందువులు కూడా లేరు. ఈ ఉద్యోగం పోతే ఇంకో ఉద్యోగం వెంటనే దొరకుతుందని గ్యారంటి లేదు."

"అందుకే పరిస్ధితులకు రాజీపడ్డాను. అతని కోరికను సరే అన్నాను. ఆ రోజు మధ్యాహ్నం నన్ను ఒక ఖరీదైన హోటల్ కు తీసుకువెళ్ళాడు. ఆ రోజు అంతా ఆ గదిలో గడిపాను. మరునాడుతెల్లవారుజామున హోటల్ ఖాళీ చేశాం. అతను స్వయంగా నన్ను తన కారులో ఇంటిదగ్గర దిగబెట్టాడు. తన కోరిక తీరింది కనుక మాట తప్పుతాడని అనుకున్నాను. కాని అలాంటిది ఏం జరగలేదు. మల్హోత్ర తను అన్న మాట నిలబెట్టుకున్నాడు. నా జీతం రెట్టింపు చేశాడు. పైగా ప్రమోషన్ కూడాఇచ్చాడు. చేరిన నెలరోజులలోపు నాకు మంచి ఇంక్రిమెంట్ దొరికింది. నా కొలిగ్స్ ఎవరు ఆశ్చర్యపోలేదు. ఇది ఎలా సాధ్యం అని అడగలేదు. వాళ్ళకు అన్ని విషయాలు తెలుసు. అందుకే నోరుమూసుకున్నారు. ఇది నా కధ. ఈ విషయాలు నిన్ను భయపెట్టటానికి చెప్పటం లేదు. నువ్వు చాల జాగ్రర్తగా ఉండాలని హెచ్చరిస్తున్నాను. నువ్వు చాల అందంగా ఆకర్షణీయంగా ఉన్నావు. అప్లికేషన్ లో నీ ఫోటో చూసి మల్హోత్ర మెస్మరైజ్ అయ్యాడు. వెంటనే నీకు అపాయింట్ మెంట్ పంపించమని నాతో చెప్పాడు. నీ చదువు అర్హతల గురించి ఏం మాట్లాడలేదు. ఆ విషయం నీ అప్లికేషన్ లో కూడా లేదు. ఆ విషయం అతను గ్రహించాడు. కాని దాని గురించి అతను పెద్దగా పట్టించుకోలేదు"అని ముగించింది సరస్వతి.

అంతా విన్న అనామిక స్తబ్ధుగా అయింది. అపాయింట్ చేసేటప్పుడు అతను ఆమె చదవు గురించి ఒక్క ప్రశ్న కూడా అడగలేదు. అసలు ఆ ఊసే ఎత్తలేదు. ఒక క్లర్క్ ఉద్యోగం కావాలంటే కనీసం డిగ్రీ వరకు చదివిఉండాలి. ఆమె ఏం చదివిందో ఆమెకే తెలియదు. ఒక వేళ అతను అడిగిన అదే విషయం చెప్పేది. కాని అతను అడగలేదు. వెంటనే అపాయింట్ మెంట్ ఆర్డర్ పంపించాడు. ఇప్పుడు సరస్వతి ద్వార ఆమెకు అసలు కారణం తెలిసింది.

"రండి టైం అయింది వెళదాం"అంటు లేచింది సరస్వతి.

అనామిక ఆలోచనలనుంచి తెప్పరిల్లింది. ఇద్దరు క్యాంటినుంచి లోంచి బయటపడ్డారు. ఆ రోజు సాయంత్రం వరకు బిక్కుబిక్కు మంటు పనిచేసింది అనామిక. ఏ టైంలో మల్హోత్ర పిలుస్తాడో అని హడలిపోయింది. భయంతో వణికిపోయింది. కాని ఆమె అనుకున్నట్టుగా ఏం జరగలేదు. ఆ రోజే కాదు మరుసటి రోజు కూడా ఆమెను పిలవలేదు. నెలరోజల వరకు అతను ఆమె గురించి పట్టించుకోలేదు.

భాగం--15

ఆ రోజు జీతం ఇచ్చే రోజు. అనామిక ఉద్వేకంతో ఊగిపోయింది. నెలరోజులు కష్టపడినదానికి ఈ రోజు ప్రతిఫలం అందుకోబోతుంది. ఉత్సాహంతో ఆఫీసుకు వెళ్ళింది. అందరితో పాటు ఆమె కూడా జీతం అందుకుంది. జీతం ఇచ్చేటప్పుడు కూడా మల్హోత్ర ఆమెతో మాట్లాడలేదు. కనీసం పలకరించలేదు. అసలు ఆమె గురించి పట్టించుకున్నట్టుగా కనిపించలేదు.

ఆ రోజు మామూలుగానే జీతం తీసుకుని ఇంటికి బయలుదేరింది.

"ఇది నా మొదటి జీతం ఆంటీ"అని కవరును ఇందిర చేతిలో పెట్టింది అనామిక.

"చాల సంతోషం అనామిక. నీకు త్వరలోనే మంచిరోజులు వస్తాయి. నువ్వు తప్పకుండ మామూలు మనిషివి అవుతావు"అంది ఇందిర.

"ఈ రోజు అంకుల్ తో బజారుకు వెళ్ళాలి"అంది అనామిక.

"ఎక్కడికి, ఏదైన కొనుక్కోవాలా"అడిగింది ఇందిర.

"నా చేతికి ఉన్న ఉంగరాన్ని అమ్మాలనుకుంటున్నాను."

"ఎందుకు?

"ఏ సమయంలో ఏం జరుగుతుందో తెలియటం లేదు. ముందుగా జాగ్రర్తపడటం మంచిది. అందుకే ఉంగరం అమ్మి ఆ డబ్బు బ్యాంకులో వేసుకుందామని అనుకుంటున్నాను."

"ఇప్పుడు అంత అవసరం ఏమొచ్చింది"ఆశ్చర్యంగా అడిగింది ఇందిర.

మల్హోత్ర విషయం చెప్పాలని అనుకుంది అనామిక. కాని దాని వల్ల లాభం కంటే నష్టం ఎక్కువ. అసలేఇందిర భయస్థురాలు. లేనిపోని రాద్ధాంతం చేస్తుంది. ఉద్యోగం మానేయ్యమని సలహ ఇస్తుంది. అలా జరగటం అనామికకు ఎంత మాత్రం ఇష్టం లేదు. ఇప్పుడిప్పుడే జరిగిన సంఘటన నుంచి ఆమె కోలుకుంటోంది. ఉద్యోగం వల్ల ఆమెకు ఎంతో శాంతి దొరుకుతుంది. తనకు అమ్నేషియా వచ్చిన విషయం ఆమె దాదాపు మరిచిపోయింది. ఈ పరిస్థితిలో ఉద్యోగం లేకపోతే అంతకంటే నరకం ఇంకోకటి ఉండదు. అందుకే మల్హోత్ర విషయం ఇందరికు చెప్పలేదు.

అలాగని మల్హోత్రను నమ్మటానికి వీలులేదు. అతను ఏ సమయంలోఎలా ప్రవర్తిస్తాడో ఎవరికి తెలియదు. ఇంతవరకు అతని వల్ల ఆమెకు ఎటువంటి ఇబ్బంది కలగలేదు. భవిష్యత్తులో అలాగే ఉంటుందని నమ్మకం లేదు. ఒకవేళ సరస్వతి చెప్పినట్టుగా మల్హోత్ర ప్రవర్తించే అవకాశం ఉంది. ఆ సమయం వచ్చినప్పుడు దాన్ని ఎదురుకోవటానికి ఆమె సిద్ధంగా ఉండాలి. చేతిలో డబ్బు ఉండాలి. ఉద్యోగం లేకపోయిన బతకగలిగే అవకాశం ఉండాలి. అందుకే తన

చేతికి ఉన్న ఉంగరాన్ని అమ్మాలని తీర్మానించుకుంది.

"బ్యాంకులో కొంచం కూడా క్యాష్ లేదు. ఈ ఉద్యోగం ఎన్నిరోజులు ఉంటుందో తెలియదు. అందుకే ముందు జాగ్రర్త పడుతున్నాను"అంది అనామిక.

"ఈ ఉద్యోగం పోతుందని ఎందుకు అనుకుంటున్నావు"ఆశ్చర్యంగా అడిగింది ఇందిర.

వెంటనే ఏం చెప్పాలో తోచలేదు అనామికకు. ఒక్కక్షణం పాటు ఏదో ఆలోచిస్తున్నట్టుగా మౌనంగా ఉండిపోయింది. తరువాత నవ్వి అంది.

"నేను ఏం చదువుకున్నానో నాకే తెలియదు. ఈఉద్యోగం వచ్చిదంటే అది నా చదువు వల్ల కాదు. మా యం.డి మంచితనం వల్ల. ఆయన ఇంతవరకు నన్ను సర్టిఫికేట్స్ అడగలేదు. రేపు కూడా ఇలాగే ఉంటందని అనుకోలేం. ఆయనమూడ్ మారిపోవచ్చు. ఉన్నట్టుండి నన్ను పిలిచి సర్టిఫికెట్స్ తెమ్మని అంటే నా పరిస్థితి ఇబ్బందిగా ఉంటుంది. అందుకే ఈ ఏర్పాటు"అంది అనామిక.

ఇందిర ఆమె మాటలు నమ్మిందో లేదో తెలియదు. కాని ఏం మాట్లాడలేదు. మౌనంగా ఉండిపోయింది.

ఆరోజు సాయంత్రం చాల పెందళాడే ఇంటికి వచ్చాడు రావు. అనామిక అతనితో తన ఉంగరం విషయం చెప్పింది.ఏమిటిఎందుకు అని ఆయన అడగలేదు. అలాగే వెళ్దాం అని మాత్రం అన్నాడు. సాయంత్రం ఆరుగంటలకు ఇద్దరు ఆటోలో బజారుకు వెళ్ళారు.

అరగంట తరువాత ఆటో ఒక నగలషాపు ముందు ఆగింది.

బోర్డ్ మీద అగర్వాల్ జూవెలర్స్ అని పెద్ద బోర్డ్ కనిపించింది. అది చాల బిజి మార్కెట్ స్థలం. చిన్న షాపులతో పాటు పెద్ద షాపులు కూడా అక్కడ ఉన్నాయి. ప్రతిరోజు కొన్ని లక్షలమంది ఆ బజారుగుండా వెళుతుంటారు. వాళ్ళలో ఎవరో ఒకరు ఆమెను గుర్తించే అవకాశం ఉంది.

ఇద్దరు లోపలికి వెళ్ళారు. కౌంటర్ లో ఒక వ్యక్తి కూర్చుని లెక్కలు చూసుకుంటున్నాడు. ఆయనకు దాదాపు రావు అంత వయస్సు ఉంటుంది. రావును చూసి మర్యాదగా లేచి వచ్చాడు.

“రండి రావు గారు”అంటు సాధరంగా ఆహ్వానించాడు.

“అగర్వాల్ గారు మీ వల్ల నాకో సహాయం కావాలి”అన్నాడు రావు.

“చెప్పండి”అన్నాడు రావు.

“ఈమే నా మేనకోడలు ముంబాయి నుంచి వచ్చింది. తన ఉంగరాన్ని అమ్మాలనుకుంటుంది. దాన్ని చూసి ఎంత ధర ఇవ్వగలరో చెప్పండి”అన్నాడు.

“అలాగే ఇవ్వండి. పరీక్షించినతరువాత చెప్తాను”అన్నాడు అగర్వాల్.

అనామిక తన చేతికి ఉన్న ఉంగరాన్ని తీసి ఇచ్చింది. దాన్ని పరీక్షగా చూశాడు. తరువాత ఇప్పుడే వస్తాను అని చెప్పి లోపలికి వెళ్ళాడు. రావు కౌంటర్ కు ఎదురుగా ఉన్న కుర్చిలో కూర్చున్నాడు. అనామికకు ఏం తోచక షాపు ఎంట్రన్స్ దగ్గరకు వచ్చి నిలబడింది. అప్పటికే బాగా చీకటిపడిపోయింది. ఎదురుగా

ఉన్న రోడ్డు మీద జనం హడావిడిగా వెళుతున్నారు. వాహనాలు ఒకదాని వెనుక ఒకటి దూసుకుపోతున్నాయి. ఇంతమంది వెళుతున్నారు. కనీసం ఒక్కరైన తనని గుర్తుపట్టకపోతారా అని చూస్తుంది అనామిక. అటువైపు వెళుతున్నవాళ్ళందరు ఆమెను చూస్తున్నారు. వాళ్ళలో మగవాళ్ళు ఉన్నారు, ఆడవాళ్ళు ఉన్నారు. మగవాళ్ళు ఆమెను అడ్మిరేషన్ తో చూస్తున్నారు. ఆడవాళ్ళు మాత్రం ఆసూయతో రగిలిపోతున్నారు. అయితే ప్రతి వాళ్ళు అనామికను రెండో సారి చూడకుండ వెళ్ళటం లేదు.

పది నిమిషాలపాటు అలాగే నిలబడింది అనామిక. అప్పుడే అగర్వాల్ లోపలనుంచి వచ్చాడు. అతని మొహంలో ఎంతో ఆశ్చర్యం కనిపిస్తుంది. అగర్వాల్ రావటం చూసి రావు అనామికను పిలిచాడు. హడావిడిగా లోపలికి వచ్చింది అనామిక.

“ఇది చాల ఖరీదైన ఉంగరం. మార్కెట్టులో దీని విలవు పాతికలక్షలదాకా ఉంటుంది. కాని నేను అంత ఇవ్వలేను. పదిహేను వరకు ఇవ్వగలను”అన్నాడు అగర్వాల్.

ఏం చేద్దాం అన్నట్టుగా రావు అనామిక వైపు చూశాడు.

“ఫర్వాలేదు సెట్ జీ మీరు చెప్పినంత ఇవ్వండి”అంది అనామిక.

“అయిదు నిమిషాలు కూర్చోండి. క్యాష్ అరెంజ్ చేస్తాను”అని చెప్పి మళ్ళి లోపలికి వెళ్ళాడు అగర్వాల్.

పావుగంట తరువాత రాతకోతలు పూర్తయ్యాయి. డబ్బు సంచి తీసుకుని ఇద్దరు బయటకు వచ్చారు.

"ఇంత డబ్బు దగ్గర ఉండటం అంత మంచిది కాదు. దీన్ని బ్యాంకులో జమచేద్దాం. నాతో రా అని ఎదురుగా ఉన్న బ్యాంకులోకి వెళ్ళారు. ఆ బ్యాంక్ మేనేజర్ కు రావు తో కొంచం పరిచయం ఉంది. పావుగంటలో అనామిక పేరుమీద అకౌంట్ ఓపన్ అయింది. డబ్బు అందులో డిపాజిట్ చేసిన తరువాత పాస్ బుక్ ఆమెకు ఇచ్చాడు బ్యాంకు మేనేజర్.

ఇద్దరు బ్యాంకులోంచి బయటపడ్డారు. ఆటోకోసం రోడ్డు మీద నిలబడ్డారు. అప్పుడే రావు సెల్ రింగ్ అయింది. ఎవరు చేశారో తెలియదు. రెండు క్షణాలు మాట్లాడాడు. అవతల వ్యక్తి ఏం చెప్పాడో తెలియదు, రావు మొహం సున్నం కొట్టినట్టు తెల్లగా పాలిపోయింది. మొహంలో కళ పూర్తిగా ఇంకిపోయింది.

"ఏం జరిగింది అంకుల్" అంది అనామిక.

"నేను అర్జంటుగా ఆఫీసుకు వెళ్ళాలి. నువ్వు ఆటోలో ఒంటరిగా వెళ్ళటం అంత మంచిది కాదు. బస్సులో వెళ్ళు. ఎదురుగా బస్సు స్టాండు ఉంది. అక్కడికి వెళ్ళి నిల్చో. నెంబర్ 32 వ బస్సు ఎక్కు. అది తిన్నగా మన ఇంటికి దగ్గర ఆగుతుంది" అన్నాడు.

"అలాగే అంకుల్. మీరు వెళ్ళండి. నేను వెళతాను" అంది అనామిక.

రావు ఆటోలో ఆఫీసుకు వెళ్ళిపోయాడు. అనామిక అటుఇటు చూస్తూ రోడ్డు అవతలవైపుకు వెళ్ళింది. బస్సు స్టాపులోకి వెళ్ళి నిలబడింది. స్టాపులో పెద్దగా రష్ గా లేదు. నలుగురు ప్రయాణికులు మాత్రం ఉన్నారు. వాళ్ళలో ముగ్గురు మాత్రం సాధారణంగా ఉన్నారు.

110

నాలుగవ వ్యక్తి మాత్రం కొంచం మొరటుగా రౌడీలా కనిపిస్తున్నాడు. మాసిపోయిన జీన్స్ దాని మీద ఎర్రరంగు టీషర్ట్ వేసుకున్నాడు. క్యాజువల్ గా అనామికను చూశాడు. అంతే

అతని కళ్ళు ఆశ్చర్యంతో పెద్దవయ్యాయి. ఇది కలా నిజమా అన్న సందిగ్ధంలో పడిపోయాడు. వెంటనే సెల్ తీసి ఎవరికో కాల్ చేశాడు. అవతల వ్యక్తి ఏం చెప్పాడో తెలియదు. సెల్ ఆఫ్ చేసి అనామిక వైపు చూశాడు. అప్పుడే అనామిక క్యాజువల్ గా అతని వైపు చూసింది.

ఆమెను చూసి అతను పరిచయం ఉన్నట్టుగా నవ్వాడు.

గుండె జల్లమంది అనామికకు. ఆమె శరీరం భయంతో సన్నగా కంపించింది. అతను ఎవరో ఆమెకు తెలియదు. ఎందుకు నవ్వుతున్నాడో అంతకంటే తెలియదు. కాని వాడి వల్ల ఏదో ప్రమాధం రాబోతుందని మాత్రం ఆమెకు తోచింది. పది నిమిషాలు తరువాత ఆమె ఎక్కవలసిన బస్సు వచ్చింది. వెళ్ళి సీటులో కూర్చుంది. ఆ వ్యక్తి కూడా బస్సు ఎక్కాడు. ఆమె వెనుక కూర్చున్నాడు.

బస్సు వేగంగా వెళుతోంది. అంతకంటే అనామిక బుర్రలో ఆలోచనలు వేగంగా తిరుగుతున్నాయి. ఆ వ్యక్తి ఎవరో ఆమెకు తెలియటంలేదు.కాని అతనికిమాత్రం ఆమె బాగా తెలుసు. ఆ విషయం అతని చూపులలోనే గ్రహించింది. పైగా బాగా పరిచయం ఉన్నవాడిలా నవ్వాడు. పావుగంట తరువాత ఆమె దిగవలసిన స్టాప్ వచ్చింది. అనామిక దిగి వెనక్కి తిరిగి చూసింది. అతను కూడా అదే స్టాప్ లో దిగాడు. ఆమె వెనుక రాసాగాడు.

అనామికకు పై ప్రాణాలు పైనే పోయినట్టుగా తోచింది. గుండెలు విద్యుత్ వేగంతో కొట్టుకోసాగాయి. అరచేతులు చెమటలు పట్టాయి. ఒక్క క్షణం కూడా ఆగలేదు ఆమె. కాళ్ళకు బలం తెచ్చుకుని ముందుకు పరిగెత్తింది. వెనుక వస్తున్న వ్యక్తి కంగారుపడ్డాడు. వెంటనే తేరుకుని ఆమె వెనుక పరిగెత్తాడు. అది ఇప్పుడు ఇప్పుడే డెవలప్ అవుతున్న కాలని. అందుకే పెద్దగా జనసంచారం లేదు. నిర్మానుష్యంగా నిశబ్ధంగా ఉంది. ఇంకో అయిదునిమిషాలు వెళితే కాని ఆమె ఇల్లు. పరిగెడుతునే అటుఇటు చూసింది అనామిక.

ఆమెకు కుడివైపు దట్టమైన చెట్లు గుబురుపొదలు కనిపించాయి. వెంటనే అటుకేసి పరిగెత్తింది ఆమె. ఒక పెద్ద చాటున దాక్కుంది. చెవులు నిక్కించి వినసాగింది. రెండు క్షణాలు తరువాత అతని అడుగుల చప్పడు వినిపించింది. అతని కాళ్ళ కింద ఎండుటాకులు సన్నగా చప్పుడు చేస్తున్నాయి. ఊపిరిబిగిపట్టి చెట్టుకు పూర్తిగా అంటుకుపోయింది. అడుగుల చప్పుడు క్రమంగా దగ్గర అయ్యాయి. సరిగ్గా ఆమె దాక్కున చెట్టు దగ్గర ఆగిపోయాయి.

చలిజ్వరం వచ్చినదానిలా వణికిపోతుంది అనామిక. ఊపిరి పీల్చటానికి కూడా భయంగా ఉంది ఆమెకు. ఒక వేళ అతను దగ్గరకి వస్తే ఏం చెయ్యాలో ఆమెకు తెలియలేదు. ఆమె దగ్గర చిన్న ఆయుధం కూడా లేదు. చుట్టు చాల చీకటిగా ఉంది. పైగా దట్టమైన చెట్లమధ్య ఉంది ఆమె. అందుకే వెలుతురు అంతగా రావటం లేదు.

క్షణాలు నిమిషాలు గడుస్తున్నాయి.

ఎవరు ముందుకు కదలలేదు. ఆ వ్యక్తి సిగరెట్ వెలిగించి

చుట్టు చూశాడు. చుట్టు చెట్లు గుబురు పొదలు కనిపిస్తున్నాయి. వాటిమధ్యలో ఎక్కడో ఒకచోట ఆమె ఉందని అతనికి తెలుసు. కాని ఎక్కడ ఉందో మాత్రం ఊహించలేకపోతున్నాడు. బాగా పగలు అయితే ధైర్యంగా వెళ్ళేవాడు. ఎలాగో ఆలా ఆమెను పట్టుకునేవాడు. కాని ఇప్పుడు చీకటిపడిపోయింది. చెట్ల మధ్యలో పురుగులు పుట్ర ఉంటాయి. పాములు కూడా స్వేచ్ఛగా తిరుగుతుంటాయి. అందుకే ముందుకు వెళ్ళటానికి భయపడుతున్నాడు.

ఏం చెయ్యాలా అని ఆలోచిస్తున్నాడు అతను.

ఏదో తట్టినట్టు తలపంకించి సెల్ తీశాడు. ఏదో నెంబర్ కు కాల్ చేశాడు. అవతలనుంచి రెస్పాన్స్ రాగానే అన్నాడు.

“మీరు పంపించిన ఫోటోలో ఉన్న అమ్మాయి నాకు కనిపించింది. కాని తప్పించుకుంది”అన్నాడు అతను.

“ఎక్కడ ఉంటుందో తెలుసుకున్నావా”అడిగాడు అవతలవ్యక్తి. అతని పేరు బాబు.

“లేదుసార్. అడవిలోకి పారిపోయింది. ఎంతప్రయత్నించిన కనిపించకపోవచ్చు. అందుకే మీకు కాల్ చేశాను. ఏం చెయ్యమంటారు. వెతకమంటరా వెనక్కి తిరిగమంటారా”అడిగాడు అతను.

“వెనక్కి వచ్చేయ్. అంత అర్జంట్ ఏం లేదు. ఏలాగు ఆమెకు మతిపోయింది. మనని గుర్తుపట్టే అవకాశం లేదు. ఇంకో సారి సమయం దొరకకపోదు. అప్పుడు దాని పని పూర్తిచేద్దాం. నువ్వు తిరిగివచ్చేయ్”అన్నాడు బాబు.

అలాగే అని చెప్పి అతను సెల్ ఆఫ్ చేశాడు. ఒకసారి చుట్టు

చూసి వెనక్కి తిరిగాడు. అతను వెళ్ళిపోతున్నాడని అడుగుల చప్పుడుని బట్టి గ్రహించింది అనామిక. హమ్మాయ్య అని నిటుర్చింది. మెల్లగా చెట్టు చాటునుంచి బయటకు వచ్చింది.

భాగం--16

అనామిక వెంటనే బయటకు రాలేదు. అయిదునిమిషాలపాటు అక్కడే ఉండిపోయింది. తరువాత నింపాదిగా బయటకు వచ్చింది. ఒకసారి చుట్టు చూసింది. ఎవరులేరని నిర్ధారణ చేసుకున్నతరువాత ఇంటివైపు పరిగెత్తింది. ఇల్లు చేరుకుని తాళం తీసి లోపలికి వెళ్ళింది. ఈ మధ్య అనామిక తన గుమ్మం వైపు తలుపులకు తాళం వేసి వెళుతుంది. ఒక్కొక్క సారి ఆఫీసునుంచి రావటానికి లేటు అవుతుంది. అనవసరంగా రావును ఇబ్బంది పెట్టటం ఆమెకు ఇష్టంలేదు.

లోపలికి వెళ్ళి భారంగా నిటుర్చింది. తలుపులు గడియపెట్టి మంచంమీద కూర్చుంది. జరిగింది తలుచుకుంటే ఆమెకు ఇంకా భయం పోలేదు. అతను ఎవరో కాని ఖచ్చితంగా ఆమెను చంపటానికి ప్రయత్నించాడు. కాని ఆమె తప్పించుకుంది. అలాగని చేతులుముడుచుకుని కూర్చోడు అతను. ఇంకోసారి ప్రయత్నిస్తాడు. అందుకే తను జాగ్రర్తగా ఉండాలని గట్టిగా అనుకుంది అనామిక.

ఆ రాత్రి ఎంత ప్రయత్నించిన ఆమెకు నిద్రరాలేదు. ఇంతకు ముందు ఒక సమస్య మాత్రం ఆమెను ఇబ్బందిపెడుతుండేది. ఇప్పుడు

ఇంకోకటి తోడైంది. ఆమెను ఎవరో చంపాలనుకుంటున్నారు. ఎందుకో తెలీటం లేదు. కాని ఒక విషయం మాత్రం స్పష్టంగా తెలుస్తోంది. ఆమె గతం కొంచం భయంకరమైనది కావచ్చు. దానికి ఆధారం హోటల్ లో షర్ట్ మీద కనిపించిన రక్తపు మరకలు. బహుశా ఎవరినో ఆమె హత్యచేసి ఉంటుంది. అందువల్ల హతుడి తాలుకువ్యక్తులుఇప్పుడు ఆమెను చంపాలని అనుకుంటున్నారు. ఇంతకంటే సహేతుకమైన కారణం ఆమెకు కనిపించలేదు.

మరునాడు ఆఫీసుకు బయలుదేరింది. ఆమె బయటకు వెళ్ళబోతుంటే రావు పిలిచాడు.

"మేమిద్దరం ఈ రోజు చుట్టాలింటికి ఫంక్షన్ కు వెళుతున్నాం. ఈ రోజు రాత్రికి రాము. రేపు ఉదయం వస్తాము. అంతవరకు ఒంటరిగా ఉండగలవా"అడిగాడు రావు.

"మీరు వెళ్ళండి అంకుల్. నేను ధైర్యంగా ఉండగలను. నా గురించి మీరు వర్రికావద్దు"అంది అనామిక నవ్వుతూ.

ఆమె నవ్వును చూడగానే సహజంగానే నమ్మకం కలిగింది రావుకు. తరువాత వాళ్ళిద్దరు వెళ్ళిపోయారు. ఇంటికి తాళం వేసి తను బయలుదేరింది అనామిక. తన సీటులో కూర్చుని ఆ రోజు చెయ్యవలసిన వర్క్ గురించి సరస్వతితో చర్చించింది. తరువాత తన రొటిన్ పనిలో పడిపోయింది. లంచ్ వరకు టైం ప్రశాంతంగానే గడిచింది. ఒక విషయం మాత్రం అనామికను ఇంకా తొలుస్తునే ఉంది. నెలపైన పదిరోజులు గడిచాయి. అయిన మల్హోత్ర మాములుగానే ఉంటున్నాడు. ఆమెతో ఒక బాస్ లాగే ప్రవర్తిస్తున్నాడు.

అంతకుమించి అతను కొంచం కూడా చొరవ తీసుకోలేదు.

ఈ విషయం అనామికకు చాల ఆశ్చర్యం కలిగిస్తోంది. అదే విషయం సరస్వతికి చెప్పింది. ఆమె నవ్వింది కాని ఏం మాట్లాడలేదు. కాని ఒక విషయం అనామికకు తెలియదు. తుపాను వచ్చేముందు వాతావరణం చాల ప్రశాంతంగా ఉంటుంది. అలాగే జరిగింది అనామికకు. లంచ్ అవర్ పూర్తయిన తరువాత తన సీటులోకి వచ్చి కూర్చుంది. అప్పుడే స్టాఫ్ లో ఒక్కొక్కరు మల్హోత్ర చాంబర్స్ లోకి వెళుతున్నారు. బయటకు వచ్చినప్పుడు వాళ్ళచేతులలో ఏవో పాకెట్స్ ఉన్నాయి. అన్ని గిఫ్ట్ పాకెట్స్. గిఫ్ట్ తీసుకున్నవాళ్ళు సంతోషంతో ఊగిపోతున్నారు.

సరస్వతి కూడా లోపలికి వెళ్ళి గిఫ్ట్ పాకెట్టు తెచ్చుకుంది. అందులో ఏముందో తెలియదు. కాని పైకి మాత్రం పాకెట్టు చాల ఆకర్షణీయంగా అందంగా ఉంది. చివరగా అనామిక పేరు వచ్చింది. సంతోషంతో మల్హోత్ర చాంబర్స్ లోకి వెళ్ళింది.

ఆ రోజు కారణం తెలియదు కాని మల్హోత్ర చాల అనందంగా సంతోషంగా ఉన్నాడు. అసలే ఎర్రగా ఉంటాడు అతను. సంతోషంలో ఇంకా ఎర్రగా మారిపోయింది అతని మొహం.

“ఇదిగో నీ గిఫ్ట్ పాకెట్టు. ఈ రోజు నా పుట్టినరోజు. అందుకే నా స్టాఫ్ అందరికి గిఫ్ట్ ఇస్తున్నాను. అలాగే ఈ రోజు సాయంత్రం వాణీమహల్ లో ఒక చిన్న పార్టీ ఏర్పాటుచేస్తున్నాను. ఆ పార్టికి చాల మంది పెద్దవాళ్ళు వస్తున్నారు. లోకల్ యం.యల్ ఏ తో పాటు పెద్దపెద్ద ప్రభుత్వ అధికారులు కూడా వస్తున్నారు. నువ్వు కూడా

తప్పకుండ రావాలి. మామూలుగా రావటం కాదు. నేను ఇచ్చిన డ్రస్ వేసుకుని మరి రావాలి.''అన్నాడు మల్హోత్ర.

అలాగే అని తలూపింది అనామిక.

“ఇంకో విషయం నీకు డ్రస్సు నచ్చిన నచ్చకపోయిన అదే వేసుకుని రావాలి. లేకపోతే నాకు చాల కోపం వస్తుంది. ఆకోపంలో ఏం చేస్తానో నాకే తెలియదు. గుర్తుపెట్టుకోండి''అన్నాడు.

ఆశ్చర్యంగా అతని వైపుచూసింది అనామిక. అతని మొహం అస్తమిస్తున్న సూర్యుడిలా ఎర్రగా ఉంది. కళ్ళలో ఎరుపు జీరలు స్పష్టంగా కనిపించాయి. అప్రయత్నంగా అనామిక శరీరం సన్నగా కంపించింది. ఇంకేం మాట్లాడకుండ గిఫ్ట్ తీసుకుని తన సీటులోకి వచ్చి కూర్చుంది.

“గిఫ్ట్ పాకెట్టు ఇస్తూ ఏమైన చెప్పాడా''అడిగింది సరస్వతి.

అనామిక దాచకుండ అంతా చెప్పింది.

“అతను చెప్పినట్టు నడుచుకో. అది నీకే మంచిది. తరువాత నీ ఇష్టం''పొడిగా అని ఊరుకుంది సరస్వతి.

మల్హోత్ర ఆ విషయం మామూలుగా చెప్పి ఉంటే భయపడేది కాదు అనామిక. చాల గంభీరంగా తీక్షణంగా చెప్పాడు.అందుకే కొంచం ఇబ్బందిపడులోంది అనామిక. ఒకవేళ మల్హోత్ర ప్లాన్ లో ఇది కూడా భాగం కాదు కదా అనుకుంది.

సాయంత్రం ఇంటికి చేరుకుంది అనామిక. కాఫీ తాగుతూ గిఫ్ట్ పాకెట్టు ను మెల్లగా విప్పింది. అందులో ఉన్న డ్రస్సు చూసి ముందు ఆమెకు కళ్ళు తిరిగాయి. తరువాత అసహ్యం వేసింది. అందులో

మిడ్డిస్కర్ట్ టాప్స్ ఉన్నాయి. ఆ స్కర్ట్ వేసుకుంటే కాళ్ళు పూర్తిగా పై భాగం నుంచి స్పష్టంగా కొట్టొచ్చినట్టు కనిపిస్తాయి. చూసేవాళ్ళకు ప్రొవకేటింగ్ గా ఉంటాయి. చేతిలో ఉన్న స్కర్ట్ ను విసిరేసింది.

ఇప్పుడు ఆమెకు మల్హోత్ర ప్లాన్ పూర్తిగా అర్ధమైంది. ఈ క్షణం కోసమే అతను ఓపికగా కాచుకున్నాడు. అందుకే చాల మర్యాదగా ప్రవర్తించాడు. ఆమెను గౌరవంగా చూశాడు. ఇప్పుడు కాని ఈ డ్రస్సు వేసుకోకపోతే ఖచ్చితంగా ఉద్యోగంలోంచి తీసేస్తాడు. దానికి అనామిక భయపడటం లేదు. ఒక వేళ ఉద్యోగం తియ్యకుండ ఏదైన కేసులో ఇరికిస్తే అప్పుడు ఏం చెయ్యాలి. ప్రస్ధుతం రావు దంపతులు కూడా ఊరిలో లేరు. రేపు కాని వాళ్ళు రారు.

ఏం చెయ్యాలా అని పచార్లు చేస్తూ ఆలోచించింది. భయపడి ప్రయోజనం లేదనిపించింది. ఒకసారి భయపడితే అతనికి మరి లోకువ అయిపోతుంది. ఇంకా అవకాశాలు తీసుకోవటానికి ప్రయత్నిస్తాడు. తరువాత ఏం జరుగుతందో ఆమెకు తెలుసు. దీన్ని మొదట్లోనే ఖండించాలి. తను అందరిలాంటి అమ్మాయి కాదని అతనికి పరోక్షంగా తెలియచెయ్యాలి.

ఈ నిర్ణయానికి రాగానే అనామిక మనస్సు నెమ్మదించింది. గబగబ స్నానం చేసింది. మల్హోత్ర ఇచ్చిన బట్టలు కాకుండ తనకు ఇష్టమైన మైసూర్ జార్జట్ చీర కట్టుకుంది. దానికి మ్యాచింగ్ గా డిజైనర్ బ్లౌజు వేసుకుంది. అద్దంలో తనని తాను ఒకసారి చూసుకుంది. తరువాత ఇంటికి తాళం వేసి బయలుదేరింది. ఆమె ఆటోలో వాణీమహల్ చేరుకునేసరికి సరిగ్గా ఆరుగంటలు అవుతుంది.

ఆటోవాడికి ఫేర్ చెల్లించి లోపలికి వెళ్ళింది.

విశాలమైన హాలు. అప్పటికే చాల మంది ఆహుతలు వచ్చేశారు. కొంతమంది సాఫ్ట్ డ్రింక్స్ తాగుతున్నారు. కొంతమంది హాట్ డ్రింక్స్ తీసుకుంటున్నారు. జ్యూక్ బాక్స్ లోంచి సన్నగా విదేశీ సంగీతం వినిపిస్తోంది. కొంచం దూరంలో అనామిక ఆఫీసు కొలిగ్స్ నిలబడిఉన్నారు. వాళ్ళ దగ్గరకు వెళ్ళి నిల్చుంది. ఆమె వేసుకున్న డ్రస్సు చూసి సరస్వతి ఆశ్చర్యంగా చూసింది. కాని ఏం మాట్లాడలేదు.

మల్హోత్ర కోసం చుట్టు చూసింది అనామిక. అతను ఎక్కడ కనిపించలేదు. నిజానికి అతను హోస్ట్. కాని ఆశ్చర్యంగా అతను ఎక్కడ కనిపించలేదు. ఈ విషయం అనామిక గమనించింది. కాని పెద్దగా పట్టించుకోలేదు. అప్పుడే హాలులో ఉన్నట్టుండి లైట్లు ఆరిపోయాయి. తన పక్కన ఎవరో నిలబడిఉండటం గమనించింది అనామిక. చప్పున తలతిప్పి చూసింది. ఆ చీకటిలో ఆకారం ఎవరో కనిపించటం లేదు. కాని మగవాడని మాత్రం అర్ధమైంది.

“అనామిక మర్యాదగా నేను చెప్పినట్టు చెయ్యి”అని మల్హోత్ర గొంతు గుసగుసగా వినిపించింది.

పక్కన బాంబుపడినట్టు ఒక్కసారిగా ఉలిక్కిపడింది అనామిక. ఏదో మాట్లాడబోయింది. అంతకంటే ముందే మల్హోత్ర అందుకున్నాడు.

“నేను చెప్పేది జాగ్రత్తగా విను. ఇప్పుడు మనం మేడమీదకు వెళ్ళబోతున్నాం. నా చేతిలో తుపాకి ఉంది. అది నీ నడుంకు గురిపెట్టిఉంది. నేను డైరక్షన్స్ చెప్తాను. నువ్వు ఫాలో అవ్వు. మధ్యలో ఏదైన పిచ్చివేశాలు వేస్తే నిర్ధాక్షిణ్యంగా కాలుసాను. ఇంత దగ్గరలో

గురితప్పదని నీకు తెలుసు. ఊ బయలుదేరు''అని తుపాకిని ఆమె నడుంమీద ఆనించాడు. చల్లగా తుపాకి బారల్ ఆమె నడుంకు తగిలింది.

అనామికకు పై ప్రాణాలు పైనే పోయినట్టుగా ఉంది. మల్హోత్ర ఇంతకు తెగిస్తాడని ఆమె ఊహించలేదు. పైకి ఎందుకు వెళ్ళమంటున్నాడో ఆమెకు చూచాయిగా అర్థమైంది. ఏదో రకంగా తన కోరిక తీర్చుకోవాలని అను భావిస్తున్నాడు. దానికి ఎంత మాత్రం ఆమె ఒప్పుకోదు. ప్రాణం పోయిన సరే.

''మెల్లగా ముందుకు వెళ్ళి ఎడంవైపుకు తిరుగ. మెట్లు వస్తాయి''అన్నాడు మల్హోత్ర.

చేసేది లేక మెల్లగా అడుగు ముందుకు వేసింది. కొంచం దూరం వెళ్ళిన తరువాత ఆమె కాళ్ళకు మెట్లు తగిలాయి.

''మెల్లగా పైకి వెళ్ళు. తరువాత కుడివైపుకు తిరిగు. గది కనిపిస్తుంది. అందులోకి వెళ్ళు. ఈ లోగా మాత్రం పిచ్చివేషాలు మాత్రం వెయ్యకు. నేను అసలే మంచివాడిని కాను''అన్నాడు మల్హోత్ర.

మారుమాట్లాడకుండ మెల్లగా మెట్లు ఎక్కి పైకి చేరుకుంది అనామిక. కుడివైపు ఆమెకు ఒక గది కనిపించింది. అందులోకి వెళ్ళింది. ఆమె వెనుక మల్హోత్ర పిస్తోల్ తో నడిచాడు. వెంటనే వెనక్కి తిరిగి గది తలుపులు మూసేశాడు. తరువాత సెల్ తీసి ఎవరికో కాల్ చేశాడు. పనిపూర్తయింది అని ఒక మాట మాత్రం అన్నాడు. అంతే వెంటనే లైట్లు వెలిగాయి.

ఒక్కసారిగా వెలుగును చూడలేకపోయింది అనామిక కళ్ళు.

అందుకే వెంటనే మూసుకుంది. క్షణం తరువాత తెరిచి చూసింది. తలుపు దగ్గర ప్రళయకాల ప్రభంజనుడిలా నిలబడిఉన్నాడు మల్హోత్ర. అతని కళ్ళు కోపంతో ఎర్రగా ఉన్నాయి. మనిషి అపాదమస్తకం ఊగిపోతున్నాడు.

అతని వాలకం చూసి సన్నగా వణికింది అనామిక.

“ఇంతవరకు ఎవవరు నా మాటకు ఎదురుచెప్పలేదు. కాని నువ్వు మాత్రం నా కోరికను పూచిక పుల్లలాగా తీసిపారేశావు. ఇది నాకు పెద్ద అవమానం. దానికి నువ్వు తగిన శాస్తి అనుభవించాలి”అని ఆగాడు.

పాలుపోయిన మొహంతో అనామిక అతని వైపు చూసింది. అతని ప్లాన్ ఏమిటో ఆమెకు అర్ధం కాలేదు.

“నేను ఇక్కడనుంచి పదిఅంకెలు లెక్కపెడతాను. నువ్వు నీ ఒంటిమీద ఒక్కొక్క బట్టలు తీసివెయ్యాలి. మద్యలో ఆగితే వెంటనే కాలుస్తాను. నాకు హత్యలు చెయ్యటం కొత్తకాదు. నీ టైం ఇప్పటినుంచి మొదలవుతుంది”అన్నాడు. తరువాత వెంటనే తుపాకి తీసి ఆమెవైపు గురిపెట్టాడు.

పిచ్చిదానిలా అతని వైపు చూసింది అనామిక. తప్పించుకునే అవకాశం ఉందా అని చుట్టు చూశాడు. గది వెనుక ఎలాంటి తలుపులు కాని సిట్ అవుట్ కాని కనిపించలేదు. ఆమె వెళ్ళాలనుకుంటే ముందు నుంచి వెళ్ళాలి. తలుపు దగ్గర యుముడిలా పిస్తోల్ తో ఉన్నాడు మల్హోత్ర. ఏం చెయ్యాలో ఆమెకు తోచలేదు. ఏదో అద్భుతం జరిగితే తప్ప తను ఇక్కడనుంచి

బయటపడలేనని ఆమెకు అర్ధమైంది. అయిన ఆమెకు మల్హోత్ర చెప్పినట్టుగా చెయ్యటం ఎంత మాత్రం ఇష్టంలేదు. దానికోసం ఏం చెయ్యటానికైన ఆమె సిద్ధంగా ఉంది.

మెల్లగా అంకెలు లెక్కపెట్టటం మొదలుపెట్టాడు మల్హోత్ర.

ఒకటి, రెండు, మూడు గదిలో మల్హోత్ర గొంతు గంభీరంగా వినిపిస్తోంది.

క్షణాలు నిమిషాలు గడుస్తున్నాయి. మల్హోత్ర తొమ్మిదవ అంకె చెప్పటం పూర్తిచేశాడు. ఇంకో అంకె మాత్రం ఉంది. అతను చెప్పినట్టు చేస్తే సరే. లేకపోతే తుపాకితో కాల్చి చంపుతాడు. అయిన అనామిక భయపడలేదు. శీలం కంటే ప్రాణం గొప్పది కాదు. అందుకే మానసీకంగా శారీరకంగా సిద్ధమై పోయింది. జరిగే పరిణామం కోసం కళ్ళు గట్టిగా మూసుకుంది.

ఇంత జరిగిన అనామిక కొంచం కూడా రెస్పాన్స్ కాకపోవటం మల్హోత్రకు విపరీతమైన కోపం తెప్పించింది. కోపంతో అతని వేలు తుపాకి ట్రిగ్గర్ మీద బిగుసుకుంది.

పది అన్నాడు అతను.

కళ్ళు మూసుకుని తుపాకి చప్పుడు కోసం ఎదురుచూసింది అనామిక.

అప్పుడే అనూహ్యమైన సంఘటన జరిగింది.

తలుపులు ఢాం అంటు పెద్దగా చప్పుడు చేస్తూ తెరుచుకున్నాయి. ఆ ఇంపాక్ట్ కు తలుపుకు ఉన్న గొళ్ళెం ఎగిరి అవతలపడింది. అదే వేగంతో ఒక మనిషి లోపలికి దూసుకువచ్చాడు.

అమాంతం మల్హోత్ర మీద పడ్డాడు. మల్హోత్ర చేతిలో ఉన్న తుపాకి కింద పడిపోయింది. ఆ మనిషి పిడికిలి బిగించి మల్హోత్ర మొహం మీద బలంగా గుద్దాడు.

మల్హోత్ర కళ్ళు బైర్లు కమ్మాయి. కళ్ళు పచ్చబడ్డాయి. ముక్కులోంచి సన్నగా రక్తం కారసాగింది. కీచుగా అరుస్తూ ముక్కును పట్టుకున్నాడు మల్హోత్ర. అంతటితో విడిచిపెట్టలేదు ఆ మనిషి. మరో రెండు దెబ్బలు బలంగా వేశాడు. సన్నగా మూల్గుతూ నేలమీద పడిపోయాడు మల్హోత్ర. అతని తలపక్కకు వాలిపోయింది.

చప్పున కళ్ళు తెరిచింది అనామిక. నేలమీద రక్తపుమడుగులో పడి ఉన్నాడు మల్హోత్ర. అతనికి
పక్కనే నిలబడిఉన్నాడు ఒక యువకుడు. పొడుగ్గా బలంగా హీమ్యాన్ లా ఉన్నాడు అతను. ఇంతకుముందు ఎప్పుడు అతన్ని చూడలేదు అనామిక. ఈ సమయంలో ఇక్కడ ఎందుకు ఉన్నాడో ఆమెకు అర్థంకాలేదు. ఏది ఏమైన సమయానికి వచ్చి ఆమెను రక్షించాడు. అందుకే రెండు చేతులు ఎత్తి నమస్కారం చెయ్యబోయింది.

“ఆది తరువాత చెయ్యవచ్చు. ముందు మనం ఇక్కడనుంచి వెళ్ళాలి”అని ముందుకు నడిచాడు. కాని అనామిక మాత్రం ఉన్నచోటునుంచి కదలలేదు. ఆమె ఇంకా షాక్ నుంచి తేరుకోలేదు. ఒక రకమైన ట్రాన్స్ లో ఉన్నట్టు బొమ్మలా నిలబడింది.

ఆమె పరిస్థితి అతను గమనించాడు. మెల్లగా ఆమె చెయ్యి పట్టుకుని ముందుకు నడిచాడు. యంత్రంలా అతని వెనుక నడిచింది అనామిక. ఇద్దరు మెల్లగా మెట్లు దిగటం మొదలుపెట్టారు హాలులో

ఉన్న ఆహుతులంతా ఆశ్చర్యంతో చూస్తున్నారు. అసలు చీకటిలో ఏం జరిగిందో చాల మందికి తెలియదు. కాని అనామిక మాత్రం హాలులో లేదని వాళ్ళకు అర్ధమైంది.

ఆమె మేడమీదకు ఎలా వెళ్ళిందో వాళ్ళకు అర్ధంకాలేదు. ఇప్పుడు ఎవడో అపరిచయువకుడితో కలిసి వస్తుంది. అందరితోపాటు సరస్వతి మిగత కొలిగ్స్ కూడా ఆశ్చర్యంతో చూస్తున్నారు. వాళ్ళ పరిస్థితిని కొంచం కూడా పట్టించుకోలేదు ఆ యువకుడు. అనామిక చెయ్యిపట్టుకుని వేగంగా బయటకు నడిచాడు. అప్పుడే అటుగా వస్తున్న ఆటోలో ఆమెను కూర్చోపెట్టి తను పక్కన కూర్చున్నాడు.

"మీరు ఎక్కడికి వెళ్ళాలి"అడిగాడు అతను.

తన ఇంటి అడ్రస్సు చెప్పింది అనామిక. ఇంకా ఆమె షాక్ నుంచి పూర్తిగా తేరుకోలేదు. ఇంకా ఆమె కళ్ళముందు మల్హోత్ర రూపం కనిపిస్తోంది. పిస్తోల్ పట్టుకున్న అతని చెయ్యి, కళ్ళలో ఎర్రజీరలు ఇంకా ఆమె ముందు కదులుతున్నాయి. ఆ యవకుడు ఆమె పరిస్థితిని గ్రహించాడు. అందుకే ఏం మాట్లాడకుండ తను కూడామౌనంగా ఉండిపోయాడు. అరగంట తరువాత ఆటో ఆమె ఇంటిముందు ఆగింది.

"చాల ద్యాంక్స్. సమయానికి మీరు రాకపోయిఉంటే నా పరిస్థితి చాల అధ్వాన్నంగా ఉండేది. మీకు ఎలా ద్యాంక్స్ చెప్పాలో అర్ధం కావటంలేదు"అంది అనామిక పలచగా నవ్వి."

"ఏం ఫర్వాలేదు. జరిగింది మరిచిపోండి. హాయిగా ఒక కప్పు

పాలుతాగి పడుకోండి. రేపు ఉదయానికి అంతా సర్దుకుంటుంది”అన్నాడు అతను.

“మీరు ఎవరు. ఆ సమయంలో మీరు అక్కడికి ఎలా వచ్చారు”సందేహంగా అడిగింది అనామిక.

“అది అంత ముఖ్యమం కాదు. వస్తాను. జాగ్రత్త అని చెప్పి ఇంకో మాటకు అవకాశం ఇవ్వకుండ వెళ్ళి ఆటోలో కూర్చున్నాడు. వెంటనే ఆటో అక్కడనుంచి కదిలివెళ్ళిపోయింది.

ఆటో కనుమరుగైపోయేంతవరకు చూస్తూ నిలబడింది అనామిక. తరువాత మెల్లగా నింపాదిగా తలుపులు తెరిచి లోపలికి వెళ్ళింది. తలుపులు గట్టిగా గడియపెట్టి మంచం మీద వాలిపోయింది. బట్టలు కూడా మార్చుకోవటానికి ఆమెకు మనస్కరించలేదు. మాములుగా అయితే ఒంటరిగా ఉండటానికి అనామికకు కొంచం కూడా భయంలేదు. కాని మల్హోత్ర ఎపిసోడ్ జరిగిన తరువాత ఆమెకు విపరీతంగా భయం వేస్తుంది. అందుకే ఆ రాత్రి బిక్కుబిక్కు మంటు ఎలోగో గడిపింది. అదృష్టవశతు ఉదయం పెందళాడే రావు దంపతులు వచ్చేశారు. దాంతో ఆమె తేలికగా నిటుర్చింది.

భాగం--17

హాలులో కూర్చుని కాఫీ తాగుతోంది అనామిక. ఆమె మనస్సు అయోమయంగా ఉంది. ఆఫీసుకు వెళ్ళాలా వద్దా అని తర్జనభర్జన పడింది. వెళితే మల్హోత్రను ఫేస్ చెయ్యాలి. నిన్న జరిగిన సంఘటన అతన్ని ఈగోను బాగా దెబ్బతీసిఉంటుంది. ఆమె మీద కోపంతో రగిలిపోతూ ఉంటాడు. వెంటనే ఉద్యోగంలోంచి తీసేసిన ఆశ్చర్యపోవలసిన అవసరం లేదు. అలాంటప్పుడు వెళ్ళటం ఎందుకు అని అనిపిస్తోంది. అలాగే నిన్న ఆ యువకుడు మల్హోత్రను బాగా కొట్టాడు. కొట్టిన దెబ్బలు మామాలు దెబ్బలు కావు. మనిషిని ఎక్కడ కొడితే నిర్వీర్యుడు అవుతాడో అక్కడ కొట్టాడు. ఆ దెబ్బలకు ఏ మనిషి అయిన ఖచ్చితంగా హాస్పటల్ పాలు కావలసిందే. మల్హోత్ర దానికి అతీతుడు కాడు. ఈ రోజు అతను ఆఫీసుకు రాకపోయిన ఆశ్చర్యపోవలసిన అవసరం లేదు.

ఇలా తర్జనభర్జన పడుతూ చాల సేపు కూర్చుంది అనామిక. జరిగిన సంఘటన గురించి ఆమె రావుకు కాని ఇందిరకు కాని చెప్పలేదు. దానివల్ల లాభం కంటే నష్టం ఎక్కువ. ఇందిర అసలే చాల భయస్థురాలు. వెంటనే ఉద్యోగం మానేయ్యమంటుంది. ఇంట్లోనే

ఉండమని బలవంతం చేస్తుంది. కాని అది ఇంకా పెద్ద నరకం. అంతకంటే ఆఫీసుకు వెళ్ళటమే మేలు. ఈ ఆలోచన రాగానే ఉత్సాహంగా లేచి తయారయింది.

"నేను ఆఫీసుకు వెళుతున్నాను ఆంటీ"అంది ఇందిరతో.

"అలాగే వెళ్ళిరా. జాగ్రత్త. ఈ రోజు నువ్వు వంట చేసుకోకు. రాత్రి మనమందరం కలిసి భోజనం చేద్దాం"అంది ఇందిర.

"ఏమిటి విశేషం"ఆశ్చర్యంగా అడిగింది అనామిక.

"ఏం లేదమ్మా. మనమందరం కలిసి భోజనం చేసి చాల రోజులైంది. అందుకే. అంకుల్ కూడా పెందళాడే ఇంటికి వస్తానని చెప్పారు" అంది ఇందిర.

ఆ మాటలు వినగానే ఒక విషయం చప్పున గుర్తుకువచ్చింది అనామికకు. ఈ మధ్య రావు అదో రకంగా ఉంటున్నాడు. ముందులాగే మనస్సు విప్పి మాట్లాడటంలేదు. ఏదో ఆలోచిస్తున్నట్టుగా కనిపిస్తున్నాడు. పలకరిస్తే చాల ముక్తసరిగా జవాబు చెప్పుతున్నాడు. ఎందుకో అర్థంకావటం లేదు. కాని ఆయన ఏదో సమస్యతో సతమతమవుతున్నాడని అనామికకు అర్థంఅయింది. దాని గురించి అడగాలని ఆమె ఉద్దేశం. కాని ఆ అవకాశం దొరకటంలేదు. ఆఫీసునుంచి ఈ మధ్య చాల ఆలస్యంగా ఇంటికి వస్తున్నాడు. అందుకే ఆయనతో మనస్సు విప్పి మాట్లాడే అవకాశం అనామికకు దొరకటం లేదు. ఈ రోజు ఆ ప్రస్తావన తీసుకురావాలని నిర్ణయించుకుంది.

మాములుగా ఆఫీసు చేరుకుంది అనామిక. లోపల మాత్రం

ఆందోళనగా ఉంది. అప్పటికే స్టాఫ్ ఒక్కక్కొరు తమ సీటుదగ్గరకు చేరుకుంటున్నారు. అనామిక కూడా వెళ్ళి తన సీటులో కూర్చుంది.

"నిన్నరాత్రి ఏం జరిగింది అనామిక"అంది సరస్వతి. ఆమె అరగంట ముందే ఆఫీసుకు వచ్చింది.

అనామిక ఏం దాచలేదు. జరిగినదంతా పూర్తిగా చెప్పింది.

"సమయానికి ఆ యువకుడు వచ్చాడు కనుక సరిపోయింది. లేకపోతే నా జీవితం సర్వనాశనం అయ్యేది"అంది అనామిక భయంగా.

సానుభూతిగా చూసింది సరస్వతి.

"ఆ యువకుడు ఎవరు? ఆ సమయంలో అతను అక్కడ ఎందుకు ఉన్నాడు."ఆశ్చర్యంగా అడిగింది సరస్వతి.

"అదే విషయం నేను అడిగాను. కాని అతను జవాబుచెప్పలేదు. నవ్వి ఊరుకున్నాడు. నేను కూడా రెట్టించలేదు"అంది అనామిక.

సరస్వతి ఇంకేం మాట్లాడకుండ తన పనిలో పడిపోయింది.

అనామిక గుండెలు మాత్రం రాకేట్ వేగంతో కొట్టుకుంటున్నాయి. ఇంకో పది నిమిషాలలో మల్హోత్ర వస్తాడు. వెంటనే ఆమెను తన చాంబర్స్ లోకి పిలిపిస్తాడు. డిస్మిస్ ఆర్డర్ ఆమె మొహం మీద కొట్టి వెంటనే వెళ్ళిపోమ్మని అంటాడు.

అది తీసుకుని మౌనంగా బయటకు నడుస్తుంది.

ఇలా ఆలోచిస్తూ గడిపింది అనామిక. సరిగ్గా పది నిమిషాల తరువాత మల్హోత్ర వచ్చాడు. అతని ముక్కుకు ప్లాస్టర్ అంటించి ఉంది. నుదుటిమీద కట్టు ఉంది. అలవాటుప్రకారం స్టాఫ్ వైపు చూసి

లోపలికి వెళ్ళటం అతనికి అలవాటు. కాని ఈ రోజు మాత్రం అతను కొంచం కూడా పక్కకు చూడలేదు. తలవంచకుని లోపలికి వెళ్ళిపోయాడు.

ఏ క్షణంలో అయిన అతన దగ్గరనుంచి పిలుపు రావచ్చు. ఆ సమయం కోసం కాచుకుంది అనామిక. చాల సేపు గడిచింది. కాని ఆమె ఊహించినట్టు ఏం జరగలేదు. మల్హోత్ర దగ్గరనుంచి పిలుపు మాత్రం రాలేదు.కనీసం పిలిచి నిన్న జరిగిన దాని గురించి ప్రస్తావిస్తాడని భావించింది. కాని అది కూడా జరగలేదు. గంట సేపు ఎదురుచూసింది. రెండు గంటలు ఎదురుచూసింది. చివరకు లంచ్ వరకు ఎదురుచూసింది. కాని మల్హోత్ర దగ్గరనుంచి పిలుపు మాత్రం రాలేదు. ముళ్ళమీద కూర్చున్నట్టుగా కూర్చుంది అనామిక. లంచ్ అవర్ లో అలవాటు ప్రకారం సరస్వతితో కలిసి క్యాంటిన్ కు వెళ్ళింది. ఇద్దరు టిఫిన్ తింటున్నప్పుడు ఆ ప్రస్తావన అనామిక తీసుకువచ్చింది.

"నిన్న జరిగిన దానికి మల్హోత్ర నన్ను ఉద్యోగంలోంచి తీసేస్తాడను కున్నాను. కాని ఇప్పటివరకు అతని దగ్గరనుంచి కాల్ రాలేదు. అతని మనస్సులో ఏముందో తెలియదు. కాని నాకు మాత్రం టెన్షన్ గా ఉంది "అంది అనామిక.

ఇది మాములే అన్నట్టుగా నవ్వింది సరస్వతి.

"అప్పుడే తొందరపడి ఒక నిర్ణయానికి రాకు. మన బాస్ చాల తెలివైనవాడు. ఓటమిని అంత తొందరగా ఒప్పుకోడు. ఏదో ప్లాన్ వేసి ఉంటాడు. నువ్వు మాత్రం జాగ్రత్తగా ఉండు. అంతకంటే ఇంకేం చెప్పలేను"అంది సరస్వతి.

గుండె గుబేలుమంది అనామికకు. మళ్ళీ ఏం సమస్యలు ఎదురుకోవాలో అని తల్లిడిల్లిపోయింది. సాయంత్రం వరకు మల్హోత్ర దగ్గరనుంచి ఆమెకు కాల్ రాలేదు. అయిన స్థిమితంగా కూర్చోలేకపోయింది అనామిక. ప్రతిక్షణం ఏం జరుగుతుందో అని తల్లడిల్లిపోయింది.

ఆ రోజు మాత్రమే కాదు పదిహేను రోజుల వరకు ఆమెకు మల్హోత్ర దగ్గరనుంచి పిలుపు రాలేదు. బహుశా ఆ సంఘటన అతను మరిచిపోయిఉంటాడు. తను కూడా మరిచిపోవాలని భావించింది అనామిక.

భాగం--18

మరో రెండు రోజులు గడిచాయి. యధాప్రకారం అనామిక తన సీటులోకూర్చుని పనిచేసుకుంటుంది. అప్పుడే అటెండర్ ఆమె దగ్గరకు వచ్చాడు.

"మేడం అయ్యగారు మిమ్మల్ని పిలుస్తున్నారు"అని చావుకబురు చల్లగా చెప్పాడు.

"ఎందుకు అని అడిగింది అనామిక.

"తెలియదు. మిమ్మల్ని వెంటనే రమ్మని చెప్పారు"అని వెళ్ళిపోయాడు అటెండర్.

అనామిక ఏమిటి విషయం అన్నట్టుగా సరస్వతి వైపుచూసింది. ఆమె మొహంలో కూడా ఆశ్చర్యం కొట్టోచ్చినట్టు కనిపిస్తుంది.

"వెళ్ళు ఏం కాదులే. నువ్వేం భయపడకు"అంది ధైర్యం చెప్పుతూ.

అనామిక సీటులోంచి లేచింది. పైలుమూసి డ్రాయర్ లో పెట్టింది. మిగత వస్తువులు కూడా తీసి డ్రాయర్ లో పెట్టింది. తరువాత తడబడుతున్న అడుగులతో మల్హోత్ర చాంబర్స్ లోకి వెళ్ళింది.

తన చాంబర్స్ లో చాల మాములుగా కూర్చుని ఉన్నాడు మల్హోత్ర. అతని మొహంలో ఏ భావం వ్యక్తం కావటం లేదు.

“పిలిచారా”మెల్లగా అడిగింది అనామిక.

“అవును మేడం. ఈ ఫైలు చాల ముఖ్యమైంది. దీనికోసం మన శత్రువుల కంపెని చాల ప్రయత్నిస్తోంది. ఇందులో మనం కొత్తగా వేసిన టెండర్ వివరాలు ఉన్నాయి. ఆ వివరాలు బయటకు పొక్కటానికి వీలులేదు. మీమీద నాకు ఎంతో నమ్మకం ఉంది. అందుకే ఇది మీకు ఇస్తున్నాను. దీన్ని జాగ్రర్తగాబీరువాలో పెట్టి తాళం వెయ్యండి”అంటు ఒక ఫైలు ఇచ్చాడు.

“అలాగే ఇప్పుడే బీరువాలో పెట్టి తాళం వేస్తాను”అని ఫైలు తీసుకుని బయలుదేరింది అనామిక. ఆమె వెనుకే వెళ్ళాడు మల్హోత్ర.

అనామిక సీటుపక్కనే ఒక గాడ్రేజ్ బీరువా ఉంది. దాన్ని తెరిచి అందులో ఫైలును జాగ్రత్తగా పెట్టి తాళం వేసింది. తరువాత తాళం చెవిని మల్హోత్రకు ఇవ్వబోయింది.

“నాకు ఇవ్వవలసిన అవసరం లేదు. రేపు ఆఫీసుకు వచ్చినప్పుడు తీసుకురా”అని చెప్పి వెళ్ళిపోయాడు. అనామిక తేలికగా నిటుర్చి తన సీటులో కూర్చుంది. ఇప్పటివరకు అంతా సవ్యంగా జరిగింది. మల్హోత్ర వల్ల ఆమెకు ఎలాంటి సమస్యలు రాలేదు. నిజంగా అతనికి ఆమె మీద కోపం ఉంటే ఎప్పుడో తీర్చుకునేవాడు. కాని అతను అలా చెయ్యలేదు. పైగా ఆ విషయం కూడా ప్రస్తావించలేదు. ఏం జరగనట్టు చాల మాములుగా ప్రవర్తించాడు.

చాల రిలాక్స్ గా ఫీలయింది అనామిక. మనస్సులో ఉన్న
భారమంతా దిగిపోయిన ఫీలింగ్ కలిగింది.

భాగం--19

మరుసటి రోజు మామూలుగా ఆఫీసుకు వెళ్ళింది అనామిక. లోపలికి వెళ్ళబోతూ అప్రయత్నంగా తలుపు దగ్గర ఆగిపోయింది. హాలులో చాల హడావిడిగాఉంది. స్టాఫ్ అందరు భయంతో బిక్కచచ్చిపోయారు. కొంతమంది గుంపుగా నిలబడి ఏదో విషయం గురించి మెల్లగా మాట్లాడుకుంటున్నారు. ఎందుకో అనామిక కుడికన్ను అదిరింది. ఏదో ఉపద్రవం రాబోతుందని హెచ్చరించింది. మెల్లగా లోపలికి వెళ్ళింది అనామిక. స్టాఫ్ అందరు ఆమె వైపు అదోరకంగా చూశారు. కొందరు సానుభూతిగా చూశారు. మరికొందరు ఎగతాళిగా చూస్తున్నారు. వాళ్ళ ప్రవర్తన కొంచం కూడా అనామికకు అర్థంకాలేదు. ప్రశ్నార్థకంగా సరస్వతి వైపు చూసింది.

“నీకోసమే బాస్ ఎదురుచూస్తున్నాడు. నువ్వు రాగానే వెంటనే తన చాంబర్స్ కు పంపించమన్నాడు. వెళ్ళు. నీకోసం ఆయన ఎదురుచూస్తున్నాడు “ అంది సరస్వతి.

తన బ్యాగ్ టేబుల్ మీద పెట్టింది. కర్చీఫ్ తో మొహం తుడుచుకుని చాంబర్స్ లోకి వెళ్ళింది. లోపల కూడా చాల వేడి వాతావరణం కనిపిస్తోంది. గదిలో అటుఇటు పచార్లు చేస్తున్నాడు

మల్హోత్ర. అతని మొహం అస్తమిస్తున్న సూర్యుడిలా ఎర్రగా ఉంది. మనిషి ఏదో సమస్యతో సతమతమవుతున్నాడు.

“మేడం వచ్చారా. నిన్న మీకు ఒక ఫైలు ఇచ్చాను. అది ఎక్కడ పెట్టారు”అడిగాడు మల్హోత్ర.

“మీ కళ్ళముందే బీరువాలో పెట్టి తాళం వేశాను”అంది అనామిక.

“కాని ఇది ఇప్పుడు లేదు. ఫైలు తీసుకుందామని నా దగ్గర ఉన్న తాళం చెవితో బీరువా తెరిచి చూశాను. ఎంత వెతికిన ఫైలు మాత్రం కనిపించలేదు”అన్నాడు.

“ఉండండి నేను చూస్తాను”అని అనామిక కంగారుగా గదిలోంచి బయటకు వచ్చింది. తన తాళం చెవితో బీరువా తెరిచి చూసింది. ఫైలు ఎక్కడ కనిపించలేదు. ఆమెకు బాగా గుర్తు. ఫైలుమధ్య అరలో పెట్టింది. కాని ఇప్పుడు అది అక్కడలేదు. నిన్నసాయంత్రం మల్హోత్ర ఆ ఫైలు ఇచ్చాడు. దాన్ని జాగ్రర్తగా బీరువాలో పెట్టి తాళం వేసింది. ఆ సమయంలో మల్హోత్ర కూడా పక్కన ఉన్నాడు. అతను కూడా చూశాడు. ఆ తరువాత ఆమె ఇంటికి వెళ్ళిపోయింది. ఇప్పుడు ఆ ఫైలు లేదని చెప్పుతున్నాడు మల్హోత్ర. ఇది ఎలా సాధ్యం.

ఆ బీరువా తాళం చెవులు ఒకటి అనామిక దగ్గర ఉంది. ఇంకొకటి మల్హోత్ర దగ్గర ఉంది. బీరువా తెరవాలంటే ఇద్దరిలో ఎవరో ఒకరే తెరవాలి. ఆమె తెరవలేదు. మల్హోత్రకు తెరిసే అవకాశం లేదు. మరి ఫైలు ఎవరు తీసినట్టు”

తలతిప్పి సరస్వతి వైపు చూసింది అనామిక. ఆమె ఈ

లోకంలో లేదు. ముఖ్యమైన ఫైలు చూస్తూ చాల బిజీగా ఉంది. ఏం చెయ్యాలో కొన్ని క్షణాలపాటు అనామికకు తోచలేదు. తడబడుతున్న అడుగులతో మల్హోత్ర చాంబర్స్ లోకి వెళ్ళింది. ఆశ్చర్యం మల్హోత్ర వాలకం పూర్తిగా మారిపోయింది. అంతకుముందు ఉన్న టెన్షన్ ఇప్పుడు మచ్చుకుకూడా కనిపించటంలేదు. మనిషి మంచి రిలాక్స్ మూడ్ లో ఉన్నాడు. ఫైలు పోయిందన్న బాధ కాని ఉద్వేకం కాని అతనికి ఇప్పుడు లేవు. పైగా నవ్వుతూ అనామిక వైపు చూశాడు.

అనామికకు ఏం అర్ధంకాలేదు. అయోమయంగా అతని వైపు చూసింది.

"నా ప్రవర్తన చూసి ఆశ్చర్యపోతున్నావా. ఫైలు ఎక్కడ పోలేదు. నా దగ్గరే ఉంది. నువ్వు వెళ్ళిపోయిన తరువాత నేనే ఫైలు తీసి దాచేశాను"అన్నాడు.

"ఎందుకు? అంది బిత్తరపోతూ.

"నీ మీద మనస్సు పడ్డాను. కాని ఈ విషయం ఎలా చెప్పాలా అని ఇన్ని రోజులు మదనపడ్డాను. నా ఉద్దేశం నీకు పరోక్షంగా తెలియచేశాను. ఖరీదైన డ్రస్ మెటీరియల్ కొనిచ్చాను. కాని అది నువ్వు వేసుకోలేదు. నీకు ఇష్టమైన డ్రస్సు వేసుకుని ఆ రోజు నా పుట్టిన రోజు ఫంక్షన్ కు వచ్చావు. అంతేకాకుండ నీ బాయ్ ఫ్రెండ్ తో నన్ను కొట్టించావు. ఆ అవమానం తట్టుకోలేకపోయాను. నీకు ఎలాగైన తగిన శాస్తి చెయ్యాలని అప్పుడే నిర్ణయించుకున్నాను. అందుకే ఈ ఫైలు ప్లాన్ వేశాను. ఆ ఫైలులో కంపెనికి సంబంధించిన టెండర్స్

డాక్యుమెంట్స్ ఉన్నాయి. అవి కాని నా రైవల్ కంపెనికి తెలిస్తే నాకు విపరీతమైన నష్టం వస్తుంది. నువ్వే ఆ ఫైలును డబ్బుకోసం వాళ్ళకు ఇచ్చావని పోలీసులకు చెప్తాను. దాంతో నీ చాప్టర్ క్లోజ్. పోలీసులు నిన్ను అరెస్ట్ చేసి జైలులో పెడతారు. ఎలా ఉంది నా ప్లాన్"అన్నాడు మల్హోత్ర.

అతని కళ్ళు గొప్ప విజయం సాధించినట్టు మెరుస్తున్నాయి.

కొన్ని క్షణాలు మాన్పడిపోయింది అనామిక. మల్హోత్ర ఈ రకంగా తనని దెబ్బతీస్తాడని ఆమె ఊహించలేదు. చాల పకడ్బందీ ప్లాన్ వేసి ఆమెను ఇరికించాడు. ఆమె ఏం చెప్పిన పోలీసులు నమ్మరు. మల్హోత్ర మాటలనే నమ్ముతారు. నిజంగా ఆమె ఆ ఫైలును రైవల్ కంపెనికి వాళ్ళకు ఇచ్చిందని భావిస్తారు. తరువాత ఏం జరుగుతుందో ఆమెకు తెలుసు.

భయంతో ఆమె శరీరం సన్నగా కంపించింది. ఏం చెయ్యాలో ఈ సమస్యనుంచి ఎలా బయటపడాలో అర్థంకావటం లేదు. పాలిపోయిన మొహంతో బొమ్మలా నిలబడిపోయింది అనామిక.

"నీ పరిస్థితి చూస్తుంటే చాల జాలిగా ఉంది అనామిక. అయిన నీకు ఒక అవకాశం ఇస్తాను. నువ్వు ఈ సమస్య నుంచి తేలికగా బయటపడవచ్చు"అన్నాడు.

"ఏం చెయ్యాలి"అంది మెల్లగా.

"ఇప్పటికైన నువ్వు నా కోరిక తీర్చాలి. నువ్వు సరే అంటే అన్ని ఏర్పాట్లు నేను చేస్తాను. సిటిలో ఖరీదైన హోటల్ లో మనకోసం రూమ్ బుక్ చేస్తాను. రాత్రంతా మనం అక్కడే ఉంటాం. మరునాడు

ఉదయం నేనే స్వయంగా నిన్ను మీ ఇంటిదగ్గర డ్రాప్ చేస్తాను. ఈ విషయం మూడో మనిషికి తెలియదు. బాగా ఆలోచించుకో. నీకు అయిదు నిమిషాలు టైం ఇస్తున్నాను. ఈ లోగా మంచి నిర్ణయం తీసుకో. లేకపోతే నువ్వే చాల ఇబ్బందులలో పడతావు. తరువాత నీ ఇష్టం"అని సిగరెట్ వెలిగించాడు మల్హోత్ర.

ఏదో అద్భుతం జరిగితే తప్ప తను ఈ ఊబిలోంచి బయటకు రాలేనని అనామికకు అర్థమైంది. అలాగని ఆమెకు కాంప్రమైజ్ కావటం ఇష్టంలేదు. దానికంటే ఆత్మహత్య చేసుకోవటం ఎంతో నయం. కనీసం గౌరవం అయిన దక్కుతుంది.

క్షణాలు నిమిషాలు గడుస్తున్నాయి. మల్హోత్ర ఆత్రంగా ఆమె నిర్ణయం కోసం ఎదురుచూస్తున్నాడు.

అయిదు నిమిషాలు గడిచాయి. అనామికలో ఏ మాత్రం మార్పులేదు. అన్నింటికి సిద్ధమైపోయిందామే. మానసికంగా శారీరకంగా రెడి అయిపోయింది.

"నీ మొండితనం మానవన్నమాట. ఉండు నీకు తగిన శాస్తి చేస్తాను"అని కోపంతో ఊగిపోయాడు మల్హోత్ర. వెంటనే సెల్ తీసి ఎవరికో కాల్ చేశాడు. ఎవరికి చేశాడో అనామికకు తెలుసు. పోలీసులకు చేశాడు. అందులో సందేహం లేదు. అందుకే అతని గదిలో ఒక్క క్షణం కూడా ఉండలేకపోయింది. నిద్రలో నడుస్తున్నట్టుగా బయటకు వచ్చింది.

ఈ విషయం స్టాఫ్ అందరికి తెలిసిపోయినట్టుగా ఉంది. బహుశా ఇది అటెండర్ పని అయిఉంటుంది. చాల మంది ఆమె వైపు జాలిగా

చూస్తున్నారు. సరస్వతి పరిస్థితి చెప్పటానికి వీలులేదు. లోపల విపరీతమైన బాధతో రగిలిపోతుందామె. కాని బయటకు చెప్పుకోలేకపోతుంది.

అనామిక మాత్రం ఈ లోకంతో సంబంధం లేనట్టు హాలుమధ్యలో నిలబడింది. రెండు నిమిషాలు గడిచాయి. అప్పుడే గుమ్మం దగ్గర పోలిస్ సిబ్బంది కనిపించింది. ఆ ఏరియా ఇన్స్ పెక్టర్ తన ఇద్దరు సిబ్బందితో ఆమెను అరెస్ట్ చెయ్యటానికి వచ్చాడు.

అప్పుడే లోపలనుంచి వచ్చాడు మల్హోత్ర.

"ఇన్స్ పెక్టర్. కంపెనికి సంబంధించిన ఫైలు రాత్రికి రాత్రి మాయంచేసి డబ్బు కోసం ఎవరికో దాన్ని ఇచ్చేసింది. బహుశా నా రైవల్ కంపెని వాళ్ళకు ఇచ్చి ఉంటుంది. మీరు జాగ్రర్తగా ఇంటరాగేట్ చేసి అసలు విషయం తెలుసుకోండి"అన్నాడు.

స్టాఫ్ అందరు తమ సీటులోంచి నిలబడి చోద్యం చూస్తున్నారు. పైసా ఖర్చులేకుండ సినిమా చూస్తునట్టుగా ఉంది వాళ్ళ పరిస్దితి.

"మీ బాస్ కంప్లయింట్ ప్రకారం మిమ్మల్ని కస్టడిలోకి తీసుకుంటున్నాం. మీరు ఏమైన చెప్పదలుచుకుంటే స్టేషన్ లో చెప్పండి"అంటు అనామిక దగ్గరకు రాబోయాడు.

అప్పుడే ఆగండి. మీరు వెతుకుతున్న ఫైలు నా దగ్గర ఉంది"అని గంభీరంగా ఒక గొంతు వినిపించింది.

అందరు ఆశ్చర్యంతో తలవెనక్కి తిప్పి చూశాడరు.

గుమ్మం ముందు ఒక యువకుడుకనిపించాడు. అతని పక్కనే

ఒక మొరటువ్యక్తి ఉన్నాడు. అతనిచేతిలో మల్హోత్ర వెతుకుతున్న ఫైలు ఉంది.

భాగం--20

"నా పేరు ఇంద్రజిత్. మీరు వెతుకుతున్న ఫైలు ఇదే. వీడి దగ్గర ఉంది. రెడ్ హాండెడ్ గా పట్టుకున్నాను"అన్నాడు ఆ యువకుడు.

ఇన్స్ పెక్టర్ అయోమయంలో పడ్డాడు. మల్హోత్ర వైపు చూశాడు. మల్హోత్ర ఏం మాట్లాడలేదు. గిరుక్కున వెనక్కి తిరిగి తన చాంబర్స్ లోకి వెళ్ళిపోయాడు.

చెయ్యవలసింది ఏమిటో ఇన్స్ పెక్టర్ కు అర్ధమైంది. ఇంద్రజిత్ పక్కన ఉన్న మొరటువ్యక్తి దగ్గరకు వెళ్ళి ఆ ఫైలు అందుకున్నాడు. తరువాత వేగంగా మల్హోత్ర చాంబర్స్ లోకి వెళ్ళాడు. లోపల ఏం జరిగిందో తెలియదు. అయిదు నిమిషాలు తరువాత ఇన్స్ పెక్టర్ బయటకు వచ్చాడు. తిన్నగా అనామిక దగ్గరకు వెళ్ళాడు.

“సారీ మేడం పొరపాటు జరిగింది.అసలు నేరస్థుడు దొరికాడు కనుక మీరు ఇక వెళ్ళవచ్చు”అన్నాడు.

నిద్రలో నడుస్తున్నదానిలా ముందుకు నడిచింది అనామిక. ఇంద్రజిత్ ఆమె పరిస్థితని మానసీకస్థితిని గ్రహించాడు. ఆమె చెయ్యిపట్టుకుని ముందుకు కదిలాడు. స్టాఫ్ అందరు ఆశ్చర్యంతో చూస్తున్నారు. ఎవరికి నోట్లోంచి మాటలు రావటం లేదు.

చివరిక్షణంలో ఒక యువకుడు వచ్చి అనామికను రక్షించటం వాళ్ళకు ఆశ్చర్యంతోపాటు షాక్ కూడా కలిగించింది. వాళ్ళ గురించి పట్టించుకోకుండ ఇద్దరు ఆఫీసులోంచి బయటకు వచ్చారు.

జరిగినదంతా ఒక కలలాగా ఉంది అనామికకు. రెండు సార్లు ఇదే యువకుడు వచ్చి చివరిక్షణంలో ఆమెను కాపాడాడు. ఇది ఎలా సాధ్యం.

"మీరు ఇప్పుడు ఎక్కడికి వెళాతారు. ఇంటికి వెళతారా"అడిగాడు ఇంద్రజిత్.

"ముందు ఏదైన పార్కుకు వెళదాం. అక్కడ కొంచంసేపు కూర్చున్న తరువాత నింపాదిగా ఇంటికి వెళతాను"అంది అనామిక.

పావుగంట తరువాత ఆటో ఒక పార్క్ ముందు ఆగింది. ఇద్దరు లోపలికి వెళ్ళి ఒక చెట్టు కింది కూర్చున్నారు.

"చాల ద్యాంక్స్ ఇంద్రజిత్ గారు. సమయానికి వచ్చి రక్షించారు. లేకపోతే ఈ పాటికి నేను జైలులో ఉండేదాన్ని"అంది అనామిక.

"జరిగింది మరిచిపోండి. ఇప్పుడుఏం చెయ్యదలచుకుకున్నారు"అడిగాడు ఇంద్రజిత్.

"ఇంతజరిగిన తరువాత మళ్ళి నేను అక్కడికి వెళ్ళలేను. రేపు రాజీమామ ఉత్తరం పంపిస్తాను. తరువాత వేరే ఉద్యోగం చూసుకుంటాను"అంది అనామిక.

"ఈ విషయంలో మీకు తప్పకుండే నేను సహాయం చేస్తాను. నాకు చాల మంది పెద్దవాళ్ళతో పరిచయం ఉంది. త్వరలోనే మీకు

మంచి ఉద్యోగం ఏర్పాటు చేస్తాను."

"మీరేం అనుకోనంటే ఒక మాట అడుగుతాను."

"నిరభ్యంతరంగా అడగండి."

"ఇంతకి మీరు ఎవరు. రెండుసార్లు నన్ను కాపాడారు. అది ఎలా సాధ్యమైంది"ఆశ్చర్యంగా అడిగింది అనామిక.

"నా పేరు ఇంద్రజిత్. నేను ఒక ఫ్రీలాన్స్ ఇన్ వెస్టిగేటివ్ జర్నలిస్ట్ ను. పైకి పెద్ద మనిషిలా కనిపిస్తూ లోపల చట్టవిరుద్ధమైన పనులుచేసే వాళ్ళు మన సమాజంలో చాల మంది ఉన్నారు. వాళ్ళగురించి సామాన్య ప్రజలకు ఏం తెలియదు. అలాంటి వాళ్ళరహస్యాలను నేను తెలుసుకుని పత్రికలకు ఇస్తాను. వాళ్ళు దాన్న ప్రచురిస్తారు. దీనికి నాకు కొంత ఫీజు దొరుకుతుంది"అన్నాడు.

"మరి మల్హోత్ర దగ్గరకు రావటం ఎలా జరిగింది"అడిగింది అనామిక.

"మల్హోత్రకు మాఫియా లిడర్స్ తో సంబంధం ఉందని నాకు తెలిసింది. కాని దానికి తగిన ఆధారాలు కాని సాక్ష్యాలు కాని లేవు. అవి సంపాదించటానికి ప్రతి రోజు మల్హోత్రను నీడలా వెంటాడుతున్నాను. ఆ నేపధ్యంలోనే నాకు వాణీమహల్ లో ఫంక్షన్ గురించి తెలిసింది. వాళ్ళ ప్లాన్ కూడాతెలిసింది. వాళ్ళు ఏ విధంగా మిమ్మల్ని ట్రాప్ చెయ్యాలో మాట్లాడుకోవటం నేను విన్నాను. అందుకే సమయానికి వచ్చి మిమ్మల్ని కాపాడగలిగాను. అలాగే నిన్నసాయంత్రం నేను ఎవరికి తెలియకుండ మీ ఆఫీసులో దాక్కున్నాను. అప్పుడే మల్హోత్ర మీకు ఒక ఫైలు ఇచ్చి దాచమని చెప్పాడు. మీరు బీరువాలో ఫైలు పెట్టి

వెళ్ళిపోయారు. తరువాత మల్హోత్ర ఎవరికో కాల్ చేశాడు. పది నిమిషాల తరువాత ఒకరౌడీ లాంటి వ్యక్తి వచ్చాడు. మల్హోత్ర బీరువా తెరిచి ఆ ఫైలు అతని చేతికి ఇచ్చి ఏదో చెప్పాడు. ఆ వ్యక్తి ఫైలు తీసుకుని బయలుదేరాడు. నేను రహస్యంగా అతని వెనుక వెళ్ళాను. సమయం చూసి అతన్ని కొట్టి నా ఇంటికి తీసుకువెళ్ళాను. రాత్రంతా అతన్ని బంధించి కాపలా కాశాను. తరువాత ఉదయం అతన్ని మీ ఆఫీసుకు తీసుకువచ్చాను. ఇది జరిగింది. తరువాత ఏం జరిగిందో మీకు తెలుసు"అని ముగించాడు ఇంద్రజిత్.

"ఏది ఏమైన మీరు సమయానికి రాకపోయిఉంటే నా జీవితం నాశనం అయ్యేది. అత్మహత్య తప్ప నాకు ఇంకో మార్గం ఉండేది కాదు. మీకు ఎలా ద్యాంక్స్ చెప్పాలో తోచటం లేదు"అంది అనామిక. అప్రయత్నంగా ఆమె కళ్ళలో నీళ్ళు చిప్పిల్లాయి.

"బాధపడకండి. జరిగింది పూర్తిగా మరిచిపోండి. ఇంటికి వెళ్ళి హాయిగా రెస్ట్ తీసుకోండి. అంతా సర్దుకుంటుంది"అన్నాడు ఇంద్రజిత్.

"ఇక చచ్చిన ఆఫీసుకు వెళ్ళాను. మల్హోత్ర ఏం చేసిన భయపడను. దినదినగండంలా ఉంది నా జీవితం. దానికంటే ఉద్యోగం లేకుండ ఇంట్లో ఉండటం మంచిదనిపిస్తుంది".

"ఉద్యోగం గురించి మీరు వర్రీ కాకండి. అంతా నేను చూసుకుంటాను. పదండి ఇంటికి వెళదాం. మీ ఇంట్లో డ్రాప్ చేసి నేను వెళతాను"అంటు లేచాడు ఇంద్రజిత్.

బలవంతంగా లేచి నిలబడింది అనామిక.

గంట తరువాత ఆటో ఆమె ఇంటిముందు ఆగింది.

"జరిగింది పూర్తిగా మరిచిపోండి. త్వరలోనే నేను మిమ్మల్ని కాంటాక్ట్ చేస్తాను"అన్నాడు ఇంద్రజిత్.

అలాగే అని చిన్నపిల్లలా తలూపింది అనామిక. తరువాత ఇంద్రజిత్ అదే ఆటోలో వెళ్ళిపోయాడు.

భాగం--21

ఆ రోజు ఆదివారం. ఆఫీసు మానేసి పదిహేనురోజులైంది. రెండు సార్లు మల్హోత్ర తన మనిషిని అనామిక దగ్గరకు పంపించాడు. ఇంకోసారి అలాంటి పని జరగదని హామీ ఇచ్చాడు. వెంటనే ఉద్యోగంలో చేరమని చెప్పాడు. కాని అనామిక మాత్రం అతని మాటలు నమ్మలేదు. కుక్కతోక వంకర అన్నట్టుగా అతని బుద్ధి మారదు. ఏ క్షణంలో ఎలా ప్రవర్తిస్తాడో అతనికే తెలియదు. అలాంటి మనిషి దగ్గర ఉద్యోగం ఎవరు చెయ్యలేరు. అందుకే తను రానని సున్నితంగా తిరస్కరించింది అనామిక.

ఈ నేపథ్యంలోనే ఇంద్రజిత్ ఆమెకు కాల్ చేశాడు. ఆమె తగినట్టుగా మంచి ఉద్యోగం ఉందని చెప్పాడు. కాని అనామికకు ఇప్పుడు ఉద్యోగం చేసే మూడ్ లేదు. అందుకే వద్దని సున్నితంగా తిరస్కరించింది. ఈ విషయం రావుకు ఆమె చెప్పలేదు. దాని వల్ల పెద్దగా ప్రయోజనం ఉండదు.

కిటికిలోంచి నీరెండు ఆమె మొహం మీద పడులోంది. బద్ధకంగా లేచి కూర్చుంది అనామిక. కాళ్ళకు చుట్టుకున్న దుప్పటి పక్కకు లాగేసింది. బాత్రూంలోకి వెళ్ళి శుభ్రంగా మొహం కడుక్కుని కాఫీ

తీసుకుంది. కుర్చిలో కూర్చుని కాఫీ తాగుతుంటే అప్పుడే తలుపు తోసుకుని ఇందిర వచ్చింది.

"కాఫీ తాగిన తరువాత ఒకసారి రా అమ్మ"అని చెప్పింది.

"ఎందుకు ఆంటీ"అడిగింది ఆశ్చర్యంగా అనామిక.

"వచ్చిన తరువాత చెప్తాను రా "అని ఇంకోసారి చెప్పి వెళ్ళిపోయింది ఇందిర.

ఎందుకు ఏమిటి అని చెప్పకుండ ఇందిర వెళ్ళిపోవటం ఆమెకు ఏమాత్రం నచ్చలేదు. కొంచం చిరాకు కలిగింది. అయిన ఏం మాట్లాడకుండ అలగే అనితలూపింది. కాఫీ తాగిన తరువాత పక్కవాటాలోకి వెళ్ళింది. హాలులో రావుతో పాటు ఒక యువకుడుకనిపించాడు. సన్నగా పొడుగ్గా నీట్ గా ఉన్నాడు. కళ్ళకు జోడు వేసకున్నాడు. తెల్లప్యాంటు నల్లషర్ట్ టక్ చేసుకున్నాడు. చూడగానే ఎవరికైన అతని మీద సదభిప్రాయం కలుగుతుంది.

"రా అనామిక. ఇతని పేరు చలం. సెంట్రల్ గవర్నమెంటులో మంచి పొజిషన్ లో ఉన్నాడు."అని ఇద్దరిని పరస్పరం పరిచయం చేశాడు రావు.

"నమస్తే అని చేతులు జోడించింది అనామిక.

అతను కూడా మర్యాదపూర్వకంగా నమస్కారం చేశాడు.

"ఈ రోజు పదిగంటలకు మనమందరం వనభోజనానికి వెళుతున్నాం. నువ్వు కూడా తయారుగా ఉండు. సరిగ్గా పదిగంటలకు బయలుదేరుతున్నాం"అన్నాడు రావు.

ఊహించని ఈ ప్రపోజల్ కు చిరాకుపడింది అనామిక. నిజానికి

ఈ రోజు ఆమెకు ఎక్కడికి వెళ్ళాలని లేదు.హాయిగా ఇంట్లో కూర్చుని ఏదైన పుస్తకం చదువుకోవాలని ఉంది. అందుకే నేను రాలేనని చెప్పాలని అనుకుంది. కాని రావు మొహం చూసినతరువాత ఆ ముక్క చెప్పాలని పించలేదు. మూడో మనిషి ముందు అవమానం జరిగినట్టుగా ఫీలవుతాడు ఆయన. అందుకే మనస్సులో ఇష్టంలేకపోయిన పైకి మాత్రం నవ్వి అలాగే అంది.

సరిగ్గా పదిగంటలకు అన్ని తయారుచేసుకుని కారులో బయలుదేరారు. అది పాత అంబిసిడర్ కారు. కాని మంచి కండిషన్ లో ఉంది. అది చలం కారు. ముందు సీటులో రావు చలం కూర్చున్నారు. వెనుక సీటులో ఇందిర అనామిక కూర్చున్నారు. గంట తరువాత కారు ఒక పార్క్ లాంటి ప్రదేశంలో అగింది. చుట్టు పక్కల ఏపుగా పెరిగిన చెట్లు గుబురు పొదలు దర్శనం ఇస్తున్నాయి. అందరు కారు దిగి ఒక చెట్టు కిందికి వెళ్ళారు. చలం కారు డిక్కి తెరిచి పెద్ద బెడ్ షీట్ బయటకు తీశాడు. దాన్నినేలమీద పరిచాడు. తరువాత తినుబండారాలు టిఫిన్ క్యారియర్ పెట్టాడు.

ఇందిర రావు కూర్చున్నారు. చలం అనామిక మాత్రం నిలబడి చుట్టు చూస్తున్నారు.

“మీరు ఇక్కడ ఎందుకు. హాయిగా కొంచంసేపు తిరిగిరండి. ఈలోగా మేము అన్ని సిద్ధం చేస్తాం”అన్నాడు రావు.

చలం ఉత్సాహంగా అనామిక వైపు చూశాడు. కాని ఆమె మాత్రం నిర్లిప్తంగా ఉంది.

“వెళ్ళమ్మా. నీకు టైం పాస్ అవుతుంది”అంది ఇందిర.

మరిబెట్టు చేస్తే బాగుండదనితోచింది అనామికకు. అందుకే ఇష్టంలేకపోయిన బయలుదేరింది. ఇద్దరు పక్కనపక్కన నడస్తూ ముందుకు సాగారు. ఎండ మండిపోతుంది. సూర్యుడు తన ప్రతాపం పూర్తిగా చూపిస్తున్నాడు. కాని వాళ్ళకు మాత్రం చల్లగా ఉంది. చుట్టు పక్కల చెట్లు చాల ఉన్నాయి. వాటివల్ల ఎండలోపలికి రావటం వలేదు.

చలం ఏదో మాట్లాడుతున్నాడు. అనామిక అన్యమనస్కంగా ఊ కొడుతుంది. ఉన్నట్టుండి అన్నాడు అతను.

"మీ గురించి రావు గారు చెప్పారు. చాల బాధ కలిగింది"అన్నాడు జాలిగా.

చిరాకుగాఅతని వైపు చూసింది అనామిక.

"దయచేసి ఆ ప్రస్తావన మాత్రం తీసుకురాకండి. నాకు ఇష్టంలేదు"అంది కట్టెవిరిచినట్టు.

చలం మొహం అవమానంతో మాడిపోయింది.

"సారీ అనామికగారు. నా మాటలు మిమ్మల్ని ఇంతగా బాధపెడతాయని ఊహించలేదు"అన్నాడు చలం అపాలజటిక్ గా.

అప్పుడు కాని తను ఏం తప్పుచేసిందో అనామికకు అర్ధంకాలేదు.

"సారీ చలంగారు ఏదో బాధలో అనేశాను. దయచేసి నన్ను క్షమించండి"అంది మెల్లగా.

చల్లం చల్లగా నవ్వాడు.

"ఇందులో మీ తప్పు ఏం లేదు. తప్పంతా నాదే. సమయం

సందర్భం చూసుకోకుకుండ మాట్లాడాను. మీరే నన్ను క్షమించాలి"అన్నాడు.

"నాకు అమ్నేషియా వచ్చి ఇప్పటికి అయిదునెలలు దాటిపోయింది. ఇంకా ఎంత కాలం ఇలా ఉండాలో తెలియటం లేదు. ఆలోచిస్తుంటే పిచ్చి ఎక్కినట్టుగా ఉంది. ఒక మనిషికి తను ఎవరో తెలియకపోవటం చాల బాధకలిగిస్తుంది. అంతకంటే దురదృష్టం ఇంకోకటి లేదు."అంది.

"అంత నిరాశపడకండి. ప్రతి సమస్యకు ఎప్పుడో ఒకప్పుడు పరిష్కారం దొరుకుతుంది. ఈ అమ్నేషియా వ్యాధి గురించి అంతో ఇంతో చదివాను. ఇది ఎంత అకస్మాతుగా వస్తుందో అంతే అకస్మాతుగా వెళ్ళిపోతుంది. తప్పకుండ మీకు నయం అవుతుంది. అది కూడా త్వరలోనే జరుగుతుంది. వర్రీ కాకండి"అన్నాడు చలం.

"మీ ఓదార్పుకు చాల ధ్యాంక్స్. ఇంతకుముందు నేను అన్న మాటలు పట్టించుకోకండి"అంది నవ్వుతూ అనామిక.

చలం కూడా నవ్వాడు. దాంతో ఇద్దరి మధ్య వాతావరణం తేలికపడింది.

తరువాత ఆ ప్రస్తావన విడిచిపెట్టి ఇంకో టాపిక్ మీదకు వెళ్ళారు. పక్కపక్కన నడవటం వల్ల అప్పుడప్పుడు అతని భుజం ఆమె భుజాన్ని ఒరుసుకుంటుంది. అది అనామికకు చాల ఇబ్బందిగా ఉంది. అప్పుడే ఊహించని సంఘటన జరిగింది. ఉన్నట్టుండి చలం ఆమె భుజాన్ని గట్టిగా పట్టుకున్నాడు. కోపంగా చూసింది అనామిక.

అతను ఆమె ఉద్దేశం అర్ధం చేసుకుని చేత్తో ముందుకు

చూడమని సైగ చేశాడు.

వాళ్ళకు పదిఅడుగుల దూరంలో పెద్ద పాము బుసలు కొడ్తూ కనిపించింది. అది బ్లాక్ మాంబా. చాల భయంకరమైన పాము. కేవలం ఆఫ్రికాలో మాత్రం కనిపించే పాము. అది నిటారుగా పడగవిప్పి వాళ్ళ వైపు చూస్తుంది. ఇద్దరు కదలలేదు. ఈజిప్షియన్ మమ్మీలా అలాగే నిలబడిపోయారు. ఉన్నట్టుండి గాలి కూడా ఆగిపోయింది. చెట్ల ఆకులు కదలటం మానేశాయి.

చలంకు ఎలా ఉందో తెలియదు కాని అనామిక మాత్రం భయంతో తల్లిడిల్లిపోయింది. ఆమె శరీరం సన్నగా కంపిస్తోంది. ఒళ్ళంతా విపరీతంగా చెమటలు పట్టింది. గట్టిగా చలం చేతులు పట్టుకుంది.

ఇద్దరు కదలకుండ పాము వైపు భయంగా చూస్తున్నారు.

క్షణాలు నిమిషాలు గడిచాయి.

పది నిమిషాలు గడిచాయి. పాము కదలలేదు. వీళ్ళు కూడా కదలలేదు. ఇద్దరు ఒకరినిఒకరు చూసుకుంటు ఉండిపోయారు.

ఇంకో నిమిషం గడిచింది. పాము పడగకిందికి దించి పక్కకు వెళ్ళిపోయింది. హమ్మయ్య అని నిటుర్చింది అనామిక.

గడిచిన పది నిమిషాలు వాళ్ళు అనుభవించిన ఉద్వేకం వర్ణించలేనిది. ఇంత జరిగిన తరువాత ముందుకు వెళ్ళటానికి వాళ్ళకు భయం వేసింది. మెల్లగా వెనక్కి తిరిగారు. వాళ్ళు వెళ్ళేసరికి రావు అంతా సిద్ధం చేసి వాళ్ళకోసం ఎదురుచూస్తున్నాడు. అందరు కబుర్లు చెప్పుకుంటు భోజనం ముగించారు. తరువాత కొంచం సేపు

కబుర్లు చెప్పుకున్నారు. అందరికంటే ఎక్కవ మాట్లాడింది చలం. అతను చాల విషయాలు చెప్పాడు. అవి అన్ని చాల ఇంట్రస్టింగ్ టాపిక్స్ . వాటిని వింటుంటే ఎవరికి టైం తెలియలేదు. సాయంత్రం అయిదుగంటలవరకు అక్కడే గడిపారు. చాల రోజుల తరువాత అనామిక చాల ఆనందంగా టెన్షన్ లేకుండ గడిపింది.

కాఫీ తాగిన తరువాత బయలుదేరారు. ఇంటికి చేరుకున్న తరువాత అందరు హాలులో కూర్చున్నారు. తను బయలుదేరుతున్నానని లేచాడు చలం.

“ఈ రోజు ఇక్కడే ఉండిపోరాదు”అన్నాడు రావు.

“లేదు అంకుల్ రేపు ఆఫీసులో చాల ముఖ్యమైన పని ఉంది. తప్పకుండ వెళ్ళితీరాలి. మళ్ళి వీలుచూసుకుని వస్తాను”అన్నాడు.తరువాత అనామిక వైపు తిరిగి “వస్తాను మేడం. బెస్ట్ హాఫ్ లక్”అన్నాడు. తరువాత చలం వెళ్ళిపోయాడు.

ఆత్మీయులు వెళ్ళినట్టుగా ఫీలయింది అనామిక.

భాగం--22

“రాత్రి ఎనిమిదిగంటలైంది. అందరు భోజనం చేసి హాలులో కూర్చున్నారు. అనామిక ఇందిర ఏదో పిచ్చాపాటి మాట్లాడుకుంటున్నారు. రావు వాళ్ళకు ఎదురుగా కూర్చున్నాడు. కాని ఆ సంభాషణలో పాల్గోనటం లేదు. ఏదో ఆలోచిస్తున్నట్టుగా శూన్యంలోకి చూస్తున్నాడు. ఈ విషయం అనామిక గ్రహించింది. నిజానికి దాదాపు నెలరోజులనుంచి రావు ప్రవర్తన కొంచం విచిత్రంగా ఉంది. ఎవరితోను ఎక్కువగా మాట్లాడటంలేదు. తన లోకంలో తాను ఉంటున్నాడు. ఎప్పుడైన పలకరిస్తే ముక్తసరిగా జవాబు చెప్పుతున్నాడు. చాల రోజులనుంచి ఆయన మొహంలో చిరునవ్వు లోపించింది. కారణం ఏమిటో అనామికకు అర్థంకాలేదు. అందుకే ఈ రోజు ఎలాగైన అయనతో మాట్లాడి అసలు విషయం తెలుసుకోవాలని నిర్ణయించుకుంది.

“అంకుల్ అలా వాకింగ్ కు వెళదాం. వస్తారా”అని అడిగింది.

“పదమ్మా”అంటు లేచాడు రావు.

ఇద్దరు ఇంట్లోంచి బయటకు వచ్చారు. చుట్టుపక్కల అంతా నిశబ్ధంగా ఉంది. ఎక్కడ చిన్న చడిచప్పుడు లేదు. దూరంగా ఉన్న

ఇళ్ళలోంచి సన్నగా వెలుగుకనిపిస్తోంది. ఇద్దరు మౌనంగా నడుస్తూ ముందుకు సాగిపోయారు. ఆ ప్రస్తావన ఎలా తీసుకురావాలో అనామికకు అర్థంకావటం లేదు. డైరక్టుగా అడిగితే ఆయన నొచ్చుకోవచ్చు.

కొంచం దూరం నడిచిన తరువాత వాళ్ళకు ఇసుక దిబ్బకనిపించింది. దానికి ఎదురుగా ఒక సగం కట్టిన బిల్డింగ్ ఉంది. ఇద్దరు వెళ్ళి ఇసుకలో కూర్చున్నారు. ఆ రోజు చంద్రుడుదేదిప్యమానంగా వెలిగిపోతున్నాడు. తన వెన్నల వెలుగును భూమిమీదకు ప్రసరిస్తున్నాడు.

“మిమ్మల్ని ఒక విషయం అడగాలని అనుకుంటున్నాను ఏం అనుకోరు కదా”సంభాషణ మొదలుపెడ్తూ అంది అనామిక.

“అడగమ్మా నీకు అభ్యంతరం ఏముంది”అన్నాడు రావు నవ్వుతూ.

“మీరు ధైర్యం ఇచ్చారు కనుక అడుగుతున్నాను. ఈ మధ్య మీరు అదోలా ఉంటున్నారు. కొంచం కూడా ఉత్సాహంగా ఉండటం లేదు. ఎప్పుడు ఏదో ఆలోచిస్తూ కనిపిస్తున్నారు. మీలో మీరే బాధపడుతున్నారు. చాల రోజులనుంచి ఈ విషయం గమనిస్తున్నాను. మీ బాధ ఏమిటో నాతో చెప్పండి. అది ఆర్థికసమస్య అయితే నేను తీర్చలేకపోవచ్చు. కాని అది ఆర్థికసమస్యకాకుండ ఇంకొకటి అయితే తప్పకుండ నా సహాయం ఉంటుంది. కనీసం మీకు తోడుగా ఉంటాను”అంది.

ఒక్క క్షణం వరకు రావు ఏం మాట్లాడలేదు. తరువాత

నవ్వుతూ అన్నాడు.

"ఈ విషయం నీకు ముందే చెప్పాలని ఎన్నోసార్లు అనుకున్నాను. కాని చెప్పలేకపోయాను. దానికి కారణం నవ్వే పెద్ద సమస్యలో ఇరుక్కున్నావు. నా బాధ కూడా నీకు చెప్పి నిన్ను మరింత ఇబ్బంది పెట్టటం నాకు ఇష్టంలేదు. అందుకే చెప్పలేకపోయాను. కాని ఈ రోజు నువ్వే నా సమస్యగురించి తెలుసుకోవాలని ప్రయత్నిస్తున్నావు. నాకు చాల సంతోషంగా ఉంది. తప్పకుండ చెప్తాను. నీకు కాకుండ ఇంకేవరికి చెప్తాను"అన్నాడురావు.

తరువాత చెప్పటం మొదలుపెట్టాడు.

"మా పత్రిక ఆరునెలలకు ముందు నెంబర్ వన్ స్థానంలో ఉండేది. దేశంలో కొన్ని లక్షలమంది మా పత్రికను రోజు చదివేవారు. వాళ్ళలో యువతి యువకులు మాత్రమే కాకుండ పెద్దవాళ్ళు వృద్ధులు కూడా ఉన్నారు. అమ్మకాలలో మా పత్రిక చాల ఉచ్ఛస్థితిలోకి చేరిపోయింది. కాని ఒక సంఘటన వల్ల మా పత్రిక అమ్మకాలు గణణీయంగా తగ్గిపోయాయి. క్రమంగా తగ్గుతూ హీనస్థితికి చేరిపోయింది. దీనికి కారణం ఏమిటో నాకు తెలుసు. అదే విషయం నేను మా మ్యానేజిమెంటుతో కూడాచెప్పాను. కాని వాళ్ళు నా ప్రపోజల్ కు ఒప్పుకోలేదు. పత్రిక మూసేస్తాము కాని నా ప్రపోజల్ ను మాత్రం ఒప్పుకోమని ఖచ్చితంగాచెప్పారు. ఇంకో నెలరోజులు మాత్రం పత్రికను నడిపిస్తారు. తరువాత క్లోజ్ చేస్తున్నామని నిన్న సాయంత్రం మా మేనేజిమెంట్ చెప్పింది. నాకు ఏం చెయ్యాలో తోచటం లేదు. నా ఉద్యోగం పోతుందని నేను భయపడటంలేదు. తలుచుకుంటే నా

అనుభవానికి తగిన ఉద్యోగం ఇంకో పత్రికలో సంపాదించుకోగలను. కాని మిగత వాళ్ళ సంగతి ఏమిటి. చాల మంది దాదాపు పాతికసంవత్సరాలనుంచి పత్రికలో పనిచేస్తున్నారు. అందరికి యాభైసంవత్సరాల వయస్సు ఉంటుంది. ఈ వయస్సులో వాళ్ళకు ఉద్యోగం వచ్చే అవకాశం లేదు. ఒక వేళ వచ్చిన చాల తక్కువ జీతానికి వస్తుంది. పైగా చాల మందికి కుటుంబ బాధ్యతలు ఉన్నాయి. ఇవి తీరాలంటే ఈ ఉద్యోగం తప్పనిసరి. ఈ విషయాలు నాకు తెలుసు. కాని మేనేజిమెంట్ మాత్రం పట్టించుకోవటంలేదు. ఎన్నో సార్లు ఈ విషయం మీద మేనేజ్ మెంట్ తో చర్చించాను. కాని వాళ్ళు నా మాటలు వినిపించుకోవటంలేదు. చాల మొండిగా ప్రవర్తిస్తున్నారు. అందుకే ఏం చెయ్యాలో తోచటం లేదు. ఇంకో నెలమాత్రమే మాకు గడువుఉంది. ఈ లోగా ఏదో చేసి కంపెని మూతపడకుండ చూడాలి. అది ఒక్కరి వల్ల మాత్రమే సాధ్యమవుతుంది"అన్నాడు రావు.

"ఎవరతను"ఆసక్తిగా అడిగింది అనామిక.

"మా పత్రకిలో పనిచేసిన ఇన్ వెస్టిగేటివ్ జర్నలిస్ట్. అతను చాల మంచివాడు, నిజాయితిపరుడు. వృత్తిని ధైవంగా భావిస్తాడు. ఎంతో కష్టపడి సమాజంలో పెద్ద మనిషిలా చలామణి అవుతున్న విఐపిల నేరాలను పత్రిక ద్యార బట్టబయలుచేసేవాడు. అవి కూడా పూర్తి ఆధారాలతో రాసేవాడు. అతని శీర్షికను చదవటానికి అందరు ఆసక్తిచూపించేవారు. ప్రతివారం పత్రిక కోసం ఎదురుచూసేవారు. అతను ప్రతి వారం ఒక ప్రముఖ వ్యక్తి గురించి రాసేవాడు. అతను

బిజినెస్ మ్యాన్ కావచ్చు, రాజకీయనాయకుడు కావచ్చు. లేదా ఒక అధికారి కావచ్చు. ఎవరిని విడిచిపెట్టేవాడు కాడు. వాళ్ళకు సంబంధించిన ఆధారాలు సాక్ష్యాలు ఎలా సంపాదించేవాడో మాకు తెలియదు. కాని అతను రాసినదంతా పచ్చినిజం. అందుకే ఆ నేరస్థులు ఏం మాట్లాడలేకపోయేవారు. "

"అతని శీర్షిక వల్ల మా పత్రిక అమ్మకాలు విపరీతంగా పెరిగిపోయింది. దేశంలో నే నెంబర్ వన్ స్థానంలోకి వచ్చింది. దీనికి కారకుడైన ఆ ఇన్ వెస్టిగేటివ్ జర్నలిస్ట్ పేరు దేశమంతా మార్మోగిపోయింది. కాని ఆశ్చర్యం ఏమిటంటే అందరికి అతని పేరు మాత్రమే తెలుసు. కాని ఎవరు అతన్ని ప్రత్యేక్షంగా చూడలేదు. మాకు తప్ప అతని గురించి ఇంకేవరికి తెలియదు. మేము కూడా అతని గురించి ఎవరికి చెప్పలేదు. చాల రహస్యంగా ఉంచాం. కనీసం అతని ఫోటో కూడా మేము వెయ్యలేదు. ఆ మనిషి మా కంపెనిలో పనిచేస్తున్నాడని అందరికి తెలుసు. కాని ఆ వ్యక్తి ఎలా ఉంటాడో మాత్రం ఎవరికి తెలియదు. అంతా జాగ్రత్తపడ్డాం. "

"సరిగ్గా ఆరునెలలకు ముందు ఆ జర్నలిస్ట్ రహస్యంగా మేనేజ్ మెంట్ ను కలుసుకున్నాడు. తన జీతం పెంచమని కోరాడు. కాని మేనేజ్ మెంట్ దానికి ఒప్పుకోలేదు. ఇప్పుడు ఇస్తున్న జీతం చాల ఎక్కువని పెంచే అవకాశం లేదని ఖచ్చితంగా చెప్పారు. ఇద్దరి మధ్య చాల సేపు వాగ్వివాదాలు జరిగాయి. తను అడిగిన జీతం ఇవ్వకపోతే ఉద్యోగానికి రాజీనామా చేస్తానని చెప్పాడు అతను. అయిన మేనేజ్ మెంట్ పట్టించుకోలేదు. పర్యవసానం అతను వెంటనే

ఉద్యోగం విడిచిపెట్టి వెళ్ళిపోయాడు. అంతే ఆ మరుసటి వారం నుంచి అతని శీర్షిక ఆగిపోయింది. దాంతో పాఠకుల దగ్గరనుంచి ఫోన్ కాల్స్ వచ్చాయి. కొందరు మేసేజ్ లు పంపించారు. ఆ వారం శీర్షిక ఎందుకు వెయ్యలేదని అడిగారు. అప్పటికిఅప్పుడు ఏదో జవాబు చెప్పి అందరం తప్పించుకున్నాం. కాని ఎన్నోరోజులు మా ఆటలు సాగలేదు. పాఠకులకు అసలు విషయం తెలిసిపోయింది. ఇక జన్మలో ఆ శీర్షిక రాదని వాళ్ళకు తెలిసిపోయింది. దాంతో మా పత్రిక అమ్మకాలు క్రమంగా తగ్గుతూ వచ్చాయి. ఇప్పుడు చాల హీనస్థితికి వచ్చింది. ఇంకో నెలరోజులు మాత్రమే ఈ పత్రిక ఉంటుంది. తరువాత శాశ్వతంగా మూతపడుతుంది. చాల మంది ఉద్యోగం లేకరోడ్డున పడతారు. అలా జరగటానికి వీలులేదు. ఏదో ఒకటి చేసి పత్రికను మూతపడకుండ ఆపాలి. కాని ఎలా ఆపాలో మాత్రం బోధపడకుండ ఉంది"అన్నాడు రావు.

"ఇంతకి ఆ జర్నలిస్ట్ పేరు ఏమిటి"ఆసక్తిగాఅడిగింది అనామిక.

"ఇంద్రజిత్"మెల్లగా చెప్పాడు రావు.

భాగం--23

ఒక్కసారిగా ఉబ్బితబ్బిబ్బు అయింది అనామిక. ఆశ్చర్యంగా రావు వైపు చూసింది.

"నిజంగానే అతని పేరు అదేనా"తేరుకుంటు అడిగింది అనామిక.

"అవును. ఎందుకు అలా అడుగుతున్నావు"అడిగాడు రావు.

"ఈ పేరు ఉన్న వ్యక్తినాకు తెలుసు. కాని అతను మీరు చెప్పిన వ్యక్తి ఒక్కరే కాదో నాకు తెలియదు."

"తప్పకుండ అతనే అయిఉంటాడు. నీకు ఇంద్రజిత్ ఎలా తెలుసు?

"అది చాల పెద్ద అంకుల్."

"ఫర్వాలేదు చెప్పు."అన్నాడు రావు.

"అప్పుడే నేను ఆ విషయం మీకు చెప్పాలని అనుకున్నాను. కాని మీరు భయపడతారని చెప్పలేదు. అసలు నాకు ఇంద్రజిత్ తో ఎలా పరిచయం అయిందంటే అని అంతా వివరంగా చెప్పింది.

"ఒక్కసారి కాదు రెండు సార్లు ఇంద్రజిత్ వచ్చి నన్ను కాపాడాడు. మొదటిసారి తన గురించి అతను వివరాలు చెప్పలేదు.

రెండోసారి మాత్రం తన ఒక ఫ్రీలాన్స్ ఇన్ వెస్టిగేటివ్ జర్నలిస్ట్ అని చెప్పాడు. నాకు మంచి ఉద్యోగం కూడా సంపాదించి పెడ్తానని చెప్పాడు. తరువాత రెండు సార్లు నా ఉద్యోగం గురించి కాల్ చేశాడు. కాని నేనే వద్దని చెప్పాను. రెండు చేదు అనుభవాలు జరిగిన తరువాత నాకు ఉద్యోగం చెయ్యాలనే ఆసక్తి పూర్తిగా పోయింది."

"ఇంత జరిగిందా. నాకు ఎందుకు చెప్పలేదు"అన్నాడు రావు.

"మీరు భయపడతారని. పైగా నా ఉద్యోగం మాన్పిస్తారని భయం వేసింది. సరే ఆ విషయం పక్కన పెట్టండి. నా దగ్గర ఇంద్రజిత్ నెంబర్ ఉంది. అతనికి కాల్ చేసి మీ గురించి చెప్తాను. తరువాత మనం పర్సనల్ గా వెళ్ళి అతన్ని కలుసుకుందాం"అంది అనామిక.

"ఇంత జరిగిన తరువాత అతను ఒప్పుకుంటాడా"అన్నాడు రావు.

"నేను ఒప్పిస్తాను. మీకెందుకు మీరు ధైర్యంగా ఉండండి. రేపు ఉదయం కాల్ చేసి మాట్లాడతాను"అంది అనామిక.

"ఇది చాలు తల్లి. నిజంగానే ఇంద్రజిత్ మళ్ళి వచ్చి మా పత్రికలో చేరాలని ఆ దేవుడిని ప్రార్థిస్తున్నాను. అది కాని జరిగితే మళ్ళి మా పత్రికకు పూర్వవైభవం వస్తుంది"అన్నాడు రావు. ఆయన మొహంలో ఎక్కడలేని సంతోషం కనిపించింది.

భాగం--24

సిటిలో ఒక మోస్తరు పాష్ ఏరియాలో ఆటో ఆగింది. అందులోంచి అనామిక రావు దిగారు. ఫేర్ చెల్లించిన తరువాత ఎదురుగా ఉన్న ఇంట్లోకి వెళ్ళారు. అనామిక తలుపు ముందు నిలబడి కాలింగ్ బెల్ నొక్కింది. లోపల బెల్ మోగుతున్న చప్పుడు లీలగా వినిపిస్తోంది. క్షణం తరువాత ఇంద్రజిత్ తలుపులు తెరిచాడు. ఎదురుగా ఉన్న అనామికను చూసి నవ్వాడు. అప్పుడే అతని చూపులు రావు మీద పడ్డాయి.

"మీరు ఇక్కడ"అని సందిగ్ధంతో ఆగిపోయాడు.

"సారీ ఇంద్రజిత్ గారు మీకు అసలు విషయం చెప్పలేదు"అనామిక.

"ఫర్వాలేదు ముందు మీరు లోపలికి రండి"అని అడ్డు తప్పుకున్నాడు ఇంద్రజిత్.

ముగ్గురు హాలులో కూర్చున్నారు. అప్పుడే ఇంద్రజిత్ భార్య రమ వచ్చింది. ఆమెను ఇద్దరికి పరిచయం చేశాడు ఇంద్రజిత్.

"ఇప్పుడు చెప్పండి ఏమిటి విషయం. నన్ను అర్జంటుగా కలుసుకోవాలని చెప్పారు. కాని కారణం మాత్రం చెప్పలేదు"అన్నాడు.

“కావాలనే చెప్పలేదు. పైగా రావుగారు మిమ్మల్ని కలుసుకోవాలని చెప్పారు”అంది అనామిక.

“ఎందుకు ఆశ్చర్యంగా చూశాడు ఇంద్రజిత్.

“నీ సహాయం కోసం వచ్చాను. నీ నెంబర్ నాకు తెలియదు. అనామిక ఇచ్చింది. ఒక ముఖ్యమైన విషయం మాట్లాడాలని ఆమెతో వచ్చాను. నువ్వు వింటానంటే చెప్తాను”అన్నాడు రావు.

“చెప్పండి వింటాను”అని సర్దుకుని కూర్చున్నాడు ఇంద్రజిత్.

ఇంతలో రమా ముగ్గురికి కాఫీ తీసుకుచ్చి సర్వ్ చేసింది.

కాఫీ సిప్ చేస్తూ మొదలుపెట్టాడు రావు.

గత ఆరునెలలనుంచి జరిగిన సంఘటనలన్ని వివరంగా చెప్పాడు. పత్రిక పరిస్థితి కూడా పూర్తిగా వివరించాడు.

“ఇంకో నెలరోజులమాత్రమే ఈ పత్రిక నడుస్తుంది. తరువాత శాశ్వతంగా మూతపడుతుంది. నా పరిస్థితి గురించి నేను ఆలోచించటంలేదు. మిగతవాళ్ళ గురించి భయపడుతున్నాను. వాళ్ళ ముప్పాతిక జీవితం ఈ పత్రికలో గడిచిపోయింది. అందరికి దాదాపు యాభైసంవత్సరాలు నిండాయి. ఈ పరిస్థితిలో వాళ్ళు బయటకు వెళ్ళి ఇంకో ఉద్యోగం సంపాదించుకోలేరు. ఎవరు వాళ్ళకు ఉద్యోగం ఇవ్వరు. ఈ పరిస్థితిలో ఒకటే మార్గం ఉంది. అది నీ చేతుల్లో ఉంది”అన్నాడు రావు.

“నేనేం చెయ్యగలను రావుగారు. నేను మాములు మనిషిని. నా వల్ల ఏమవుతుంది”ఆశ్చర్యంగా అడిగాడు ఇంద్రజిత్.

“నీకు మాత్రమే సాధ్యమవుతుంది. పత్రికను గాడిలో పెట్టాలంటే

నీ ఒక్కడి వల్లే అవుతుంది. నీ శక్తి సామర్ధ్యాలు నీకు తెలియవు. కాని నాకు తెలుసు. అందుకే ఒక కోరిన కోరటానికి వచ్చాను"అన్నాడు రావు.

"మీ మాటలు నాకు ఏం అర్ధంకావటంలేదు. నా వల్ల ఏమవుతుంది"అన్నాడు చిరాకుగా ఇంద్రజిత్.

"నువ్వు మళ్ళీ పత్రికలో చేరితే అది సాధ్యం అవుతుంది. మళ్ళీ మన పత్రికకు మునుపటి యోగం వస్తుంది."అన్నాడు రావు.

ఆ మాటలు వినగానే ఇంద్రజిత్ మొహం ఎర్రగాఅయింది. చప్పున లేచి నిలబడ్డాడు.

"మీరేం మాట్లాడుతున్నారో మీకు అర్ధమవుతుందా రావుగారు"అన్నాడు తీక్షణంగా.

"అంతా అర్ధమవుతుంది. పైగా అన్ని తెలిసే మాట్లాడుతున్నాను. చల్లకు వచ్చి ముంత దాచటం మూర్ఖత్వం అనిపించుకుంటుంది. అందుకే సిగ్గువిడిచి చెప్పుతున్నాను. నువ్వు కాదంటే పత్రిక గతి అదోగతి. చాలమంది ఉద్యోగాలు లేకరోడ్డు మీద పడతారు. వాళ్ళ జివితాలు పూర్తిగా నాశనం అయిపోతాయి. ఇంతకాలం ఈ పత్రిక నాకు అన్నం పెట్టింది. సంఘంలో ఒకగౌరవ స్థానం కల్పించింది. ఇప్పుడు అదే పత్రిక మూతపడటం నేను భరించలేను. అందుకే చెప్పుతున్నాను. జరిగింది మరిచిపో. మళ్ళీ వచ్చి పత్రికలో చేరు. నేను మేనేజిమెంట్ తో మాట్లాడతాను"అన్నాడు రావు బ్రతిమాలుతున్న దోరణిలో.

"లాభం లేదు రావుగారు. అది గతిఇంచిన కాలం. మళ్ళీ

పత్రికలో చేరటం అసాధ్యం. ఆ రోజు మీ మేనేజ్ మెంట్ నన్ను ఎంతో అవమానం చేసింది. అనరాని మాటలు అంది. పైగా నా వృత్తిని అవమానించింది. ఆ మాటలు ఇంకా నా చెవులలో మార్మోగుతున్నాయి. నేను కూడా మనిషినే. ఉప్పుకారం తింటున్నవాడిని. ఇంత జరిగిన తరువాత మళ్ళీ అ పత్రికలో ఎలా చేరమంటారు. ఇదే పరిస్థితి మీకు కలిగితే మీరు ఇదే చేస్తారు. ఆలోచించండి"అన్నాడు ఇంద్రజిత్.

"దయచేసి నా మాటలు విను. జరిగింది పూర్తిగా మరిచిపో. దానికి నేను క్షమాపణ చెప్పుకుంటాను"అన్నాడు రావు.

"మీరు క్షమాపణ చెప్పటం దేనికి. మీరేం తప్పుచేశారని. చేసింది వాళ్ళు. వాళ్ళు క్షమాపణ అడగాలి. అయిన ఈ వాదన అనవసరం రావుగారు. నాకు ఇష్టంలేదు. దయచేసి ఈ ప్రసక్తిని ఇంతటితో వదిలిపెట్టండి"అన్నాడు ఇంద్రజిత్ గంభీరంగా.

రావు ఏదో చెప్పబోయాడు. ఈ లోగా అనామిక అందుకుంది.

"ఇంద్రజిత్ గారు, రెండుసార్లు నన్ను పెద్ద ఆపదలనుంచి కాపాడారు. దానికి నేను ఎప్పుడు మీకు రుణపడిఉంటాను. మీకు పత్రికలో అవమానం జరిగింది కనుక మళ్ళీ రానని అంటున్నారు. కాని అది చిన్న సమస్య. నాకు వచ్చిన సమస్య ముందు మీది ఏపాటిది. మీకు నా గురించి పూర్తిగా చెప్పలేదు. అనవసరం అని అప్పుడు అనుకున్నాను. కాని ఇప్పుడు చెప్పవలసిన సమయం వచ్చిందని భావిస్తున్నాను. పైకి మాములుగా కనిపిస్తున్న నేను అమ్నేషియా వ్యాధితో బాధపడుతున్నాను. నా గతం గురించి పూర్తిగా

మరిచిపోయాను. నా అసలు పేరు కూడా నాకు తెలియదు. ఇది కూడా చాల అకస్మాతుగా జరిగింది. ఆ రోజు రాత్రి జరిగిన సంఘటన నేను జీవితంలో ఎప్పుడు మరిచిపోలేను. గతం మరిచిపోయి అనాధలా ఉన్న నాకు రావుగారు చేయుత నిచ్చారు. నా కధ విని తన ఇంట్లో నాకు ఆశ్రయం ఇచ్చారు. నన్ను కన్నకూతురిలా ఆదుకున్నారు. సమయానికి ఆయన ఈ సహాయం చెయ్యకపోతే నేను చాల ఇబ్బందుల్లో పడేదాన్ని. ఎన్నో సమస్యల్లో చిక్కుకునేదాన్ని. ముఖ్యంగా నా మానప్రాణాలకు రక్షణ లేకుండ పోయేది. అలాంటి సమయంలో దేవుడిలా నన్ను ఆదుకున్నారు. అంతమంచి మనిషికి ప్రత్యుపకారంగా ఏదైన చెయ్యాలనిపించింది. కాని ఏం చెయ్యాలో తోచలేదు. అప్పుడే రావు గారు మీ విషయం చెప్పారు. ఈ విషయంలో నేను సహాయం చేస్తానని ఆయనకు మాట ఇచ్చాను. ఎంతో నమ్మకంతో ఇక్కడికి తీసుకువచ్చాను. కాని మీరు నా నమ్మకాన్ని వమ్ముచేశారు. రావుగారి కోరికను తిరస్కరిస్తున్నారు. మీ మాటలు విన్నతరువాత మేము ఇక్కడ ఉండవలసిన అవసరంలేదు. వెంటనే వెళ్ళిపోతాం. కాని వెళ్ళేముందు ఒక చిన్న సలహా."

"మనకోసం బతకటం గొప్ప విషయం కాదు. ఇతరులకోసం బతకటం చాల గొప్ప విషయం. అది అందరికి సాధ్యం కాదు. కొంతమందికి మాత్రమే సాధ్యమవుతుంది. వాళ్ళే పుణ్యపురుష్యులు నా దృష్టిలో. అలాంటి వాళ్ళలో రావుగారు మొదటిస్థానంలో ఉంటారు. ఇంతే నేను చెప్పదలుచుకుంది వస్తాను. రండి రావుగారు"అంటు

లేచింది అనామిక.

ఊహించని ఈ పరిణామానికి బిత్తరపోయాడు ఇంద్రజిత్. రావు పరిస్థితి కూడా ఇంచుమించు అలాగే ఉంది. అనామిక ఇంత పరుషంగా మాట్లాడుతుందని ఇద్దరు ఊహించలేదు. అందుకే కొన్ని క్షణాలపాటు ఎవరు మాట్లాడలేకపోయారు. హాలులో ఒక్కసారిగా నిశబ్ధం అవరించుకుంది. ఇంద్రజిత్ ఏదో ఆలోచిస్తున్నట్టుగా కళ్ళు మూసుకున్నాడు. అది ఒక్క నిమిషం మాత్రమే. తరువాత ఏదో తట్టినట్టు తలపంకించి రావు గారి వైపు చూశాడు.

“మీరు కోరినట్టుగానే నేను పత్రికలో చేరుతాను. కాని నాదోక కండిషన్”అన్నాడు.

“నువ్వు ఎలాంటి నిభందనలు పెట్టిన ఫర్వాలేదు. మేనేజ్ మెంట్ తో మాట్లాడి ఒప్పిస్తాను”అన్నాడు ఉత్సాహంగా.

“చాల ద్యాంక్స్ ఇంద్రజిత్ గారు. మీరు చేస్తున్న సహాయం ఎంతో మందికి మళ్ళి ఉపాధి కలిగిస్తుంది”అంది అనామిక. ఆమె మొహం సంతోషంతో వెలిగిపోతుంది. కళ్ళు వింత కాంతితో మెరిశాయి. ఒక అనూహ్యమైన విజయం సాధించినప్పుడు మాత్రమే కళ్ళలో అంత వెలుగు కనిపిస్తుంది.

భాగం--25

రెండు గంటలు కావస్తోంది. బయట ఎండ చుర్రుమని మండిపోతుంది. వేడి శెగలు అదరగోడ్తున్నాయి. అనామిక తన ఇంట్లో కూర్చుని పుస్తకం చదువుతుంది. ఇప్పుడు ఆమెకు ఎంతో సంతోషంగా ఉంది. తన చేతనైన సహాయం రావుకు చేసింది. ఇప్పుడు ఆయన మొహంలో ఎంతో సంతోషం కనిపిస్తుంది. ఆ రోజు ఇంద్రజిత్ ను కలుసుకున్న తరువాత పరిస్థితులు మారిపోయాయి. చెప్పిన వెంటనే అతను పత్రికలో చేరాడు. కాని ఒక కండిషన్ మాత్రం పెట్టాడు. తను జీతం కోసం పనిచెయ్యనని ఫ్రీలాన్స్ గా పనిచేస్తానని చెప్పాడు. మేనేజ్ మెంట్ కూడా దానికి ఒప్పుకుంది. దాని ప్రకారం ప్రతి స్టోరికి ఇంద్రజిత్ కు వాళ్ళు ఫీజు చెల్లించాలి.

పదిహేను రోజులు గడిచాయి. ఆ రోజు ఇంట్లో అనామిక తప్ప ఇంకేవరు లేరు. అలవాటు ప్రకారం రావు ఇందిర వాళ్ళ చుట్టాలు ఇంటికి వెళ్ళారు. పదిహేను రోజులకు చుట్టాలింటికి వెళ్ళటం వాళ్ళకు మాములే. ఇప్పుడు ఇంట్లో అనామిక ఒక్కతే ఉంటుంది. అందుకే ఏం తోచక చేతికి అందిన ఒక ఇంగ్లీష్ నవల తీసుకుంది. పదిపేజీలు చదివింది. కధ చాల ఇంట్రస్టింగ్ గా గ్రిప్పింగ్ గా ఉంది. అప్పుడే కధలో

ట్విస్ట్ చోటుచేసుకుంది. అనుకోకుండ హీరోయిన్ కు అమ్నేషియా వ్యాధి సోకుతుంది.

ఆ చాప్టర్ చదవగానే అనామిక మనస్సు స్తబ్ధుగా అయింది. పుస్తకం మూసి తలుపు దగ్గరకు వచ్చింది. చుట్టుపక్కల అంతా నిశబ్ధంగా ఉంది. జనసంచారం కూడా లేదు. అప్పుడప్పుడు పక్షుల అరుపులు మాత్రం సన్నగా వినిపిస్తున్నాయి. నిజానికి తన వ్యాధి గురించి ఆమె తాత్కాలికంగా మరిచిపోయింది. అనుకోకుండ నవలలో అదే వ్యాధి గురించి చదవాల్సివచ్చింది. దాంతో ఆమె మనస్సు అతలాకుతలం అయింది. తన పరిస్థితి తలుచుకుంటే ఆమెకే జాలిగా ఉంది. ఎన్నిరోజులవరకు ఇలా ఉండాలో ఆమెకు తోచటం లేదు. అసలు తను ఎవరు ఎందుకు ఈ సిటికి వచ్చింది. ఎవరితో వచ్చింది. ఇలాంటి ప్రశ్నలు చాల వస్తున్నాయి. కాని ఒక్కదానికి జవాబులేదు. పైగా తన కోసం ఒక్కరు కూడా పత్రిక ఆఫీసుకురాలేదు. చివరకు ఫోన్ కూడా చెయ్యలేదు. ఏమిటి తన పరిస్థితి. ఇంకా ఎంత కాలం ఈ నరకయాతన అనుభవించాలి.

ఆలోచనలతో తల వేడెక్కి పోతుంది అనామికకు. కనీసం ఇందిర ఉంటే టైం పాస్ అయ్యేది. ఇలాంటి పిచ్చిపిచ్చి ఆలోచనలలు వచ్చేవి కావు. కాని ఆమె లేదు. రేపు సాయంత్రం వరకు వాళ్ళు రారు. అంతవరకు ఒంటరిగా గడపాలి. పిచ్చిపిచ్చి ఆలోచనలతో సతమతం కావాలి.

అప్పుడే ఒక బైక్ వచ్చి ఆమె ఇంటిముందు ఆగింది.

అనామిక ఆలోచననుంచి తేరుకుని చూసింది. బైక్ మీద

ఇంద్రజిత్ కనిపించాడు. అతని వీపు వెనుక పెద్ద బ్యాగ్ ఉంది.

"హలో అనామిక గారు ఎలా ఉన్నారు"బైక్ దిగకుండానే అడిగాడు.

బలవంతంగా తన పెదువులమీదకు నవ్వు తెచ్చుకుంది అనామిక.

"బాగున్నాను. మీరు ఎక్కడికో వెళుతున్నట్టు ఉన్నారు"అంది.

"ఒక ముఖ్యమైన అసైన్ మెంట్ మీద పావురాలపల్లికి వెళుతున్నాను. మిమ్మల్ని ఒకసారి చూసి వెళదామని వచ్చాను. మీ క్షేమసమాచారం చూడమని రావుగారు మరిమరిచెప్పారు"అన్నాడు ఇంద్రసేన్.

"రాకరాకవచ్చారు. లోపలికి రండి. కాఫీ తాగి వెళ్ళవచ్చు"అంది.

"అంత టైం లేదు. మరోసారి వస్తాను."

"ఒక్క నిమిషం ఆగండి. ఇప్పుడే వస్తాను"అని లోపలికి వెళ్ళింది అనామిక. ఒక చిన్న బ్యాగ్ లో తనకు కావల్సిన సామానులు సర్దుకుంది. తరువాత బయటకు వచ్చి ఇంటికి తాళం వేసింది. తిన్నగా వెళ్ళి బైక్ వెనుక కూర్చుంది.

"ఇదేమిటి మేడం. మీరు ఎక్కడికి"ఆశ్చర్యంగా అడిగాడు ఇంద్రజిత్.

"నేను కూడా మీతో వస్తున్నాను కాదనకండి"అంది అనామిక.

"నేను వెళుతుంది పిక్నిక్ కు కాదు. మృత్యుగుహలోకి. ఏ

క్షణంలో ఏం జరుగుతుందో చెప్పలేను. ఎవరు ఏ వైపు నుంచి వచ్చి ప్రాణాలు తీస్తారో అంతకంటే తెలియదు. ఆ టైంలో నన్ను నేను కాపాడుకోవటమే కష్టంఅవుతుంది. మిమ్మల్ని కూడా ఎలా కాపాడగలను"అన్నాడు ఇంద్రజిత్.

"ఏం ఫర్వాలేదు. అలాంటిది ఏం జరగదు. ఒకవేళ జరిగిన నేను బాధపడను, భయపడను. ఇలా పిచ్చిదానిలా బతకటంకంటే ప్రాణాలు పోవటమే నయం. ఇంకేం మాట్లాడకండి. బయలుదేరండి"అంటు అతని వెనుక కూర్చుంది అనామిక.

ఇంద్రజిత్ నిస్సహాయంగా చూశాడు. తను ఎంత నచ్చచెప్పిన వినదని అతనికి అర్థమైపోయింది. అందుకే గత్యంతరంలేక బైక్ స్టార్ట్ చేశాడు. బైక్ వేగంగా ముందుకు కదిలి ముందుకు దూసుకుపోయింది. పది నిమిషాల తరువాత బైక్ మెయిన్ రోడ్డు మీద వేగంగా దూసుకుపోతుంది. బయట ఎండ మాడ్చేస్తోంది. ఇంట్లో ఉండటం వల్ల అంతగా వేడి తెలియలేదు. వేడిశెగలు చెంపల్ని అదరగొడ్తున్నాయి. చున్నీ తలచుట్టు చుట్టి మొహాన్ని కవర్ చేసుకుంది అనామిక.

ఇంద్రజిత్ హెల్మెట్ వేసుకున్నాడు కనుక సరిపోయింది. రోడ్డు మీద వేగంగా దూసుకుపోతుంది బైక్. పావురాలపల్లి వైపు సాగిపోయింది. గంటన్నర తరువాత బైక్ పావురాలపల్లి పరిసరాలలో చేరుకుంది. బైక్ ను తిన్నగా ఒక గుడి ముందు ఆపాడు ఇంద్రజిత్.

"ఇది అమ్మవారి గుడి. ఈ చుట్టుపక్కల గ్రామాలలో ఈ గుడి ఎంతో ప్రాచుర్యం పొందింది. ఈ గుడికి వచ్చిన భక్తుడు కొబ్బరి కాయ కొట్టి తన మనస్సులో ఉన్న కోరిక నెరవేరాలని కోరుకుంటే ఆ కోరిక

తప్పకుండ నెరవేరుతుందని ఇక్కడ ఉన్న ప్రజల నమ్మకం. నేను కూడా నమ్ముతున్నాను. మీకు కూడా నమ్మకం ఉంటే కొబ్బరి కాయ కొట్టండి. మీరు మనస్సులో ఉన్న కోరిక నెరవేరాలని కోరుకోండి. తప్పకుండ నెరవేరుతుంది"అన్నాడు ఇంద్రజిత్.

ఇద్దరు గుడిదగ్గరకు వెళ్ళారు. చెప్పులు బయటవిడిచిపెట్టి లోపలికి వెళ్ళారు. లోపల ఉన్న షాపులో రెండు కొబ్బరి కాయలు కొన్నాడు ఇంద్రజిత్. ఒకటి అనామికకు ఇచ్చి రెండోది తను తీసుకున్నాడు. రెండు కొబ్బరికాయలను గుడిపుజారికి ఇచ్చారు. పంతులు గారు లోపలికి వెళ్ళి పూజ మొదలుపెట్టారు. ఈ లోగా అనామిక ఇంద్రజిత్ పక్కపక్కన నిలబడి చేతులు జోడించి కళ్ళు మూసుకున్నారు.

ఇంద్రజిత్ ఏం కోరుకున్నాడో ఆమెకు తెలియదు. ఆమె మాత్రం ఇలా కోరుకుంది.

"అమ్మ నాకు ఎలాగైన గతం గుర్తుకువచ్చేలా చెయ్యి. నీ మీద పూర్తి నమ్మకంతో నా కోరిక నీకు చెప్పుతున్నాను. దయచేసి ఈ కోరికను నెరవేర్చు"అని లోపల ప్రార్థించుకుంది. ఈ లోగా ఇంద్రజిత్ కూడా తన కోరిక చెప్పుకోవటం పూర్తిచేశాడు. తరువాత ఇద్దరు పంతులుగారి దగ్గరకు వెళ్ళారు. ఆయన ఇచ్చిన కొబ్బరి ముక్కలు తీసుకుని గుడి బయటకు వచ్చారు. వాటిని జాగ్రర్తగా పాలిధిన్ సంచిలో పెట్టి డిక్కిలో పెట్టాడు ఇంద్రజిత్.

"నాకు బాగా ఆకలిగా ఉంది. పక్కనే మంచి హోటల్ ఉంది. అందులో టిఫిన్ చేద్దాం"అన్నాడు ఇంద్రజిత్.

అలాగే అని తలూపింది అనామిక. బైక్ ను ఎదురుగా ఉన్న హోటల్ ముందు ఆపి ఇద్దరులోపలికి వెళ్ళారు. మూలగా ఉన్న టేబుల్ ముందు కూర్చున్నారు. తనకు టిఫిన్ వద్దు స్ట్రాంగ్ కాఫీ చాలు అంది అనామిక. ఇంద్రజిత్ మాత్రం దోశ ఆర్డర్ చేశాడు. ఇద్దరు టిఫిన్ పూర్తిచేసి బయటకు వచ్చారు. సమయం దాదాపు అయిదుగంటలు కావస్తోంది. వేడి తగ్గింది కాని ఎండ మాత్రం పూర్తిగా పోలేదు.

పది నిమిషాలు విశ్రాంతి తీసుకుని తరువాత బయలుదేరుదామని చెప్పాడు ఇంద్రజిత్. ఇద్దరు బైక్ ముందు నిలబడి కొంచం సేపు మాట్లాడుకున్నారు. తరువాత బయలుదేరారు. బైక్ వేగంగా ముందుకు కదిలింది. అయిదు నిమిషాలతరువాత రోడ్డుకు కుడివైపుకు తిరిగింది. అదంతా కచ్చా రోడ్డు. ఎగుడుదిగుడుగా ఉంది. పైగా చుట్టు పెద్దపెద్ద చెట్లు గుబురుపొదలు ఉన్నాయి. దాదాపు చిన్న సైజు అడవిలా ఉంది. దారికూడా అంత బాగా లేదు. అక్కడక్కడ గోతులు ఉన్నాయి. బైక్ బుల్లెట్ కాబటి సరిపోయింది. లేకపోతే మాములు బైక్ లు తట్టుకోలేవు. గోతిలో బైక్ దిగినప్పుడల్లా అనామిక ఎగిరి ఎగిరిపడుతోంది. అప్పుడప్పుడు కిందికి జారిపోసాగింది. గట్టిగా ఇంద్రజిత్ భుజం పట్టుకుని ఎలోగో నిలదొక్కుకుంది.

అరగంటసేపు ఆ అడవిలో ప్రయాణంచేసింది బైక్. తరువాత ఒక చెట్ట కింద ఆపాడు ఇంద్రజిత్.

హమ్మయ్య అంటు బైక్ దిగింది అనామిక. ఇంద్రజిత్ బైక్ కు

స్టాండువేసి తన బ్యాగ్ తీసుకున్నాడు.

వాచ్ చూసుకున్నాడు. సరిగ్గా అయిదున్నర కావస్తోంది. ఇంకా చీకటిపడటానికి అరగంటటైం ఉంది. ఈ లోగా వచ్చేయ్యాలని అతని ప్లాన్.

"నేను బయలుదేరుతున్నాను. అరగంటలో తిరిగివస్తాను. ఈ లోగా మీరు మాత్రం ఎక్కడికి వెళ్ళకండి. బైక్ దగ్గరే ఉండండి. చీకటిపడిన తరువాత అడవిలో సంచరించటం చాల ప్రమాదం. అందుకే నేను వచ్చేంతవరకు ఎక్కడికి వెళ్ళకండి"అన్నాడు ఇంద్రజిత్.

అలాగే మీరు ధైర్యంగా వెళ్ళండి. నాకోసం వర్రీకాకండి"అంది అనామిక.

ఇంద్రజిత్ సంచితీసుకుని వెళ్ళిపోయాడు. ఒంటరిగా మిగిలిపోయింది అనామిక. విచిత్రంగా ఆమెకు భయం వెయ్యటం లేదు. క్రమంగా చీకటి అలుముకుంటోంది. అడవిలో పూర్తిగా నిశబ్ధం నిండుకుంది. ఎక్కడో ఏదో జంతువు అరిచిన చప్పుడు అస్పష్టంగా వినిపించింది. పగలు తిండికోసం వెళ్ళిన పక్షులు అప్పుడే గూటికి చేరుకుంటున్నాయి. వాటి కిలకిలరావాలతో కొంచం సందడిగా ఉంది.

కళ్ళు చికిలించుకుని ముందుకు చూసింది అనామిక. చీకటి తప్ప ఇంకేం ఆమెకు కనిపించటంలేదు. బిక్కుబిక్కు మంటు భయపడుతూ గడిపింది. క్షణాలు నిమిషాలు భారంగా గడుస్తున్నాయి. సరిగ్గా ఆరగంట తరువాత ఇంద్రజిత్ వచ్చాడు. అతని శరీరం పూర్తిగా చెమటతో తడిసిపోయింది. నుదుటిమీద

చిరుచెమటలు అలుముకున్నాయి. మనిషి చాల నీరసంగా ఉన్నాడు. కాని కళ్ళు మాత్రం దేదిప్యమానంగా వెలుగుతున్నాయి. తన అసైన్ మెంట్ లోఅతను పూర్తిగా విజయం సాధించాడని అర్ధమవుతుంది.

"ఎక్కండి అనామికగారు మనం వెంటనే వెళ్ళాలి"అంటు హడావిడిచేశాడు.

బ్రతుకుజీవుడా అనుకుంటు అనామిక బైక్ వెనుక కూర్చుంది. ఇంద్రజిత్ బైక్ స్టార్ట్ చేసి ముందుకు పోనిచ్చాడు. అంతా చీకటి. కళ్ళు పొడుచుకున్న ఏం కనిపించటంలేదు. బైక్ హెడ్ లైట్స్ వెలుగులో దారి అస్పష్టంగా కనిపిస్తోంది. ఎలోగో అతికష్టంమీద అడవిలోంచి మెయిన్ రోడ్డు మీదకు వచ్చారు. అప్పుడు కాని అనామిక రిలాక్స్ కాలేకపోయింది.

బైక్ వేగంగా సిటివైపు పరుగులుతీసింది.

అప్పుడే అనూహ్యామైన పరిణామం జరిగింది.

"బైక్ ఆపండి"అని అనామిక గట్టిగా అరిచింది.

దీక్షగా రోడ్డు వైపు చూస్తూ డ్రైవ్ చేస్తున్న ఇంద్రజిత్ ఒక్కసారిగా ఉలిక్కిపడ్డాడు. అతని కాళ్ళు బ్రేక్ లను గట్టిగా అదిమాయి. కీచుమంటు చప్పుడు చేస్తూ బైక్ పేవ్ మెంట్ మీద ఆగింది.

"ఏం జరిగింది అనామికగారు. అంత గట్టిగా అరిచారు"అన్నాడు ఇంద్రజిత్ వెనక్కి తిరిగి.

"నా పేరు అనామిక కాదు. అమ్రపాలి. నేను ఈ బైక్ మీదకు

ఎలా ఎక్కాను'' తీక్షణంగా అడిగింది అనామిక.

"మీరేం మాట్లాడుతున్నారో నాకు అర్ధంకావటం లేదు అనామిక గారు''అంటు ఇంకా ఏదో చెప్పబోయాడు. మద్యలోనే అందుకుంది అనామిక.

"ఇంతకుముందే నా పేరు అనామిక కాదు అమ్రపాలి అని చెప్పాను. మీరు ఎవరు. నేను ఈ బైక్ మీద ఎలా ప్రయాణం చేస్తున్నాను''అంది అనామిక.

ఏదో చెప్పబోయాడు ఇంద్రజిత్. అప్పుడే అప్రయత్నంగా అతనికి రావు చెప్పిన మాటలు గుర్తుకువచ్చాయి. ఆ రోజు అనామిక తన గురించి పూర్తిగా చెప్పింది. అనుకోకుండ తను గతం మరిచిపోయానని సమాయానికి రావు వచ్చి ఆదుకున్నాడని చెప్పింది. అప్పుడు పోయిన గతం ఆమెకు ఇప్పుడు తిరిగివచ్చింది. అమ్మవారి మహిమ ఇంకోసారి రుజువు అయింది.

"మీరు చెప్పింది నిజమే మేడం. మీ పేరు అనామిక కాదు. కాని మీరు అనామికగానే మాకు పరిచయం అయ్యారు. రావు గారే మిమ్మల్ని కాపాడాడరు. తన ఇంట్రో ఆశ్రయం ఇచ్చారు''అంటు అంతా వివరంగా చెప్పాడు ఇంద్రజిత్.

అనామిక ఉరఫ్ అమ్రపాలి మొహం సున్నం కొట్టినట్టు తెల్లగా పాలిపోయింది.

"మైగాడ్ ఇంత కధ నడిచిందా. ఒకసారి మీ సెల్ ఇవ్వండి. అర్జంట్ కాల్ చేసుకోవాలి''అంది అమ్రపాలి.

ఇంద్రజిత్ ఇచ్చిన సెల్ తీసుకుని ఏదో నెంబర్ కు కాల్ చేసింది.

అవతలమనిషి లైన్ లోకి రాగానే అంది.

"మేనేజర్ నేను అమ్రపాలిని పావురాలపల్లినుంచి మాట్లాడుతున్నాను. వెంటనే కారు తీసుకుని ఇక్కడికి రండి. ఇది చాల అర్జంట్. ఏమాత్రం ఆలస్యం చెయ్యకండి. మీకోసం ఎదురుచూస్తూ ఉంటాను"అంది.

"అలాగే మేడం వెంటనే బయలుదేరుతున్నాను. కాని మీరు పావురాలపల్లి ఎప్పుడు వచ్చారు. నాకు చెప్పనే లేదు"అన్నాడు మేనేజర్ విస్తూబోతూ.

"ఆ విషయం తరువాత చెప్తాను. ముందు మీరు బయలుదేరిరండి"అని లైన్ కట్ చేసింది అమ్రపాలి. తరువాత సెల్ ఇంద్రజిత్ కు ఇచ్చి అటుఇటు పచార్లు చెయ్యటం మొదలుపెట్టింది. అనామికగా ఉన్నప్పుడు ఆమె బాడి లాంగ్వేజ్ అమ్రపాలిగా మారినప్పుడు ఉన్న బాడి లాంగ్వేజ్ కు చాల తేడాలు ఉన్నాయి. అనామిక ఒక మద్యతరగతి అమ్మాయి. దానికి తగినట్టుగా ఆమె ప్రవర్తన ఉండేది. ఇప్పుడు ఆమె అమ్రపాలి. పేరుతో పాటు ఆమె బాడి లాంగ్వేజ్ కూడా బాగా మారిపోయింది. ఒక కంపెని ఎగ్జిక్యూటివ్ లాగా ఉంది ఆమె ప్రవర్తన.

"మేడం మీ పేరు ఎక్కడో విన్నాను. కాని ఇప్పుడు గుర్తుకురావటం లేదు. మీరు ఎవరో చెప్తారా"అడిగాడు ఇంద్రజిత్.

"అమ్రపాలి గ్రూప్ ఆఫ్ కంపెనీలకు చెయిర్ పర్సన్ కమ్ యం.డి ని"మెల్లగా అంది ఆమె. కాని ఆ మాటలు ఇంద్రజిత్ ను మిస్సైల్ లా

తగిలాయి.

ఒక సునామి అలతాకినట్టుగా కంపించిపోయాడు.

భాగం--26

ఆ కంపెనీల గురించి అతను ఎంతో విన్నాడు. బిజనెస్ మాగ్యజైన్ లో కూడా చదివాడు. కాని ఎప్పుడు అమ్రపాలి ఫోటో చూడలేదు. అందుకే ఆమెను గుర్తుపట్టలేకపోయాడు. ఒక అద్భుత దృశ్యం చూస్తున్నట్టాగా ఉంది అతని పరిస్థితి. ఏం మాట్లాడాలో ఎలా రియాక్ట్ కావాలో అతనికి తోచలేదు. రెండు క్షణాలు భారంగా గడిచాయి. ఇంద్రజిత్ తేరుకుని చూశాడు.

పేవ్ మెంట్ మీద అటు ఇటు తీవ్రంగా పచార్లు చేస్తోంది అమ్రపాలి. అప్పుడప్పుడు తనలో తాను తాను ఏదో మాట్లాడకుంటోంది ఆమె. ఆ మాటలు స్పష్టంగా వినిపించటంలేదు ఇంద్రజిత్ కు. కాని పాప అనటం మాత్రం వినిపించింది. ఆమెతో ఇంకా ఏదో మాట్లాడాలని అనుకున్నాడు అతను. కాని ఆ అవకాశం ఆమె ఇవ్వటం లేదు. కాలుగాలిన పిల్లలా ఉద్వేకంతో తిరుగులోంది. పక్కన ఇంద్రజిత్ ఉన్నాడన్న సృహ కూడా ఆమెకు లేదు.

గంట సేపు ఇద్దరు ఒకరికి ఒకరు మాట్లాడుకోలేదు.

అప్పుడే ఒక విదేశీ కారు వచ్చి పేవ్ మెంట్ ముందు ఆగింది. అందులోంచి ఒక వ్యక్తి దిగి హడావిడిగా అమ్రపాలి దగ్గరకు వచ్చాడు.

"మేడం కారు సిద్ధంగా ఉంది. బయలుదేరుదామా" అడిగాడు మెల్లగా.

"పదండి" అంటు అమ్రపాలి కారు వైపు నడిచింది. కారు డోర్ తెరుస్తూ ఇంద్రజిత్ వైపు చూసింది.

"అర్జంట్ పని వల్ల రావుగారికి చెప్పలేకవెళుతున్నాను. ఒకటిరెండు రోజులలో నేనే కాల్ చేస్తానని చెప్పండి. అలాగే ఆయనకు నా ధ్యాంక్స్ కూడా చెప్పండి. మీకు కూడా ధ్యాంక్స్" అని చెప్పి కారులో కూర్చుంది. మరుక్షణం కారు వేగంగా కదిలింది. హైదరాబాదు వైపు దూసుకుపోయింది. ఇంద్రజిత్ ఏం మాట్లాడలేదు. నోరు తెరుచుకుని చూస్తూ ఉండిపోయాడు, నిజానికి అతను ఇంకా షాక్ లోంచి తేరుకోలేదు. ఏదో ట్రాన్స్ లో ఉన్నట్టు కదలకుండ ఉన్నాడు. కారు వెళ్ళిన తరువాత కాని అతను తేరుకోలేదు. వెంటనే సెల్ తీసి రావు నెంబర్ కు కాల్ చేశాడు. అదృష్టవశతు ఆయన వెంటనే లైన్ లోకి వచ్చాడు. జరిగినదంతా చెప్పాడు

భాగం--27

కారు వేగంగా దూసుకుపోతుంది. వెనుక సీటులో కూర్చున్న అమ్రపాలి ఉద్వేకంతో కంపించిపోతుంది. ఎంత ప్రయత్నించిన పాప గురించి ఆలోచించకుండ ఉండలేకపోతుంది. సరిగ్గా ఆరునెలలలు ముందు తన పాపతో ఈ సిటికి వచ్చింది. పాపను ఇంటర్నేషనల్ స్కూలులో చేర్పించింది. వాళ్ళు చెప్పిన ఫీజు సంవత్సరం వరకు కట్టేసింది. తరువాత పాపతో పది నిమిషాలు మాట్లాడింది. స్కూలు లో ఎలా ఉండాలో మెల్లగా చెప్పింది. బయలుదేరబోతుంటే పాప ఒక్కసారిగా బోరుమంటు ఏడ్చేసింది. చప్పున పాపను తన గుండెలకు హత్తుకుంది అమ్రపాలి.

"మంచి పిల్లలు ఏడ్వరు. నేను అప్పుడుప్పుడు నిన్ను చూడడానికి వస్తాను. మీ తాతగారు నిన్ను ఒక గొప్ప వ్యక్తి తీర్చిదిద్దాలని చెప్పారు. ఆ కోరిక నెరవేరాలంటే నువ్వు బాగా చదువుకోవాలి. గొప్పదాన్ని కావాలి. జరిగినదంతా మరిచిపో. హాయిగా చదువుకో. నిన్ను ఎవరు ఇక్కడ ఇబ్బందిపెట్టరు. ఎవరికి భయపడవలసిన అవసరం లేదు"అని ఇంకా చాల చెప్పింది అమ్రపాలి.

పాప కళ్ళు తుడుచుకని అలాగే అని బుద్ధిగా తలూపింది.

తరువాత పాపకు టాటా చెప్పి స్కూల్ నుంచి బయటకు వచ్చేసింది. ఆమె ప్రోగ్రాం ప్రకారం వెంటనే ఫ్లైట్ లో ఆమె ఢిల్లీ చేరుకోవాలి. షాపింగ్ చేసినతరువాత వెళదామని క్యాబ్ లో సూపర్ బజార్ చేరుకుంది. సిటిలో పెద్ద సూపర్ బజార్ అది. కావల్సిన సామానులు తీసుకుని సూపర్ బజార్ నుంచి బయటకు వచ్చింది. అప్పుడే ఊహించని ఉపద్రవం జరిగింది. తన గతం గురించి పూర్తిగా మరిచిపోయింది. అనామికలా ఊరుపేరులేకుండ అనామకురాలిలా జీవించింది. ఇదంతా ఇంద్రజిత్ చెప్పినప్పుడు ఆశ్చర్యపోయింది. నిజజీవితంలో ఇలా కూడా జరుగుతుందో అని ఆశ్చర్యపోయింది.

అకస్మాతుగా గతం ఎలా మరిచిపోయిందో అలాగే మళ్ళి గతం గుర్తుకువచ్చింది. అప్పుడే పాప విషయం గుర్తుకువచ్చింది ఆమెకు. దాంతో ఆమె మైండ్ పూర్తిగా బ్లాంక్ అయిపోయింది. పాపను విడిచివచ్చేటప్పుడు అప్పుడప్పుడు చూడటానికి వస్తానని చెప్పింది. లేకపోతే ఫోన్ చేస్తానని కూడా చెప్పింది. కాని గతం మరిచిపోవటం వల్ల పాపను కలుసుకోలేకపోయింది. ఫోన్ కూడా చెయ్యలేకపోయింది. ఇప్పుడు పాప ఎలా ఉందో. తన కోసం ఎంత మదనపడుతుందో. ఎంత బాధపడతుందో, అది తలుచుకుంటే అమ్రపాలికి కాళ్ళుచేతులు ఆడటం లేదు. అసహనంగా ఉంది. ఎప్పుడెప్పుడు పాపను చూస్తానా అని తెగ ఆత్రుతపడులోంది.

అమ్రపాలి చుట్టు ఉన్న పరిసరాలను గమనించటం లేదు. కళ్ళు మూసుకుని పాపను గురించి ఆలోచిస్తోంది. సరిగ్గా గంట తరువాత కారు హైదరాబాదు చేరుకుంది. కారుని తిన్నగా ఒక ఫైవ్

స్టార్ హోటల్ ముందు ఆపాడు మేనేజర్.

కారుదిగి హోటల్ రిసప్షన్ కౌంటర్ దగ్గరకు వెళ్ళాడు. రెండు క్షణాలు ఏదో మాట్లాడాడు. తరువాత అమ్రపాలి దగ్గరకు తిరిగివచ్చాడు.

"మీ కోసం స్పెషల్ సూట్ రిజర్వ్ చేయించాను. హాయిగా వెళ్ళి రెస్ట్ తీసుకోండి. రేపు ఉదయం ఎన్ని గంటలకు రమ్మంటారు"అడిగాడు మేనేజర్.

"తొమ్మిది గంటలకు వచ్చేయ్. అలాగే ఢిల్లీ ఫ్లైట్ కు రెండు టికెట్స్ బుక్ చెయ్యి. ముందు స్కూలుకు వెళ్ళి పాపను పికప్ చేసుకుందాం. తరువాత ఏయిర్ పోర్ట్ కు వెళదాం"అంది అమ్రపాలి.

అలాగే అని చెప్పాడు మేనేజర్. తరువాత మేనేజర్ కారు తీసుకుని వెళ్ళిపోయాడు. అమ్రపాలి నిద్రలోనడుస్తున్నదానిలా లోపలికి నడిచింది. కౌంటర్ దగ్గర ఆమె కోసం మేనేజర్ సిద్ధంగా ఉన్నాడు. అతనే స్వయంగా అమ్రపాలిని ఆమె సూట్ లోకి తీసుకువెళ్ళాడు. మిగత ఫార్మాలిటిస్ పూర్తయిన తరువాత మేనేజర్ వెళ్ళిపోయాడు.

నీరసంగా మంచంమీద కూర్చుంది అమ్రపాలి. తలుచుకుంటే ఆమెకు ఇంకా ఆశ్చర్యం తగ్గలేదు. పైగా పాప గురించిన బెంగ ఇంకా ఎక్కువైంది. ఇప్పటికిప్పుడే స్కూల్ కు వెళ్ళాలని ఉంది ఆమెకు. కాని అది వీలులేదు. సాయంత్రం ఆరుగంటలైన తరువాత ఎవరిని స్కూల్ లోపలికి రానివ్వరు. వాళ్ళు తల్లి తండ్రులయిన సరే. అది స్కూల్ రూల్.

రేపు ఉదయం తొమ్మిది గంటలకు వెళ్ళాలి. పాపను తీసుకుని ఢిల్లీచేరుకోవాలి. అక్కడ పరిస్థితులు ఎలా ఉన్నాయో ఊహకు అందటంలేదు. ఆమె తండ్రి ఊరునుంచి వచ్చాడో లేదో కూడా తెలియటంలేదు. చేతిలో సెల్ లేదు. రేపు తప్పకుండ ఆయనతో మాట్లాడాలి. కంపెనీ వ్యవహారాలగురించి తెలుసుకోవాలి. బట్టలు కూడా మార్చుకోకుండ అలాగే పడుకుంది అమ్రపాలి. కళ్ళు మూసుకుని నిద్రపోవటానికి ప్రయత్నించింది. కాని ఎంత ప్రయత్నించిన నిద్ర ఆమె దగ్గరకు రావటం లేదు. మాటిమాటికి పాప దీనమైన మొహం కళ్ళముందు కదులుతోంది.

అసహనంతో లేచి కూర్చుంది అమ్రపాలి. తలుపు తెరుచుకుని బయటకు వచ్చింది. విశాలమైన కారిడార్ నిశబ్దంగా ఉంది. అక్కడక్కడ గుడ్డిగా జీరోవాట్ బల్బ్ లు మాత్రం వెలుగుతున్నాయి. లిఫ్ట్ లో కిందికి దిగింది అమ్రపాలి. తిన్నగా కెఫీటేరియాలోకి వెళ్ళి కూర్చుంది. అది స్టార్ హోటల్ కనుక కాఫీ ఇరవైనాలుగుగంటలుదొరుకుతుంది.

కాఫీ సిప్ చేస్తూ ఆరునెలలకు ముందు జరిగిన సంఘటన గుర్తుకు తెచ్చుకుంది.

భాగం--28

సింగపూర్ లో హోటల్ హిల్టన్ లో తన గదిలో అటుఇటు అసహనంగా తిరుగులోంది. ఆమె చేతిలో ఒక ఫైలు ఉంది. అది అమ్రపాలి ఫూడ్ ప్రోడక్ట్స్ కంపెనికి సంబంధించిన ఫైలు. అందులో ఆ సంవత్సరం అ కంపెనికి సంబంధించిన ఫైనాన్షియల్ స్టేట్ మెంట్స్ ఉన్నాయి. గత సంవత్సరంతో పోల్చుకుంటే అమ్మకాలు గణణీయంగా తగ్గిపోయాయి. అదే సమయంలో ఆమె రైవల్ కంపెని రాయల్ ఫుడ్ ప్రోడక్ట్స్ కంపెని అమ్మకాలు విపరీతంగాపెరిగాయి. పోయిన సంవత్సరం కంటే అమ్మకాలు రెండు ఇంతలు పెరిగాయి. దీనికి కారణం ఏమిటో అమ్రపాలికి బోధపడటంలేదు. గత నాలుగు సంవత్సరాలనుంచి ఇలాగే జరుగులోంది. నిజం చెప్పాలంటే అమ్రపాలి ఫుడ్ ప్రొడక్ట్స్ తయారుచేస్తున్న పాలపోడి నాణ్యత రాయల్ కంపెని తయారుచేస్తున్న పాలకపోడి కంటే చాల ఎక్కువ. పైగా ఖరీదు కూడా తక్కువ. అయిన అందరు రాయల్ కంపెని సరుకునే కొంటున్నారు. దీనికి కారణం ఏమిటో అమ్రపాలి తెలుసుకోలేకపోయింది.

ఈ విషయం మీద తన ఫుడ్ స్పెషలిస్ట్ ప్రొఫెసర్ జమదగ్నితో సంప్రదించింది. అతనికి కూడా విషయం అర్ధంకాలేదు. అమ్రపాలి

గ్రూపులో ఉన్న అన్ని కంపెనీలు మొదటి స్ధానంలో ఉన్నాయి. విపరీతమైన లాభాలతో దేదీప్యమానంగా వెలిగిపోతున్నాయి. కాని అమ్రపాలి ఫుడ్ ప్రొడక్ట్స్ కంపెని మాత్రం రెండో స్ధానంలో ఉంది. పైగా లాభాలు చాల తక్కువగా ఉన్నాయి.

“అప్పుడే ఆమె సెల్ ఫోన్ చప్పుడు చేసింది. అమ్రపాలి ఆలోచనలనుంచి తెప్పిరిల్లి డిస్ ప్లే వైపు చూసింది. స్క్రీన్ మీద జమదగ్ని నెంబర్ కనిపించింది. వెంటనే ఆన్ చేసి “చెప్పండి అంకుల్”అంది మెల్లగా.

“బిజిగా ఉన్నావా ఫ్రీగా ఉన్నావా”అడిగాడు జమదగ్ని.

“ప్రస్తుతం ఫ్రీగానే ఉన్నాను. అమ్రపాలి ఫుడ్ ప్రొడక్ట్స్ కు సంబంధించిన స్టేట్ మెంట్స్ చూస్తున్నాను”అంది అమ్రపాలి.

“కొంచంమైన ఎదుగుదల కనిపించిందా”అడిగాడు జమదగ్ని.

“లేదు అంకుల్. ఎక్కడ వేసిన గొంగళి అక్కడే వేసినట్టుగా ఉంది”నిరుత్సాహంగా అంది అమ్రపాలి.

“నేను వస్తున్నాను. ఇంకో పదిహేను నిమిషాలలో నీ ముందు ఉంటాను. నీతో ఒక ముఖ్యమైన విషయం చెప్పాలి. అపాయింట్ మెంట్ ఇస్తావా.”

“నవ్వింది అమ్రపాలి.

“మీకెందుకు అపాయింట్ మెంట్ అంకుల్. మీరు ఎప్పుడు పడితే అప్పుడు రావచ్చు. మీకు అడ్డు ఉండదు”అంది అమ్రపాలి.

“సరే వెంటనే బయలుదేరుతున్నాను. నాకు ఇష్టమైన డ్రింక్ మాత్రం రెడి చెయ్యి చాలు”అని చెప్పి లైన్ కట్ చేశాడు జమదగ్ని.

అమ్రపాలి కూడా సెల్ ఆఫ్ చేసి ఫ్రిజ్ దగ్గరకు వెళ్ళింది. అందులోంచి జమదగ్నికి ఇష్టమైన డ్రింక్ బాటిల్ తీసి టీపాయ్ మీద పెట్టింది. అయన కోసం ఎదురుచూస్తూ కూర్చుంది. చెప్పినట్టుగానే పదిహేను నిమిషాల తరువాత లోపలికి వచ్చాడు జమదగ్ని.

"మీ డ్రింక్ రెడిగా ఉంది అంకుల్"అంది అమ్రపాలి అందంగా నవ్వుతూ.

ఇద్దరు ఎదురుఎదురుగా కూర్చుని మొదటి రౌండ్ పూర్తిచేశారు.

"ఇప్పుడు చెప్పండి అంకుల్. ఏదో ముఖ్యమైన విషయం చెప్పాలని అన్నారు"గ్లాస్ టీపాయ్ మీద పెట్టి అంది అమ్రపాలి.

"ఈ విషయం నీకు ఉపయోగపడుతుందో లేదో తెలియదు. కాని చెప్పాలనిపిస్తుంది. అందుకే ఈ టైంలో రావలసివచ్చింది"అన్నాడు.

"ఫర్వాలేదు చెప్పండి"అంది అమ్రపాలి.

"రెండు నెలలకు ముందు నా కూతురిని చూడటానికి కెన్యాదేశానికి వెళ్ళాను. అక్కడ నా అల్లుడు కెమికల్ ఇంజినీర్ గా ఒక పెద్ద కంపెనిలో పనిచేస్తున్నాడు. అప్పుడే నాకు కెన్యా దేశస్థుడితో పరిచయం అయింది. అతను మా అమ్మాయి ఇంటిపక్కనే ఉంటున్నాడు. అతనికి కూడా దాదాపు నా అంత వయస్సు ఉంటుంది. యాంటి డ్రగ్స్ డిపార్ట్ మెంట్ లో పనిచేస్తున్నాడు. ఇద్దరు రోజు కలుసుకునేవాళ్ళం. పిచ్చాపాటి మాట్లాడుకునేవాళ్ళం. ఒక రోజు మాములుగా ఇద్దరం రాత్రి వేళ కలుసుకున్నాం. మాటల సందర్భంలో

అతను ఒక ఆకుగురించి చెప్పాడు. ఆ చెట్టలు కెన్యా దేశంలో మాత్రమే పెరుగుతుంది. "

"ఆ చెట్టు ఆకులు అద్భుతమైన గుణం ఉంది. ఆ చెట్టు ఆకులను బాగా నూరి ఏదైన ద్రవంలో కలిపి తాగితే విపరీతమైన మత్తు ఆవహిస్తుంది. అది ఏమంత పెద్ద విషయం కాదు. కాని వింత ఏమిటంటే ఆ ద్రవం ఒకసారి తాగితే మనిషి పూర్తిగా దానికి బానిస అయిపోతాడు. ఆ ద్రవం లేనిదే ఒక్కరోజు కూడా ఉండలేడు. ఆశ్చర్యం ఏమిటంటే ఆ ఆకు ఏ ద్రవంలో అయిన తేలికగా కలిసిపోతుంది. దాని వల్ల ఆ ఆకు ఆనవాలు కొంచం కూడా ఉండదు. ఒకసారి ఆ ద్రవం తాగితే ఇంతే సంగతులు. పదేపదే ఆ ద్రవం కావాలనిపిస్తుంది. గొప్ప విల్ పవర్ ఉంటే కాని ఆ అలవాటునుంచి తప్పించుకోలేరు. "

"మైగాడ్ చాల విచిత్రమైన విషయం చెప్పారు అంకుల్"అంది అమ్రపాలి.

"మాములు పరిస్ధితిలో అయితే ఈ విషయం నేను నీకు ప్రత్యేకంగా చెప్పేవాడిని కాను. కాని ఈ విషయానికి రాయల్ ఫుడ్ ప్రొడక్ట్ కంపెని యం.డి షాకాల్ కు సంబంధం ఉంది. అందుకే చెప్పవలసివచ్చింది"అన్నాడు జమదగ్ని.

అంతవరకు మాములుగా ఉన్న అమ్రపాలి నిటారు అయింది.

"ఏమిటి మీరు అంటున్నది"అంది అమ్రపాలి. షాకాల్ కు దీనికి ఏమిటి సంబంధం?

"ప్రతి సంవత్సరం నాలుగుసార్లు షాకాల్ కెన్యా వెళతాడు. అక్కడ అతనికి ఏం పనో నాకు తెలియదు.ఈ విషయం నాకు చాల

రోజులనుంచి తెలుసు. కాని అప్పుడు ఆ విషయానికి నేను పెద్దగా ప్రాధాన్యత ఇవ్వలేదు. మాములు విషయం అన్నట్టుగా ఉండిపోయాను. కాని ఎప్పుడైతే ఈ ఆకు విషయం తెలిసిందో అప్పుడు కొంచం అనుమానం వేసింది. అందుకే నీ దగ్గరకు పరిగెత్తుకుంటు వచ్చాను"అన్నాడు జమదగ్ని.

"మీ అనుమానానికి ఆధారం"తన ఆశ్చర్యం లోపల అణచుకుంటు అడిగింది అమ్రపాలి.

"ఒక వేళ షాకాల్ ఆ ఆకులను పాలపొడిలో కలుపుతున్నాడని నాకు అనుమానంగా ఉంది. గతం ఒకసారి గుర్తుతెచ్చుకో. దాదాపు నాలుగుసంవత్సరాలకు ముందు రాయల్ కంపెని అమ్మకాలు చాలతక్కువగా ఉండేవి. మన కంపెని అమ్మకాలలో సగం కూడా లేదు. కాని ఉన్నట్టుండి నాలుగు సంవత్సరాల తరువాత ఆ కంపెని అమ్మకాలు ఒకేసారి విపరీతంగా పెరిగిపోయింది. క్వాలిటి విషయంలో కాని ధర విషయంలో కాని మనతో అది సాటి రాదు. అయిన అ కంపని అమ్మకాలు విపరీతంగా పెరిగింది. అది ఒక్కసారిగా. అప్పుడు కారణం నాకు తెలియలేదు. కాని ఇప్పుడు తెలుస్తోంది. నా ఉద్దేశం షాకాల్ ఆ ఆకును పాలపొడిలో కలుపుతూ ఉండాలి. దానికి పసిపాపలు పూర్తిగా అడిక్ట్ అయిపోయారు. ఆ పాలుతాగనిదే ఉండలేని స్ధితికి వచ్చారు. అందుకే అతని పాలపొడి అమ్మకాలు అంతా బాగా పెరిగిపోయింది. ఇది నా అభిప్రాయం మాత్రమే . ఇందులో నిజం ఉండవచ్చు. లేకపోవచ్చు"అన్నాడు జమదగ్ని.

"అనుమానం అంటు వచ్చింది కనుక. దాన్ని తీర్చుకోవటం

మంచిది. ఒకసారి రాయల్ ఫుడ్ ప్రొడక్ట్ ను లాబ్ లో పరీశీలించండి. రిపోర్ట్ తయారుచేసి నాకు మాత్రం ఇవ్వండి. నేను ఈ రోజు రాత్రి ఇండియా బయలుదేరుతున్నాను. ఎల్లుండి నాన్నగారి పుట్టిన రోజు. ప్రతిసారి లాగే ఈ ఏడాది కూడా ఆయన పుట్టిన రోజు వేడుకలను ఘనంగా చెయ్యాలనుకుంటున్నాను. మీరు వస్తారు కదూ అంకుల్"అంది అమ్రపాలి.

"నేను లేకుండ వాడు పుట్టినరోజు జరుపుకోడు. తప్పకుండ వస్తాను. ఇంకో రెండుగంటలలో నాకు ఫ్లైట్ ఉంది. రిపోర్ట్ తయారుచేసి మీ నాన్నగారి పుట్టిన రోజున ఇస్తాను. అంతవరకు ఈ విషయం మన మద్యనే ఉండని. మూడో మనిషికి తెలియటానికి వీలులేదు"అన్నాడు జమదగ్ని.

"అలాగే అంకుల్. మీ రిపోర్ట్ కోసం ఎదురుచూస్తూ ఉంటాను. నిజంగా మనం అనుకున్నట్టుగా ఈ రిపోర్ట్ లో ఉంటే వెంటనే సంబంధిత మంత్రిని కలుకుని కలుసుకుంటాను. జరిగిన దంతా రాసి ఇస్తాను. ఆ ఫుడ్ ప్రొడక్ట్ మీద బాన్ విధించమని కోరుతాను"అంది అమ్రపాలి.

నవ్వాడు జమదగ్ని.

"ఎందుకు నవ్వుతున్నారు అంకుల్."

"నీకు షాకాల్ గురించి తెలియదమ్మ. చాల దుర్మార్గుడు. పైకి బిజినెస్ టైకూన్ లాగా కనిపిస్తాడు. కాని లోపల వాడికి ఇంకో రూపం ఉంది. అది మాఫియా రూపం. చాల మంది డాన్ లతో అతనికి ప్రత్యేకసంబంధాలు ఉన్నాయి. పైగా అధికారంలో ఉన్న

రాజకీయపార్టిలతో అతనికి సత్ సంబంధాలు ఉన్నాయి. ఇద్దరు కేంద్రమంత్రులు అతనికి మంచి స్నేహితులు. వాళ్ళ అండదండలతో అతను ఇలాంటి పనులు చేస్తున్నాడు. నువ్వు ఇంకా చిన్న పిల్లవు. అతనితో తలపడటం అంత మంచిది కాదు. మీ నాన్నగారు నీలాగే మంచి మనిషి. అన్యాయలను ఏమాత్రం సహించేవాడు కాడు. షాకాల్ గురించి తెలియకుండ ఒకటి రెండు సార్లు అతనితో తలపడ్డాడు. పోలీసులకు కూడా రిపోర్ట్ ఇచ్చాడు. కాని ఏం జరగలేదు. ఎన్నిసార్లు రిపోర్ట్ ఇచ్చిన అధికారులు అతని మీద చర్య తీసుకోలేదు. కనీసం దాని గురించి విచారణ జరపలేదు.దీన్ని బట్టి అతనికి ఎంత పరపతి ఉందో నీకు అర్ధమవుతుంది. అందుకే షాకాల్ విషయంలో జాగ్రర్తగా ఉండమమని చెప్పుతున్నాను. ఇది నిన్ను భయపెట్టటానికి అనటం లేదు. ముందు జాగ్రర్తకోసం చెప్పుతున్నాను. సరే వస్తానమ్మా ద్యాంక్యు ఫార్ యువర్ డ్రింక్. ఫంక్షన్ లో కలుసుకుందాం"అంటు లేచాడు జమదగ్ని.

అతనితో పాటు తను లేచింది అమ్రపాలి. గుమ్మం వరకు వెళ్ళి అతన్ని సాగనంపింది. తరువాత కూర్చుని కళ్ళు మూసుకుంది. ,షాకాల్ రూపం ఆమె కళ్ళముందు గోచరించింది. కొన్ని నిమిషాల వరకు అతని గురించి ఆలోచిస్తూ గడిపింది. తరువాత లేచి ఫోన్ అందుకుంది. ఏదో నెంబర్ డయల్ చేసి మాట్లాడింది. తరువాత తన సామానులు సర్దుకుంది.

సరిగ్గా మూడు గంటల తరువాత ఆమె రూమ్ చెక్ అవుట్ చేసింది. బిల్ పే చేసి గదిలోంచి బయటకు వచ్చింది. ఆమె కోసం

కంపెని కారు హోటల్ ముందు సిద్ధంగా ఉంది. ఒక సింగపూర్ బ్రాంచ్ మేనేజర్ తప్ప ఇంకేవరు ఆమె పక్కన లేరు. గ్రేస్ ఫూల్ గా నడుస్తూ వెళ్ళి కారు వెనుక సీటులో కూర్చుంది. మరుక్షణం కారు వేగంగా ఏయిర్ పోర్ట్ వైపు కదిలింది.

ఆమె కారు కనుమరుగైపోయిన వెంటనే హోటల్ సిబ్బందిలో ఒకడు అలర్ట్ అయ్యాడు. వెంటనే ఆమె గదిలోకి వెళ్ళాడు. గోడకు నిలవెత్తు అద్దం ఉంది. దాని వెనుక నుంచి ఒక చిన్న టేప్ రికార్డర్ బయటకు తీశాడు. అది మినిరికార్డర్. కాని చాల శక్తివంతమైంది. గదిలో చిన్న చప్పుడును సహితం అది పట్టుకుంటుంది. ఆ వ్యక్తి టేప్ రికార్డర్ ను జాగ్రత్తగా తీసుకువెళ్ళి రిసప్షన్ కౌంటర్ లో ఉన్న వ్యక్తికి అందచేశాడు. అతను దాన్న జాగ్రర్తగా ఒక ప్లాస్టిక్ కవరులో పెట్టి డ్రాయర్ లో దాచాడు. కొన్ని గంటలతరువాత అతను దాన్ని షాకాల్ కు విమానంలో పంపిస్తాడు. ఆ సహాయం చేసినందుకు షాకాల్ అతనికి కావల్సినంత డబ్బు ప్రతిఫలంగా ఇస్తాడు.

భాగం--29

ఇండియా న్యూఢిల్లీ.

రిపోర్ట్ పూర్తిగా రాసి కింద సంతకం పెట్టాడు జమదగ్ని. అతను ఊహించింది నిజమైంది. రాయల్ కంపెని తయారుచేసిన పాలపొడిని అతను ల్యాబ్ లో పరీక్షించాడు. అందులో ఆ ఆకుపొడి కలపబడిందని ఆధారాలతో తెలిసింది. ఆ దారుణం ఇప్పుడు మొదలైంది కాదు. దాదాపు నాలుగుసంవత్సరాలనుంచి కొనసాగుతోంది. ఆ పాలపొడికి పసిపాపలు బాగా అలవాటు పడిపోయారు. నిజం చెప్పాలంటే అడిక్ట్ అయిపోయారు. ఆ పాలుతాగకపోతే బ్రతకలేని స్థితికి వచ్చారు. కేవలం తన వ్యాపారం పెంపోదించుకోవటానికి షాకాల్ ఇంత దారుణానికి ఒడిగట్టాడు. దేశంలో ఉన్న పసిపాపలను మత్తుకు బానిస చేశాడు. ఇది ఇలాగే కొనసాగితే చాల దారుణం జరిగిపోతుంది. పసిపాపల ఈ మత్తుగా బాగా అలవాటుపడిపోతారు. అది అంతటితో ఆగదు. ఇంకా ముందుకు కొనసాగుతుంది. యువతి యువకులు దీనికి పూర్తిగా బానిస అయిపోతారు. అలా జరగటానికి వీలులేదు. షాకాల్ రాక్షసత్వానికి అడ్డుకట్టలు వెయ్యాలి. ఇది ఒక్క అమ్రపాలి వల్ల మాత్రమే

సాధ్యమవుతుంది. ఆమెకు ఈ రిపోర్ట్ అందచేస్తే సంబంధిత అధికారులకు ఈ డాక్యుమెంట్ ఇస్తుంది. వాళ్ళు తగిన చర్యలు తీసుకుంటారు. షాకాల్ మీద చట్టపరంగా చర్య తీసుకుంటారు. అతని రాయల్ ఫుడ్ ప్రొడక్ట్ కంపెనిని శాశ్వతంగా మూసివేస్తారు.

సంతకం చేసిన కాగితాన్ని జాగ్రర్తగా కవరులో పెట్టి సీల్ చేశాడు. దాని మీద టాప్ సీక్రేట్ ఫార్ అమ్రపాలి ఓన్లీ అని ఎర్రరంగు సిరాతో రాశాడు.

ఆ కవరును తీసుకుని ఇంట్లోంచి బయటకు వచ్చాడు. ఇంటికి తాళం వేసి వెళ్ళి కారులో కూర్చున్నాడు. డ్రైవింగ్ సీటులో కూర్చుని కారుస్టార్ట్ చేశాడు. కారుమెల్లగా అమ్రపాలి ఇల్లు వర్మ మాన్షన్ వైపు కదిలింది.

XXXX

వర్మ మాన్షన్ లైట్ల వెలుగులో దేదిప్యమానంగా వెలిగిపోతుంది. హాలుమధ్యలో అమ్రపాలి తండ్రి జయవర్మ ఆయన భార్య విశాల నిలబడిఉన్నారు. లోపలికి వస్తున్న ఆహుతులు వర్మను అభినందించి కానుకలు అందచేస్తున్నారు. పక్కనే కొంచం దూరంలో అమ్రపాలి అటు ఇటు హడావిడిగా తిరుగుతోంది. ఆహుతులను రిసివ్ చేసుకుని వాళ్ళను లోపలికి తీసుకువెళుతోంది. దాదాపు ఆహుతులు అందరు వచ్చేశారు. ఒక్క ప్రొఫెసర్ జమదగ్ని తప్ప.

ఆరుగంటలు దాటిపోయిన ఇంతవరకు అతని జాడలేదు. ఇలా ఎప్పుడు జరగలేదు. ప్రతి సంవత్సరం ఒకగంటముందే ఆయన వచ్చేవాడు. అమ్రపాలికి సహాయపడేవాడు. కాని ఈ రోజు మాత్రం

ఆరున్నర అయిన జాడలేదు. అందుకే అమ్రపాలి కొంచం ఆందోళనపడుతోంది. ఆహుతులందరు వచ్చేశారు. ఫంక్షన్ మొదలైంది. అందరు తాగుతూ ఎంజాయ్ చేస్తున్నారు. అది హైక్లాస్ కార్పోరేట్ పార్టీ కనుక మందుకు కొదవలేదు. జ్యాక్ బాక్స్ లోంచి సన్నగా విదేశీ సంగీతం వినిపిస్తోంది.

మామూలుగా అయితే ప్రతి సారి తండ్రి పుట్టిన రోజు పార్టీని ఎంజాయ్ చేసేది. చురుకుగా తిరుగుతూ అందరితో కలివిడిగా ఉండేది. కాని ఈ సారి మాత్రం ఆమె మూడ్ బాగా లేదు. ప్రతి క్షణం జమదగ్ని గురించి ఆలోచిస్తోంది.

"ఇంకా జమదగ్ని రాలేదా అమ్మా"అడిగాడు వర్మ కూతురిని.

"ఇంకా లేదు నాన్న. అంకుల్ కోసమే నేను కూడా ఎదురుచూస్తున్నాను అంది అమ్రపాలి.

"ఒకసారి కాల్ చేసి చూడు"అన్నాడు వర్మ.

అమ్రపాలి వెంటనే సెల్ తీసి జమదగ్నికి కాల్ చేసింది. ఏం వినిపించటం లేదు. అంతా సైలెంట్ గా ఉంది. సెల్ స్విచ్ ఆఫ్ చేసి ఇంకోసారి ప్రయత్నించింది. షరా మాములే. విస్సుగా సెల్ ఆఫ్ చేసి బయటకు వచ్చింది.

ఇంకో అరగంట గడిచింది. కాని జమదగ్ని జాడ మాత్రం లేదు. అమ్రపాలి మాత్రం ప్రొఫెసర్ తీసుకురాబోతున్న రిపోర్ట్ కోసం ఆత్రంగా ఎదురుచూస్తోంది.

భాగం--30

గంటలు గడిచిన జమదగ్ని రాలేదు. అతనికి కాల్ చేసి చేసి విసిగిపోయింది అమ్రపాలి. ఒకవైపు ఆయన రాలేదనే బాధ ఇంకో వైపు ఎందుకు ఆయన రెస్పాండ్ కావటం లేదని ఆందోళన ఆమెను అతలాకుతలం చేస్తున్నాయి. ఫంక్షన్ ను ఏమాత్రం ఎంజాయ్ చెయ్యలేకపోయింది. వర్మ సంగతి సరే సరి. తన ప్రాణమిత్రుడు ఎందుకు రాలేదా అని తెగ వర్రీ అవుతున్నాడు. ఇద్దరు కాలేజిలో క్లాస్ మెట్స్. డిగ్రీ వరకు కలిసి చదువుకున్నారు. తరువాత యూనివర్సిటిలో పోస్ట్ గ్రాడ్యుయేట్ కలిసి చేశారు. జమదగ్ని యంయస్ సీ చేశాడు. వర్మ యం.ఏ చేశాడు. చదువుపూర్తయిన తరువాత వర్మ తన తండ్రి స్థాపించిన వ్యాపారాన్ని తన చేతులలోకి తీసుకున్నాడు. జమదగ్ని ఫుడ్ టెక్నాలజిలో డాక్టరేట్ చేసి ఒక పెద్ద కంపెనిలో ఫుడ్ టెక్నాలజిస్ట్ గా తన కెరీర్ మొదలుపెట్టాడు. దాదాపు రెండు సంవత్సరాలు ఇద్దరు ఒకరితో ఒకరు మాట్లాడుకోలేదు. కనీసం ఫోన్ కూడా చేసుకోలేదు. ఇంకో రెండు సంవత్సరాలు గడిచాయి. వర్మ తీసుకున్న అమ్రపాలి గ్రూప్ ఆఫ్ కంపెని పది సంవత్సరాలలో నెంబర్ వన్ కంపెనిగా పేరుతెచ్చుకుంది. దేశంలోనే కాకుండ విదేశాలలో కూడా

మంచి మార్కెట్ సంపాదించింది.

ఇరవై సంవత్సరాలు గడిచాయి. ఒక రోజు బిజినెస్ పని మీద వర్మ సింగపూర్ బయులేదరాడు. అప్పుడే అనుకోకుండ ఏయిర్ పోర్ట్ లో జమదగ్నిని చూశాడు. ఇద్దరు సంతోషంతో ఊగిపోయారు. ఆప్యాయంగా కౌగలించుకున్నారు. జమదగ్ని గురించి అప్పుడే వర్మ పూర్తిగా తెలుసుకున్నాడు. తన అమ్రపాలి ఫుడ్ పొడక్ట్స్ కు ఫుడ్ టెక్నాలజిస్ట్ గా ఉండమని కోరాడు. స్నేహితుడి అభ్యర్ధనను కాదనలేకపోయాడు జమదగ్ని. వెంటనే తను పనిచేస్తున్న కంపెని రాజీనామా చేసి అమ్రపాలి ఫుడ్ ప్రొడక్ట్స్ లో చేరాడు. వర్మ చార్జ్ తీసుకున్న తరువాత ఆ కంపెని అమ్మకాలు గణణీయంగా పెరిగాయి. నెంబర్ వన్ స్థానంలో నిలబడింది.

ఆ సమయంలోనే అమ్రపాలి చదువు ముగించుకుని ఇండియా తిరిగివచ్చింది. బిజినెస్ మ్యానేజిమెంటులో యం.బి ఏ డిగ్రీ తీసుకుంది. ఆమెకు ఫైనాన్స్ కూడా ఇష్టం. అందులో కూడా పోస్ట్ గ్రాడ్యుయేషన్ చేసింది. చదువు పూర్తిచేసుకుని వచ్చిన అమ్రపాలిని తన కంపెనికి యం.డిని చేశాడు వర్మ. చాల మంది డైరక్టర్స్ అతన్ని నిర్ణయాన్ని హర్షించారు. కాని ఇద్దరు మాత్రం పూర్తిగా వ్యతిరేకించారు. కాని అమ్రపాలి ఆ విషయం పట్టించుకోలేదు. చార్జ్ తీసుకున్న వెంటనే తన పని మొదలుపెట్టింది. రాత్రిపగలు కష్టపడి కంపెనిని అభివృద్ధి చేసింది. కొత్త నిర్ణయాలను తీసుకుని వాటిని సమర్ధవంతంగా అమలులో పెట్టింది. తమ సరుకలకు చిన్న చిన్న గ్రామలలో కూడా అందుబాటులో ఉండేలా చర్యలు తీసుకుంది.

డబ్బుతో సంబంధం లేకుండ బాగా చదువుకున్నవాళ్ళను డీలర్స్ గా నియమించింది. నాణ్యతకు విపరీతమైన ప్రాధాన్యత ఇచ్చింది. కస్టమర్స్ సర్వీస్ ను బాగా యాక్టివేట్ చేసింది.

ఈ చర్యలు కంపెనిని విపరీతంగా అభివృద్ధిచేసింది. అమ్మకాలు బాగా పెరిగాయి. మార్కెట్టులో కంపెనీలకు మంచి పేరు వచ్చింది. విదేశాలలో కూడా అమ్రపాలి కంపెని తయారుచేసిన సరుకులకు బాగా గిరాకి పెరిగింది. పర్యవసానం అమ్రపాలి గ్రూప్ ఆఫ్ కంపెనిలు అన్ని నెంబర్ వన్ స్థానంలో నిలిచాయి. కాని అమ్రపాలి ఫుడ్ ప్రొడక్ట్ తయారుచేస్తున పాలపొడి మాత్రం రెండవ స్థానంలో ఉంది. మొదటి స్థానం రాయల్ ఫుడ్ ప్రొడక్ట్ చేజిక్కించుకుంది.

అది చూసి అమ్రపాలి విపరీతంగా బాధపడింది. ఆమె ఈగో దెబ్బతింది. వచ్చేసారి ఎలాగైన ఆ కంపెనిని నెంబర్ వన్ స్థానంలో నిలబెట్టాలని తీర్మానించుకుంది. వెంటనే ఆ దిశగా అడుగులు వేసింది. నాణ్యత విషయంలో ఎన్నోజాగ్రత్తలు తీసుకుంది. ధరలో కూడా మార్పు తీసుకువచ్చింది. రాయల్ ఫుడ్ ప్రొడక్ట్ కంటే తక్కువ ధర నిర్ణయించింది. కాని ఏం లాభం లేకుండ పోయింది. రెండో సారి కూడా ఆమె కంపెని రెండవ స్థానంలో నిలబడింది. అలా వరుసగా నాలుగుసార్లు జరిగింది. అది గతం. ఇప్పుడు ప్రస్థుతానికి వస్తే అనుకోకుండ షాకాల్ చేస్తున్న మోసం చూచాయిగా తెలిసింది. దాని గురించి రిపోర్ట్ తయారుచెయ్యమని జమదగ్నిని కోరింది. కాని అతను ఫంక్షన్ కు రాలేదు. ప్రొఫెసర్ ఇవ్వబోతున్న రిపోర్ట్ మీదే అంతా అధారపడిఉంది. దాన్ని బేస్ చేసుకుని షాకాల్ కంపెని మీద

రిపోర్ట్ ఇవ్వవచ్చు.

దాదాపు పదిగంటలవరకు జమదగ్ని కోసం ఎదురుచూసింది. కాని అతని జాడ మాత్రం లేదు. కనీసం కాల్ కు రెస్పాండ్ కూడా కాలేదు.

XXXX

"మేడం మీకోసం పోలీస్ ఆఫీసర్ వచ్చాడు"అంది పర్సనల్ సెక్రటరి.

"ఎందుకు"మొహం చిట్లిస్తూ అడిగింది అమ్రపాలి.

"తెలియదు మేడం. మీతో అర్జంటుగా మాట్లాడాలని చెప్పారు. లోపలికి పంపించమంటరా"అంది సెక్రటరి.

"పంపించు. అలాగే రెండు కాఫీలు పంపించు"అని చెప్పి చూస్తున్న ఫైలు మూసేసింది అమ్రపాలి.

క్షణం తరువాత పోలీస్ ఆఫీసర్ ఆమె చాంబర్స్ లోకి అడుగుపెట్టాడు.

"నమస్కారం మేడం. అర్జంటుగా మీకు ఒక విషయం చెప్పాలి. అందుకే మిమ్మల్ని డిస్ట్రబ్ చెయ్యవలసివచ్చింది"అన్నాడు ఇన్స్ పెక్టర్.

"కూర్చుని చెప్పండి. ఏమిటి విషయం"అడిగింది అమ్రపాలి.

"నెహ్రు నగరంలో నిన్న సాయంత్రం ఒక కారులో బాంబ్ బ్లాస్ట్ జరిగింది. ఆ బ్లాస్ లో కారుతో పాటు కారు డ్రైవ్ చేస్తున్న వ్యక్తి కూడా నామరూపాలులేకుండ నాశనం అయ్యాడు. అక్కడఉంటున్న స్థానికులు మాకు కాల్ చేసి ఈ విషయం చెప్పారు. నేను వెంటనే నా

సిబ్బందిని తీసుకుని ఘటన స్థలానికి చేరుకున్నాను. కారు పూర్తిగా ధ్వంసం అయింది. డ్రైవర్ అనవాలు దొరకలేదు. కాని మాకు కారు నెంబర్ ప్లేట్ ఒక ఐడింటి మాత్రం సంఘటన స్థలంలో దొరికాయి. అదృష్టవశతు ఐడింటి కార్డ్ పూర్తిగా ధ్వంసం కాలేదు. దాని మీద ఫోటో కంపెని పేరు స్పష్టంగా కనిపిస్తోంది."

"ఇదే ఆ ఐడింటి కార్డ్"అని కొంచం చినిగిపోయిన ఒక ఐడింటి కార్డ్ ను అమ్రపాలికి ఇచ్చాడు. క్యాజువల్ గా దాన్ని తీసుకుని చూసింది అమ్రపాలి.

దాని మీద ప్రొఫెసర్ జమదగ్ని ఫోటో కింద కంపెని పేరు ఉంది.

తలమీద పిడుగుపడినట్టుగా అదిరిపడింది అమ్రపాలి. ఒక్క క్షణం పాటు ఆమె మైండ్ పూర్తిగా బ్లాంక్ అయిపోయింది. తరువాత తేరుకుని అంది.

"ఇది మా కంపెనిలో పనిచేస్తున్న ప్రొఫెసర్ జమదగ్ని ఐడింటి కార్డ్"అంది మెల్లగా. ఆమె మొహం పూర్తిగా పాలిపోయింది. తీవ్రమైన ఆవేదనలో ఆమె శరీరం సన్నగా కంపిస్తోంది.

"అంటే ఆ కారు డ్రైవర్ ప్రొఫెసర్ అయిఉండాలి. ఎవరో టైమర్ బాంబు పెట్టి అతని కారును పేల్చేశారు. శరీరం గుర్తుపట్టలేని విధంగా చిన్నా బిన్నం అయింది. వీ ఆర్ వెరీ సారీ"అన్నాడు అపాలజటిక్ గా ఆఫీసర్.

"నిన్న సాయంత్రం ఆయన మా నాన్నగారి పుట్టిన రోజు ఫంక్షన్ కు వస్తానని చెప్పారు. కాని ఎంతసేపటికి రాలేదు. పదిసార్లు ఆయన సెల్ నెంబర్ కు కాల్ చేశాను. కాని రెస్పాన్స్ లేదు."

"ఆయనకు ఎవరైన శత్రువులు కాని ఉన్నారా."

"ఆయన మా కంపెనిలో ఫుడ్ టెక్నలజిస్ట్ గా పనిచేస్తున్నారు. అలాంటివాళ్ళకు శత్రువులు ఎవరు ఉంటారు చెప్పండి."

"పోని ఈ మధ్య ఆయన ఎవరితో అయిన గొడవపడ్డారా."

"లేదు. నాకు తెలిసినంతవరకు ఆయన చాల నెమ్మదస్థుడు. ఎవరిని పల్లెత్తు మాట అనడు. తన పని ఏదో తాను చూసుకుంటాడు. ఇతరుల వ్యవహారాలలో తలదూర్చడు. అంతవరకు ఖచ్చితంగా చెప్పగలను."

"మా దర్యాప్తు మొదలుపెట్టాం. ఏదైన అవసరం వస్తే మళ్ళి మిమ్మల్ని కలుసుకుంటాం. వస్తాను మేడం"అని చెప్పి లేచాడు ఇన్స్ పెక్టర్. తరువాత అతను వెళ్ళిపోయాడు.

ఇన్స్ పెక్టర్ వెళ్ళిపోయిన తరువాత ఒక్కసారిగా కదిలిపోయింది అమ్రపాలి. ఆమె కళ్ళలోంచి ఆగకుండ కన్నీళ్ళు వస్తున్నాయి. టేబుల్ మీద తలపెట్టుకుని ఏడుస్తూ ఉండిపోయింది.

భాగం--31

అది షాకాల్ మాన్షన్.

ఉదయం పదిగంటలు కావస్తోంది. తన ఇంటి కాంపౌండ్ లో కూర్చుని మందు తాగుతున్నాడు షాకాల్. అతనికి చాల సంతోషంగా ఉంది. ఇప్పుడే ఒక గంట ముందు అతనికి జమదగ్ని గురించిన వార్త అందింది. అతని అనుచరుడు సులేమాన్ కాల్ చేసి చెప్పాడు. అనుకున్న పని పూర్తయిందని బాంబ్ బ్లాస్ట్ లో కారుతోపాటు జమదగ్ని కూడా నాశనం అయ్యాడని చెప్పాడు. దాంతో ఎక్కడలేని సంతోషం కలిగింది షాకాల్ కు. అందుకే పట్టపగలే అయిన ఆ శుభవార్తను సెలిబ్రిట్ చేసుకుంటున్నాడు.

షాకాల్ పక్కనే అతని అసిస్టెంట్ ఏసుపాదం ఉన్నాడు.

అప్పుడే గేటు దగ్గర ఒక ఖరీదైన కారు ఆగింది. అందులోంచి అమ్రపాలి కోపంగా దిగింది. ఆమె మొహం రక్తవర్ణం దాల్చింది. కోపంతో కుతకుతలాడిపోతుంది. జమదగ్ని చావువార్త ఆమెను అతలాకుతలం చేసింది. ఈ దారుణం చేసింది షాకాల్ అని ఆమె అభిప్రాయం. అందుకే ఆ విషయం అటోఇటో తేల్చుకోవాలని తీర్మానించుకుంది. అందుకే తిన్నగాఆఫీసుకు వెళ్ళకుండ షాకాల్

మాన్షన్ కు వచ్చింది.

ప్రళయకాల కాళికాదేవిలా తన వైపు వస్తున్న అమ్రపాలిని షాకాల్ చూశాడు. ముందు షాక్ అయ్యాడు. తరువాత రిలాక్స్ అయ్యాడు.

"ఏమిటి మేడంగారు ఇలా వచ్చారు"అని ఎగతాళిగా అడిగాడు.

"నీకు బుద్ధిచెప్పటానికి"అంది అమ్రపాలి.

"ఒక ముక్కుపచ్చలారని అమ్మాయితో బుద్ధిచెప్పించుకునే స్థితిలో లేను నేను"అన్నాడు షాకాల్.

"నువ్వు లేకపోవచ్చు. కాని చెప్పవలసిన బాధ్యత నా మీద ఉంది. నువ్వే కారులో బాంబు పెట్టి జమదగ్నిని చంపించావని నాకు తెలుసు. కాని దాన్ని నిరూపించే ఆధారాలు నా దగ్గర లేకపోవచ్చు. అందుకే నీ మీద పోలీస్ కేసు పెట్టను. అలాగని నిన్ను అంత తేలికగా విడిచిపెట్టను. నువ్వు చేసిన పనికి తగిన శిక్షపడేలా చేస్తాను. నీలాగా గూండాగిరి చెయ్యను. ఒక వ్యాపారస్థురాలిగా నిన్ను ఎదురుకుంటాను. ఇంతవరకు నాకు శత్రువులు అంటు ఎవరులేరు. నా చిన్న ప్రపంచంలో నువ్వు ప్రవేశించావు. నాకు ఎంతో ఆత్మీయుడైన ప్రొఫెసర్ ను చంపించావు. దీనికి తప్పకుండ నీకు శిక్ష పడుతుంది. అలాగాని నీ మీద పోలీస్ కేసుపెట్టను. ఇంకో నెలరోజులలో చాంబర్ ఆఫ్ కామర్స్ ఎన్నికలు వస్తున్నాయి. ప్రతి సారి నువ్వే ప్రెసిడెంట్ గా ఎన్నుకోబడుతున్నావు. కాని ఈ సారి మాత్రం అలా జరగదు. ఈ సారి నేను ఎన్నికలో నిలబడుతున్నావు. నీకు గట్టి పోటి

ఇస్తాను. కాచుకో. నీ పతనం అక్కడనుంచే మొదలవుతుంది కాచుకో. ఈ విషయం చెప్పాలనే ఇంతదూరం వచ్చాను. వస్తాను"అని ఇంకో మాటకు అవకాశం ఇవ్వకుండ వెనక్కి తిరిగింది అమ్రపాలి.

షాకాల్ విస్తుబోయిచూశాడు. ఇంతవరకు ఎవరు అతనితో ఇంత పరుషంగా మాట్లాడలేదు. ఇప్పుడు మాట్లాడారు. అది ఒక అమ్మాయి. కోపంతో కుతకుతలాడిపోయాడు షాకాల్. అవమానంతో రగిలిపోయాడు. ఏదో చెప్పాలని అనుకున్నాడు. కాని అక్కడ అమ్రపాలి లేదు. అప్పటికే ఆమె గేటుదాటి పోయింది.

XXXX

అమ్రపాలి తన చాంబర్స్ లో కూర్చుని ఒక ఫైలు చూస్తుంది. అది కొరియన్ కంపెని అగ్రిమెంట్ కు సంబంధించిన ఫైలు. బాల్ బేరింగ్స్ తయారుచెయ్యటంలో ఆ కొరియన్ కంపెని ప్రపంచంలో నెంబర్ వన్ స్థానంలో ఉంది. ఆ కంపెనితో అగ్రిమెంట్ కుదుర్చుకోవాలని అమ్రపాలి ప్రయత్నిస్తుంది. ఇంతకుముందు వర్మ కూడ ఆ కంపెనితో ఒడంబడిక కుదుర్చుకోవాలని ప్రయత్నించాడు కాని వీలుకాలేదు. ఏదో కారణం వల్ల అతను సాధించలేకపోయాడు. ఇప్పుడు అమ్రపాలి వంతు వచ్చింది. ఆమె వెంటనే ఆ కంపెని మేనేజ్ మెంట్ తో మాట్లాడింది.

వాళ్ళు కొన్ని నియామాలు నిబంధనలు పెట్టారు. వాటికి పూర్తిగా తన అంగీకారం తెలిపింది అమ్రపాలి. వాళ్ళ దగ్గరనుంచి సమాధానం రాలేదు. దానికోసమే ఆమె అసక్తిగా ఎదురుచూస్తోంది. అప్పుడే ఆమె లాప్ టాప్ లో ఒక ముఖ్యమైన మెసెజ్ వచ్చింది. అది

కొరియన్ కంపెని యం.డి పంపించిన మెయిల్.

"మేడం.

"మీ ప్రపోజల్ మాకు నచ్చింది. మీతో అగ్రిమెంట్ కుదుర్చుకోవటానికి మాకు ఎలాంటి అభ్యంతరం లేదు. వచ్చే ఆదివారం మేము ఇండియా వస్తున్నాం. ఎదురుఎదురుగా మాట్లాడుకుని ఒక అగ్రిమెంట్ కు వద్దాం. ఎక్కడ కలుసుకోవాలో మీకే విడిచిపెడుతున్నాం."

కింద కొరియన్ కంపెని యం.డి పేరు ఉంది.

సంతోషంతో ఉక్కిరిబిక్కిరి అయింది అమ్రపాలి. ఈ మాట కోసమే ఆమె చాల రోజులనుంచి ఎదురుచూస్తోంది. ఒకసారి ఈకంపెనితో అగ్రిమెంట్ పూర్తిఅవుతే అమ్రపాలి బాల్ బేరింగ్ కంపెనికు ఎంతో లాభం కలుగుతుంది. సరుకు నాణ్యత పెరుగుతుంది. దాంతోపాటు అమ్మకాలు కూడా పెరుగుతాయి. ముఖ్యంగా ప్రపంచమార్కెట్టులో గొప్ప పేరు తెచ్చుకుంటుంది.

గంటతరువాత అమ్రపాలి తన కంపెని సీనియర్ అధికారులతో సమావేశమైంది. మెసెజ్ విషయం తెలిసి అందరు విపరీతంగా సంతోషపడ్డారు. ఒక గొప్ప విజయం సాధించినట్టు పొంగిపోయారు. అప్పుడే రెండు కంపెనిలమధ్య మీటింగ్ ఎక్కడపెట్టాలా అని చర్చజరిగింది. ముందు ఊటిలో పెట్టాలని అనుకున్నారు. తరువాత ఢిల్లీ అనుకున్నారు. చివరకు సిమ్లాలో పెట్టాలని నిర్ణయించుకున్నారు. అదే విషయం కొరియన్ కంపెని యం.డి కి మెసెజ్ చేసింది అమ్రపాలి.

భాగం--32

సిమ్లా.

ఉదయం పదిగంటలు కావస్తోంది. మంచు దట్టంగా కురుస్తోంది. గాలి చల్లగా వీస్తోంది. అప్పుడే హోటల్ సిమ్లా ఇంటర్నేషనల్ హోటల్ ముందు రెండు కార్లు వచ్చి ఆగాయి. మొదటి కారులోంచి అమ్రపాలి ఆమె పర్సనల్ సెక్రటరి దిగారు. వెనుక కారులోంచి కొరియన్ కంపెని యం.డి అతని సహచరులు దిగారు. హోటల్ మేనేజర్ సాదరంగా బయటకు వచ్చి ఇద్దరిని ఆహ్వానించారు. అందరు లిఫ్ట్ లో మూడో ఫ్లోర్ట్ లోకి వెళ్ళారు. అక్కడే ఉంది విశాలమైన కాన్ఫరెన్స్ హాలు.

లోపల హాలులో పొడుగాటి రెండు టేబుల్స్ ఉన్నాయి. ఒక టేబుల్ మీద కొరియన్ కంపెని పేరు ఉంది. దానికి ఎదురుగా ఉన్న ఇంకో టేబుల్ మీద అమ్రపాలి కంపెని పేరు ఉంది. ఇద్దరు అధికారులు తమకు కేటాయించిన టేబుల్ ముందు కూర్చున్నారు. ఇంకో పది నిమిషాలలో సమావేశం మొదలుకాబోతుంది. రెండు కంపెనీలకు సంబంధించిన అధికారులు అందరు వచ్చేశారు. ఒక్క మీడియాకు కూడా ఈ విషయం గురించి చెప్పలేదు. వాళ్ళకు తెలియకుండ అమ్రపాలి చాల జాగ్రర్తలు తీసుకోవలసివచ్చింది. షాకాల్ గురించి

ఆమెకు బాగా తెలుసు. అతను చాల మొండివాడు. ఎలాగైన ఈ సమావేశాన్ని భగ్నం చెయ్యాలని ప్రవర్తిస్తాడు. దానికి కారణం కొరియన్ కంపెనితో అతను కూడా ఒప్పందన కుదుర్చుకోవటానికి ప్రయత్నించాడు. కాని వీలుకాలేదు.

ఇప్పుడు అమ్రపాలి కంపెనికి ఈ గొప్ప అవకాశం వచ్చింది. ఈ విషయం కాని బయటకు పొక్కితే అమ్రపాలి చాల సమస్యలు ఎదురుకోవలసివచ్చింది. అందుకే బయటకు పొక్కకుండ తగిన జాగ్రత్తలు తీసుకుంది. ముఖ్యంగా మీడియాకు తెలియకుండ చాల కఠినమైన చర్యలు తీసుకుంది.

అందరు కూర్చున్నారు

హాలులో ఒక్కసారిగా పిన్ డ్రాప్ సైలెన్స్ నిండుకుంది. గడియారం ముల్లు మెల్లగా కదులుతోంది. అమ్రపాలి తన చేతి గడియారం చూసుకుంది. సరిగ్గా పదిగంటల పదినిమిషాలైంది. అది మంచి మూహుర్తం. వర్మ నిర్ణయించాడు. నిజానికి ఇలాంటి వాటి మీద అమ్రపాలికి బొత్తిగా నమ్మకం లేదు. కాని తండ్రిమీద గౌరవంతో సరేఅంది.

సరిగ్గా గడియారం ముళ్ళు పది నిమిషాలమీదకు రాగానే అమ్రపాలి సైగ చేసింది. అమ్రపాలితో పాటు కొరియన్ కంపెని యం.డి కూడా లేచి నిలబడ్డారు. తమ దగ్గర ఉన్న ఫైలును మార్చుకున్నారు. అమ్రపాలి తన ఫైలును కొరియన్ యం.డికి ఇచ్చింది. అతని ఫైలును తను తీసుకుంది. తరువాత ఇద్దరు సంబంధిత కాగితాలమీద తమ సంతకం చేశారు. దాని మీద కంపెని

లోగోను ముద్రించారు. అంతే అగ్రిమెంట్ పూర్తయింది.

ఒక్కసారిగా హాలుఅంతా చప్పట్లతో మార్మోగిపోయింది. రెండు కంపెని అధికారులు చేతులు చేతులు కలుపుకున్నారు. అమ్రపాలికి మాత్రం ప్రపంచాన్నిజయించినంత ఆనందం కలుగులోంది. ఈ విజయం కోసమే ఆమె తండ్రి ఎన్నో సంవత్సరాలు కాచుకున్నాడు. కాని ఆయన వల్ల కాలేదు. చివరకు అమ్రపాలి సాధించింది.

మీటింగ్ పూర్తయిన తరువాత లంచ్ ఏర్పాటయింది. రెండు కంపెనిల అధికారులు చెయ్యవలసిన పనుల గురించి మాట్లాడుకున్నారు. తరువాత సాయంత్రం నాలుగుగంటలకు కొరియన్ అధికారులు తమ దేశానికి బయలుదేరారు. అమ్రపాలి స్వయంగా వాళ్ళతో ఏయిర్ పోర్ట్ కు వెళ్ళి సెండాఫ్ ఇచ్చింది. తరువాత ఆమె హోటల్ కు బయలుదేరింది. ఆమె షెడ్యుల్ ప్రకారం సరిగ్గా ఆరుగంటల ఫ్లైట్ కు ఆమె ఢిల్లీ బయలుదేరాలి. కాని ఆమెకు వెళ్ళాలని లేదు. ఈ రోజంతా సిమ్లాలో గడిపి రేపు ఉదయం వెళ్ళాలని ఆమె భావిస్తోంది. అందుకే ఇదే విషయం తన సెక్రటరితో చెప్పింది.

“పని పూర్తయిందిగా మేడం. ఇక్కడ ఉండి చేసేది ఏముంది”అంది ఆశ్చర్యంగా సెక్రటరి.

“నాకు కొంచం విశ్రాంతి కావాలి. ఇప్పుడు ప్రయాణం చేసే మూడ్ లో లేను. అందుకే టికెట్స్ క్యాన్సిల్ చెయ్యి. రేపు ఉదయం ఫ్లైట్ కు టికెట్స్ బుక్ చెయ్యి”అంది అమ్రపాలి.

“నాన్నగారు ఇప్పుడే కాల్ చేశారు. మీటింగ్ విషయం అడిగారు. అంతా సవ్యంగా జరిగిందని చెప్పాను. మాటల సందర్భంలో

ఈ రోజు సాయంత్రం బయలుదేరుతున్నామని చెప్పాను"అంటు నసిగింది సెక్రటరి.

ఆమె భయం అమ్రపాలికి అర్ధమైంది.

"భయపడకు నేను నాన్నగారితో మాట్లాడతాను"అని సెల్ తీసి రింగ్ చేసింది.

"బేబి మీటింగ్ ఎలా జరిగింది. అంతా సవ్యంగా పూర్తయిందా"అడిగాడు వర్మ.

"అంతా విజయవంతంగా పూర్తయింది డాడి. నాకు చాల సంతోషంగా ఉంది. అది సెలిబ్రిట్ చేసుకోవాలనుకుంటున్నాను. అందుకే ఈ రోజు సాయంత్రం బయలుదేరటం లేదు.రేపు ఉదయం ఫస్ట్ ఫ్లయిట్ లో వస్తున్నాను"అంది.

"నాకు కూడాచాల సంతోషంగా ఉందమ్మ. నేను సాధించలేనిది నువ్వు సాధించావు. ఐయామ్ ప్రౌడ్ ఆఫ్ యూ"అన్నాడు వర్మ. సంతోషంలో ఆయనకు మాటలు తడబడుతున్నాయి.

"ధ్యాంక్స్ నాన్న. ఉంటాను.రేపు మీకు అన్ని విషయాలు చెప్తాను"అంది.

తండ్రితో మాట్లాడిన తరువాత తన గదిలోకి వెళ్ళింది అమ్రపాలి. శుభ్రంగా రిఫ్రెష్ అయి బట్టలు మార్చుకుంది. తరువాత కారు తీసుకుని అలా షికారుకు బయలుదేరింది. మంచు ఉధృతం కొంచం కూడా తగ్గలేదు. విజుబిలిటి కూడా బాగా తగ్గిపోయింది. అలా డ్రైవ్ చేస్తూ వెళుతున్న ఆమెకు ఒక పార్క్ కనిపించింది. కారు ఆపి లోపలికి చూసింది. ఒక దృశ్యం ఆమెను ఆకర్షించింది.

ఒక వ్యక్తి చెట్టు కొమ్మకు లాంతరు వెలిగించి ఆ వెలుగులో ఏదో చిత్రం గీస్తున్నాడు. అతను చుట్టుపక్కల పరిసరాలను కొంచం కూడా గమనించటంలేదు. చాల ఏకాగ్రతతో దీక్షగా గీస్తున్నాడు. ఒక అద్భుత దృశ్యం చూస్తున్నట్టుగా క్షణం పాటు చూస్తూ ఉండిపోయింది అమ్రపాలి. కారును జాగ్రర్తగా పార్క్ చేసి లోపలికి వెళ్ళింది.

మెల్లగా నడుస్తూ అతన్ని సమీపించింది. అతనికి ఆమె అడుగుల చప్పుడు వినిపించిందో లేదో తెలియదుకాని కొంచం కూడా రియాక్ట్ కాలేదు.

“హలో అంది”అమ్రపాలి.

అతను ఉలిక్కిపడి వెనక్కి తిరిగి చూశాడు. ఎదురుగా అమ్రపాలి కనిపించింది. అప్పటివరుకు మాములుగా ఉన్న అతను ఆమెను చూడగానే అదిరిపడ్డాడు. కుంచెను పక్కన పెట్టి అటెన్షన్ లో నిలబడ్డాడు.

“మీరు అమ్రపాలి గ్రూప్ ఆఫ్ కంపెనీ యం.డి కదూ”అన్నాడు నవ్వుతూ. ఆనందం సంతోషం కలిసికట్టుగా అతన్ని కుదిపేస్తున్నాయి.

“అవును మీరెలా గుర్తుపట్టారు”ఆశ్చర్యంగా అడిగింది అమ్రపాలి.

“మీరు ఎప్పుడు ఇంటర్వ్యూ ఇచ్చిన ఫోటోలు తీసుకోవటానికి మాత్రం ఒప్పుకోరు. కాని ఒక పత్రిక రిపోర్టర్ మీకు తెలియకుండ ఫోటో తీశాడు. దాన్ని తన పత్రికలో వేశాడు. అది చూసి మీరు చాల కోపగించుకున్నారు. ఆ పత్రిక మీద పరువు నష్టం దావా వెయ్యాలని

కూడా అనుకున్నారు. కాని ఏమైందో తెలియదు. మీరు వెయ్యలేదు. ఆ పత్రికను ఒకసారి నేను చూడటం తటస్థించింది. అప్పుడే మీ ఫోటోను చూశాను"అన్నాడు అతను.

"మీ జ్ఞాపకశక్తికి నా అభినందనలు. ఇంతకి మీరు ఎవరు. ఈ చెట్టు కింద ఎందుకు చిత్రం గీస్తున్నారు"అడిగింది అమ్రపాలి.

"నా పేరు జస్వంత్ రాయ్. అందరు రాయ్ అంటారు. పోస్ట్ గ్రాడ్యుయేట్ వరకు చదివాను. కాని ఇంతవరకు మంచి ఉద్యోగం దొరకలేదు. అందుకే చిత్రాలు గీసుకుంటు అమ్ముకుంటున్నాను."

"అంటే మీరు ప్రొఫెషనల్ చిత్రకారులన్నమాట"అంది అమ్రపాలి.

"ఒక రకంగా అంతే లెండి. మంచి ఉద్యోగం వచ్చేంతవరకు ఏదో చేసి బతకాలిగా. ఈ విద్య తప్ప నాకు ఇంకోకటి తెలియదు"అన్నాడు రాయ్.

"మీరు బెంగాళి అనుకుంటాను. కాని తెలుగు చక్కగా మాట్లాడుతున్నారు."

"మా అమ్మది కొల్ కత్తా. మా నాన్నగారు తెలుగువారు. ఆయన సెంట్రల్ గవర్నమెంటులో ఉద్యోగం చేసేవారు. అప్పుడే మా అమ్మగారిని కలుసుకోవటం జరిగింది. ఇద్దరు ప్రేమించి పెళ్లిచేసుకున్నారు. నాకు బెంగాళితో పాటు తెలుగు కూడా చక్కగా వచ్చు. నేను స్కూల్ లో చదువుతున్నప్పుడు మా అమ్మ నాన్న ఇద్దరు ఒక యాక్సిడెంట్ లోచనిపోయారు.అప్పటినుంచి నేను అనాధ అయిపోయాను. నాకంటు ఈ ప్రపంచంలో ఎవరు లేరు. మా

మేనమామ గారు నన్ను పెంచి పెద్దచేశారు. నేను అక్కడక్కడ పార్ట్ టైం జాబ్ చేసుకుంటు నా చదువు పూర్తిచేసుకున్నాను. తరువాత నాకు సిమ్లాలో ఒక టెంపరరీ ఉద్యోగం వచ్చింది. రెండు నెలలకు ముందు అది కూడా పోయింది. ప్రస్థుతం మంచి ఉద్యోగం కోసం వెతుకుతున్నాను. కాని నా చదువుకు తగినట్టుగా ఇంతవరకు ఉద్యోగం దొరకలేదు"

"దానికి కారకులు ఎవరంటారు."

"ఇంకేవరు ఈ వ్యవస్థ"కోపంగా అన్నాడు అతను. పేరుకు మాత్రమే ఉద్యోగలకోసం ప్రకటన ఇస్తారు. కాని అంతకుముందే అవి ఎప్పుడో భర్తీఅయిపోతాయి. పబ్లిక్ కళ్ళు తుడవటానికి మాత్రం ఇంటర్వ్యుకు పిలుస్తారు. అడ్డమైన ప్రశ్నలు వేస్తారు. చేసే ఉద్యోగానికి ఏమాత్రం సంబంధం లేని సబ్జక్ట్ అడుగుతారు. తరువాత ఫలితాలు చెప్తామని చెప్పి పంపిస్తారు. కాని తరువాత వాళ్ళ దగ్గరనుంచి మనకు ఎలాంటి సమాచారం రాదు. దానికి కారణం ఒక్కటే ఆ ఉద్యోగం ఎప్పుడో ఒకరికి ఇచ్చేశారు. ఆ ఉద్యోగం తెచ్చుకున్న మనిషి పెద్దగా సమర్ధుడు కాడు. అతనికి తెలివితేటలు కూడా అంతంతమాత్రం. అయిన అతనికి ఉద్యోగం ఇచ్చారంటే దానికి కారణం సిఫార్స్. ఏ మినిస్టర్ దగ్గరో పెద్ద ఆఫీసర్ దగ్గర నుంచో రికమెండేషన్ లెటర్ సంపాదించిఉంటాడు. లేకపోతే మేనేజ్ మెంట్ కోరినంత డబ్బు లంచంగా ఇచ్చి ఉంటాడు. నేను అటెండ్ అయిన తొంబైశాతం ఉద్యోగాలు ఇలాగే భర్తీ అయ్యాయి. ఇంతకుముందు లంచాలు కేవలం ప్రభుత్వ సంస్థలకు మాత్రమే పరిమితి అయిఉండేవి. కాని ఇప్పుడు ఆ

రోగం ప్రైవేట్ కంపెనీలకు కూడా పాకింది. అందుకే మనదేశం ఇలా తగలబడింది. ఈ వ్యవస్థను ఎవరు రక్షించలేరు. ఆ దేవుడే దిగిరావాలి. అంతవరకు నాలాంటి మధ్యతరగుతల బ్రతుకులు ఇంతే"అన్నాడు రాయ్. అతని గొంతులో నిరాశ కొట్టొచ్చినట్టు కనిపించింది.

జాలిగా అతని వైపు చూసింది అమ్రపాలి. తరువాత అంది.

"మీరు చెప్పింది నిజమే కావచ్చు. కాని అన్ని కంపెనీలు లంచాలు తీసుకుని ఉద్యోగం ఇవ్వటం లేదు. కొన్ని కంపెనీలు చాల నిజాయితిగా వ్యవహరిస్తున్నాయి. ఏవో రెండు మూడు కంపెనీలు చేసినదానికి అన్ని కంపెనీలను నిందించటం భావ్యం కాదు. ఉదాహరణకు మా కంపెనీలు ఉన్నాయి. మేము కూడా అందరిలాగే ఇంటర్వ్యూలు నిర్వహిస్తాం. కాని సమర్థుడైన వ్యక్తికి మాత్రమే ఉద్యోగం ఇస్తాం. మా దగ్గర లంచాలు అన్న మాటకు తావులేదు. అలా తీసుకున్న దాఖలాలు ఇంతవరకు లేదు. ఒకవేళ ఎవరైన తీసుకున్నారని తెలిస్తే ఆ ఉద్యోగి మీద అప్పటికి అప్పుడు చర్యలు తీసుకుంటాం. సరే ఎలాగు ఈ ప్రస్తావన వచ్చింది కనుక. రెండు రోజుల తరువాత మా కంపెని ఒక ఉద్యోగ ప్రకటన ఇవ్వబోతుంది. మా కంపెనీకు నలుగురు అకౌంట్స్ ఆఫీసర్స్ కావాలి. మీరు కూడా అప్లయ్ చెయ్యండి. మీరు ఇంటర్వ్యూలో బాగాచేస్తే ఆ ఉద్యోగం మీకే తప్పకుండ వస్తుంది"అంది అమ్రపాలి.

"ఈ శభవార్త ఇప్పుడేచెప్పినందుకు చాల సంతోషం కాని మీరు కూడా ఒక ముఖ్యమైన నియమం తప్పారు"అన్నాడు రాయ్.

"ఏమిటి మీరు మాట్లాడుతుంది. నేను నియమం తప్పటం ఏమిటి"చిరాకుగా అంది అమ్రపాలి.

"ప్రతి ఉద్యోగ ప్రకటన కింద కాన్వాసింగ్ ఇన్ ఎనీ మ్యానర్ ఈజ్ ఏ డిస్ క్వాలిఫికేషన్ అని ముద్రించి ఉంటుంది. ఆ విషయం మరిచిపోయారా. ఉద్యోగ ప్రకటన గురించి మీరే ముందు నాకు లీక్ చేశారు. ఇది ఒకరకంగా క్వాన్వాసింగ్ కదా"అన్నాడు రాయ్ నవ్వుతూ.

అమ్రపాలి మొహం అవమానంతోఎర్రబడింది. అది ఒక్క క్షణం మాత్రమే. వెంటనే తేరుకుని మాములుగా నవ్వుతూ అంది.

"ఎక్స్ లెంట్ రాయ్ గారు. మీ తెలివికి డిసిప్లిన్ కు నా జోహార్లు. మీలాంటివాళ్ళే మా కంపెనీలకు కావాలి. తప్పకుండ అప్లయ్ చెయ్యండి. ఖచ్చితంగా మీకు ఉద్యోగం వస్తుంది. వస్తాను.తరువాత మళ్ళీ కలుద్దాం"అని వెనక్కి తిరిగింది అమ్రపాలి.

రాయ్ ఏదో చెప్పాలని భావించాడు. కాని తరువాత వద్దులే అనుకుని నోరుమూసుకున్నాడు.

భాగం--33

మంచు ఉధృతం ఎక్కువైంది. గీస్తున్న చిత్రం మధ్యలో ఆపేశాడు రాయ్. అంతా సర్దుకుని ఇంటికి బయలుదేరాడు. అతను ఒక మిడిల్ క్లాస్ ఏరియాలో ఒక పెద్ద ఇంట్లో చిన్న వాటాలో ఉంటున్నాడు. చేతిలో అయిదువందలు మాత్రమే ఉన్నాయి. తరువాత ఏం చెయ్యాలో అతనికి తోచటం లేదు. ఎవరిని అయిన అప్పుఅడుగుదామనుకుంటే అతనికి తెలిసినవాళ్ళు ఎవరు లేరు. ఒకవేళ తెలిసిన అప్పు ఇచ్చేంత పరిచయం లేదు.

అదే విషయం గురించి ఆలోచిస్తూ మెల్లగా ఇంటివైపు సాగిపోయాడు. అప్పుడే అతని మెదడులో ఒక ఫ్లాష్ వెలిగింది. ఆ ఫ్లాష్ పేరు ఇంపీరియల్ ఆర్ట్. అది ఒక చిత్రాలు అమ్మే దుకాణం. దాని యజమాని రాయ్ కు బాగా తెలుసు. రాయ్ తను వేసిన చిత్రాలన్ని అతనికే అమ్ముతుంటాడు. ఇప్పటివరకు దాదాపు యాభై చిత్రాలు ఆ షాపు యజమానికి ఇచ్చాడు రాయ్. అతను అంతో ఇంతో ఖరీదు ఇచ్చేవాడు. ఇప్పుడు అతను తప్ప రాయ్ ను ఆదుకునే మనిషి సిమ్లాలో ఎవరు లేరు. పైగా రెండు రోజులలో పేపర్ లో ప్రకటన వస్తుందని అమ్రపాలి చెప్పింది. ఆ ఉద్యోగాలకు అప్లయ్ చెయ్యమని

అమ్రపాలి స్వయంగా చెప్పింది. అంటే దాని అర్ధం ఆ ఉద్యోగం తప్పకుండ తనకే వస్తుందని ఆమె చూచాయిగా చెప్పింది.

అందుకే ఆరునూరైన ఆ ఉద్యోగాలకు అప్లయ్ చెయ్యాలని తీర్మానించుకున్నాడు. కంపెని అధికారులు అతని క్వాలిఫికేషన్ చూసి తప్పకుండ అతన్ని ఇంటర్వ్యుకు పిలుస్తారు. బహుశా ఇంటర్వ్యు ఢిల్లీలో ఉంటుంది. అక్కడికి వెళ్ళాలంటే కొంచం డబ్బు కావాలి. ఇప్పుడు అతని దగ్గరకేవలం అయిదువందలు మాత్రమే ఉన్నాయి. అవి ప్రయాణానికి ఏమూల సరిపోవు. అలాగని చేతులు ముడుచుకుని కూర్చోవటానికి అతనికి మనస్కరించలేదు. ఈ పరిస్థితిలో అతనికి సహాయం చెయ్యగలిగింది ఇంపీరియల్ ఆర్ట్ యజమాని. అతన్ని అప్పుఅడిగితే తప్పకుండ ఇస్తాడు.

ఈ ఆలోచన రాగానే ఉత్సాహంగా అతని షాపు వైపు నడిచాడు రాయ్. అప్పుడే వాతావరణంలో విపరీతమైన మార్పు చోటు చేసుకుంది. ఆకాశం నల్లచీర కప్పుకున్నట్టు కారుమబ్బులుతో నిండిపోయింది ఒక్కసారిగా వెలుతురు బాగాతగ్గిపోయింది. ఏ క్షణంలో అయిన వర్షం వచ్చేలా ఉంది. గబగబ నడుస్తూ షాపు వైపు సాగిపోయాడు రాయ్. అయిదు నిమిషాలు మాత్రం నడిచాడు. అప్పుడే వర్షం మొదలైంది. సన్నగా చినుకులతో మొదలైన వర్షం జడివానగా మారింది. అయిన రాయ్ ఎక్కడ ఆగలేదు. అలాగే వర్షంలో అపోసోపాలు పడుతూ షాపు చేరుకున్నాడు.

అప్పుడే షాపు యజమాని తన క్యాష్ బ్యాక్స్ తెరిచి డబ్బు లెక్కచూసుకుంటున్నాడు. వర్షంలో తడిసి ముద్దలా వచ్చిన రాయ్ ను

ఆశ్చర్యంగా చూశాడు. తరువాత నవ్వుతూ లోపలికి ఆహ్వానించాడు.

"ఏమిటి రాయ్ బాయ్ ఇంత వర్షంలో వచ్చావు. కొత్త చిత్రం ఏదైన గీశావా"అడిగాడు కొట్టు యజమాని.

"లేదు బాయ్. నీ సహాయం కోసం వచ్చాను"అన్నాడు రాయ్.

"ఏమిటి."

"నాకు కొంచం డబ్బు అడ్వాన్స్ గా కావాలి. ఉద్యోగం వచ్చిన వెంటనే తీరుస్తాను."

"ఎంత కావాలి"అడిగాడు యజమాని.

"నాలుగు వేలు"ఉత్సాహంగా అన్నాడు రాయ్.

"సారీ బాయ్ నా దగ్గర అంత డబ్బు లేదు"అన్నాడు నిర్మొహమాటంగా యజమాని.

"ఎందుకు అబద్దం చెప్తావు. ఇవ్వలేకపోతే ఇవ్వలేని చెప్పు అంతే కాని డబ్బు లేదని మాత్రం చెప్పకు. ఇప్పుడే నువ్వు క్యాష్ లెక్కపెట్టటం చూశాను"అన్నాడు కోపంగా రాయ్.

అతని ఉద్దేశం అర్ధం చేసుకున్నట్టు చిన్నగా నవ్వాడు యజమాని.

"అది నా డబ్బు కాదు. సప్లయర్ కు ఇవ్వాలి. నాలుగురోజులనుంచి ఇదే డబ్బుకోసం అతను తిరుగుతున్నాడు. ఈ రోజు వచ్చి తీసుకోమని చెప్పాను.అతను ఏ క్షణంలోఅయిన రావచ్చు. అందుకే సిద్ధం చేస్తున్నాను. అందులోంచి ఒక్కపైసా నేను ఎవరికి ఇవ్వలేను. పైగా ఈ రోజు అతనికి పేమెంట్ చెయ్యకపోతే ఇకనుంచి సరుకులు ఇవ్వనని ఖచ్చితంగా చెప్పాడు. అందుకే ఎంతో కష్టపడి

డబ్బు సిద్ధం చేశాను.''

"అంతేకాని డబ్బు మాత్రం ఇవ్వనని అంటావు".

"ఈ రోజు ఇవ్వనని చెప్పాను. నాలుగురోజులు ఆగు. నువ్వు అడిగిన డబ్బు సిద్ధం చేస్తాను. అంతవరకు నా దగ్గర ఈడ్చి తన్నినా పైసా ఉండదు"అని గట్టిగా నవ్వాడు యజమాని.

కోపంతో రగిలిపోయాడు రాయ్. ఇన్నిరోజులు ధర గురించి అడగకుండ అతనికి ఎన్నో మంచిచిత్రాలు అమ్మాడు. వాటి సహాయంతో అతను ఎంతో డబ్బు సంపాదించాడు. ఇప్పుడు కొంచం డబ్బు అప్పుఇవ్వమంటే ఏవో కధలు చెప్పుతున్నాడు. ఇప్పుడు ఏం చెయ్యాలి. ప్రయాణానికి కావల్సిన డబ్బు ఎలా సమకూర్చుకోవాలి. అంత డబ్బు ఇచ్చే స్నేహితుడు కాని చుట్టాలు కాని అతనికి ఎవరు లేరు. చాల రోజుల తరువాత మంచి అవకాశం వచ్చింది. కేవలం డబ్బు ఇబ్బంది వల్ల అది చేజారిపోవటం రాయ్ కు ఇష్టంలేదు.

అలాగని ఇక్కడ ఉండిచేసేది ఏం లేదు. అందుకే నిస్సహాయంగా వెనక్కి తిరిగాడు.

"నేను డబ్బు ఇవ్వలేను అని చెప్పాను. కాని డబ్బు సంపాదించే మార్గం చెప్పగలను"అన్నాడు యజమాని.

నడుస్తున్నవాడల్లా ఆగిపోయాడురాయ్.

ఉత్సాహంతో యజమాని వైపు చూశాడు.

"ఏమిటా మార్గం"

యజమాని మాట్లాడకుండ డ్రాయర్ లోంచి ఒక విజిటింగ్ కార్డ్ తీసి టేబుల్ మీద పెట్టాడు.

218

ఈ కార్డు ఇచ్చిన వ్యక్తి పెద్ద బిజినెస్ మాగ్నట్. అతను తరుచు నా షాపుకు వచ్చి చిత్రాలు కొంటుఉంటాడు. అతనికి నీ చిత్రాలు అంటే చాల ఇష్టం. చాలసార్లు నీ గురించి వివరాలు అడిగాడు. మొన్న కూడా షాపుకు వచ్చి నీ గురించి అడిగాడు. ఒకవేళ నువ్వు వస్తే ఈ కార్డ్ ఇచ్చి పంపించమన్నాడు. పైగా బాగా డబ్బు సంపాదించే మార్గం ఉందని కూడా అన్నాడు. రెండురోజులనుంచి నీకోసం ఎదురుచూస్తున్నాను. నువ్వు షాపుకు రాలేదు. అందుకే చెప్పలేకపోయాను. వెంటనే ఈ కార్డ్ తీసుకుని ఆ వ్యక్తిని కలుసుకో. నీకు తప్పకుండ డబ్బు సంపాదించే మార్గం దొరుకుతుంది"అన్నాడు యజమాని.

రాయ్ ఏం మాట్లాడకుండ చప్పున కార్డ్ తీసుకుని చూశాడు. తరువాత యజమాని వైపు చూసి అన్నాడు.

"ద్యాంక్స్ బాయ్. నీ సహాయం ఎప్పుడు మరిచిపోలేను. కోపంలో ఏదో మాట్లాడాను. మనస్సులో పెట్టుకోకు. వస్తాను"అని పరుగులాండి నడకతో షాపులోంచి బయటపడ్డాడు.

వర్షం బాగా తగ్గిపోయింది. కాని చినుకులు మాత్రం పడుతున్నాయి. కార్డ్ తీసి అడ్రస్సు చూశాడు. అది సిమ్లాలో ఒక పాష్ ఏరియా అడ్రస్సు. బాగా డబ్బున్నవాళ్ళు పెద్దపెద్దబిజినెస్ మాగ్నట్స్ ఉన్న ప్రాంతం అది. ఒక మాటలో చెప్పాలంటే సూపర్ రిచ్ ఉన్న ఏరియా అది. ముందు ఆటోలో వెళదామని అనుకున్నాడు. కాని తరువాత వద్దని సరిచెప్పుకున్నాడు. ఉన్నది అయిదువందల రుపాయలు. అది కాని మారిస్తే చాల తొందరగా

ఖర్చు అయిపోతుంది.

అందుకే కాళ్ళకు బుద్ధి చెప్పాడు. ఎలోగో కష్టపడి నడిచి ఆ అడ్రస్సుకు చేరుకున్నాడు. విశాలమైన గేటు ముందు ఒక గూర్ఖా కూర్చుని ఉన్నాడు. సెల్ లో ఏదో విడియో చూస్తున్నాడు. సాదా సీదాగా ఉన్న రాయ్ ను చూసి ఎవరు కావాలని చూశాడు.

"కనోడియా గారు ఉన్నారా"అడిగాడు రాయ్.

గూర్ఖా జవాబుచెప్పకుండ అదో రకంగా చూశాడు. అతని చూపులను రాయ్ అర్ధంచేసుకున్నాడు. జేబులోంచి కార్డ్ తీసి అతనికి చూపించాడు. కార్డ్ చూడగానే ఒక్కసారిగా అలర్ట్ అయ్యాడు గూర్ఖా. ఒక విఐపి వచ్చినట్టు చప్పున లేచి నిలబడ్డాడు. ఏం మాట్లాడకుండ మర్యాదగా గేటు తీసి లోపలికి వెళ్ళమని సైగ చేశాడు.

రాయ్ లోపలికి వెళ్ళాడు. విశాలమైన హాలులో ఇద్దరు వ్యక్తులు కూర్చుని ఏదో మాట్లాడకుంటున్నారు. తడిసిన బట్టలతో లోపలికి వచ్చిన రాయ్ ను ఆశ్చర్యంగా చూశారు. రాయ్ కార్డ్ తీసి వాళ్ళకు చూపించాడు.

"నా పేరు రాయ్ చిత్రకారుడిని. ఈ కార్డ్ కనోడియా గారు ఇంపీరియల్ అర్ట్స్ షాపులోఇచ్చి నన్ను కలవమని చెప్పారు" అన్నాడు.

అందులో ఒక వ్యక్తి నవ్వి "నేనే కనోడియాను. వీరు నా స్నేహితుడు షాకాల్ గారు"అన్నాడు య

"నమస్కారం సార్"అని మర్యాదగా నమస్కారం చేశాడు

రాయ్.

"నీ గురించి షాపు యజమాని గొప్పగా చెప్పాడు. అందుకే నీకు ఒక ముఖ్యమైన పని అప్పగించదలచాను. అది కాని చక్కగా పూర్తిచేస్తే నువ్వు అడిగినంత డబ్బు ఇస్తాను"అన్నాడు కనోడియా.

"ఏం చెయ్యాలో చెప్పండి సార్. తప్పకుండ చేస్తాను"అన్నాడు రాయ్.

"నా పోర్ట్ ట్రయిట్ వెయ్యాలి. దానికి కావల్సిన అన్ని వస్తువులు లోపలగదిలో ఏర్పాటు చేశాను. నువ్వు ఏం కొనవలసిన అవసరం లేదు"అన్నాడు.

అలాగే ఎప్పుడు మొదలుపెట్టమంటారు."

"ఇప్పుడే మొదలుపెడితే చాల మంచిది. సాధ్యమైనంత తొందరగా పూర్తికావాలి. ఒకసారి లోపలికి వెళ్ళి చూడు. ఏమైన కావాలంటే నౌకరుతో చెప్పు. అతను తీసుకువస్తాడు."

"ఎన్ని రోజులలో పూర్తిచెయ్యాలి"

"ఎన్ని రోజులైన తీసుకో. కాని పని మాత్రం బాగుండాలి."

"ఒక్కరోజులో పూర్తిచేస్తాను. నేను అడిగినంత డబ్బు ఇస్తాను. ఇంకో రెండుమూడు రోజులలో నేను ఇంటర్వ్యూకు ఢిల్లీ వెళ్ళాలి"అన్నాడు రాయ్.

"చిత్రం బాగుంటే నువ్వు ఎంత కావాలంటే అంత ఇస్తాను. ఇంతకి ఏ కంపెనికి ఇంటర్వ్యూకు వెళుతున్నావు"క్యాజువల్ గా అడిగాడు కనోడియా. షాకాల్ కూడా నవ్వుతూ చూస్తున్నాడు.

"అమ్రపాలి గ్రూప్ ఆఫ్ కంపెనికి"మెల్లగా అన్నాడు రాయ్.

కాని ఆ మాటలు గదిలో ఆటంబాంబులా పేలింది. కనోడియా ఆ విషయం పెద్దగా పట్టించుకోలేదు. కాని షాకాల్ మాత్రం రియాక్ట్ అయ్యాడు.

"ఇంటర్వ్యూ ఎప్పుడు"అడిగాడు షాకాల్ కంగారుగా.

"ఎల్లుండి యాడ్ వస్తుంది. మరో నాలుగురోజులతరువాత ఇంటర్వ్యూ రావచ్చు"అన్నాడు రాయ్.

షాకాల్ ఏం మాట్లాడలేదు నవ్వి ఊరుకన్నాడు. తరువాత రాయ్ లోపలికి వెళ్ళి చూశాడు. ఒక గదిలో కాన్వాస్ ఉంది. దాని ముందు ఒక టీపాయ్ మీద రకరకాల రంగులు ఉన్నాయి. ఖరీదైన నాలుగుకుంచెలు కూడా ఉన్నాయి. పక్కనే డ్రాయింగ్ షీట్స్ ఉన్నాయి.

ఇంతలో కనోడియా లోపలికి వచ్చి అతనికి ఒక ఫోటో ఇచ్చాడు. అది కనోడియా పోస్ట్ కార్డ్ సైజు ఫోటో. ఆ ఫోటో చూసి రాయ్ పోట్రెయిట్ గియ్యాలి. రాయ్ ఒక్క క్షణం కూడా ఆలస్యం చెయ్యలేదు. వెంటనే పని ప్రారంభించాడు.

భాగం--34

దాదాపు ఆరుగంటలు దీక్షగా గీసిచిత్రం పూర్తిచేశాడు రాయ్. తరువాత దాన్న పరీక్షగా చూశాడు. ఫోటోతో పోల్చి చూసుకున్నాడు. అతనికి తృప్తిగానే తోచింది. నౌకరును పిలిచి చిత్రంపూర్తయిందని కనోడియాతో చెప్పమని చెప్పాడు. క్షణం తరువాత కనోడియా షాకాల్ లోపలికి వచ్చారు. కొన్ని క్షణాలపాటు కనోడియా చిత్రం వైపు పరీక్షగా చూశాడు. తరువాత తృప్తిగా తలపంకించి అన్నాడు.

“నేను ఊహించినదానికంటే చిత్రం బాగా వచ్చింది. నాకు చాల తృప్తిగా ఉంది. నువ్వు ఎంత అడగాలని అనుకుంటున్నావో నాకు తెలియదు. కాని నేను మాత్రం సంతోషంగా నీకు పదిహేను వేలు ఇస్తాను”అని తనచేతిలో ఉన్న కవరును రాయ్ చేతిలో పెట్టాడు.

సంతోషంతో ఉబ్బితబ్బిబ్బు అయ్యాడు రాయ్. ఇంత డబ్బు అతను ఎంత మాత్రం ఊహించలేదు. అతను అడగాలనుకుంది అయిదువేలు. కాని దానికి రెండింతలు కనోడియా ఇచ్చాడు.

“చాల థ్యాంక్స్ సార్. మీ సహాయం జన్మలో మరిచిపోలేను”అన్నాడు రాయ్. అతని కళ్ళు సంతోషంతో కన్నీళ్ళ పర్యంతమైంది.

"నేనేం నీకు ఊరికే సహాయం చెయ్యలేదు. నువ్వు చక్కగా చిత్రం గీసి ఇచ్చావు. నేను దానికి ఫీజు ఇచ్చాను. ఇందులో ద్యాంక్స్ కు తావులేదు"అన్నాడు కనోడియా.

అప్పటికే సాయంత్రం ఆరుగంటలు కావస్తోంది. వర్షం పూర్తిగా వెలిసింది. గాలి మాత్రం చల్లగా వీస్తోంది. చెప్పలేనంత ఆనందంగా ఉంది. ఢిల్లీకి వెళ్ళటానికి అతనికి తగినంత డబ్బు సమకూరింది. అంతకంటే అతనికి మాత్రం కావల్సింది ఏముంది. కనోడియాకు ద్యాంక్స్ చెప్పి బయలుదేరబోయాడు. అప్పుడే పక్కన ఉన్న షాకాల్ అన్నాడు.

"నీతో విడిగా మాట్లాడాలి. కొంచం అవతలకు వస్తావా."

అలాగే అని చెప్పాడు రాయ్. ఇద్దరు పక్కకు వెళ్ళారు. షాకాల్ అయిదునిమిషాలపాటు ఏదో చెప్పాడు రహస్యంగా. దానికి అలాగే అని తలూపాడు రాయ్. ఇప్పుడు రాయ్ సంతోషం ఇంకా రెట్టింపుఅయింది. త్వరలోనే అతను లక్షాధికారి కాబోతున్నాడు. అంత డబ్బు సంపాదించే మార్గం షాకాల్ చెప్పాడు. అతను చెప్పినట్టు చేస్తే కొన్ని లక్షలు అతని బ్యాంకు ఖాతాలో జమఅవుతాయి. ఇంతకంటే గొప్ప అవకాశం ఇంకెప్పుడు రాదు. అందుకే ఏం ఆలోచించకుండ సరే అన్నాడు రాయ్.

తరువాత డబ్బు తీసుకుని ఇంటికి బయలుదేరాడు. మద్యదారిలో ఒక హోటల్ లో తృప్తిగా కడుపు నిండా టిఫిన్ తిన్నాడు. అతను ఇంటికి చేరుకునేసరికి బాగా చీకటిపడిపోయింది. ఇంటి తాళం తెరవబోతూ చుట్టు చూశాడు. ఎక్కడ ఇంటి ఓనర్

అమ్మాయి రాధిక కనిపించలేదు. అమ్మయ్య అనుకుని తాళం తెరవబోయాడు. ఆశ్చర్యం తాళం ముందే తెరిచిఉంది. ఇది ఎలా సాధ్యం.

ఒకవేళ దొంగదూరలేదు కదా''అనుకుని మెల్లగా తలుపు తెరిచి లోపలికి అడుగుపెట్టాడు. అంతే వెంటనే లైట్లు వెలిగాయి. గదిలో కుర్చీలో కూర్చుని ఉంది ఇంటి ఓనర్ కూతరు రాధిక. ఆమె కళ్ళుకోపంతో మండిపోతున్నాయి.

అకస్తాతుగా ఆమెను చూసేసరికి కొంచం కంగారుపడ్డాడు రాయ్.

“ఇంకా ఎన్ని రోజులు ఇంటి అద్దె ఇవ్వకుండ తప్పించుకుంటావు''కోపంగా అడిగింది ఆమె..

“డబ్బు కోసమే ప్రయత్నిస్తున్నాను. ఇప్పుడు వీలుపడింది. మీ అద్దె మొత్తం ఇప్పుడే తీర్చేస్తాను''అన్నాడు రాయ్.

“తీర్చేస్తావా. ఏది తీర్చు''అని లేచి నిలబడింది ఆమె.

కవరులోంచి రెండు వేలు తీసి ఆమెకు ఇచ్చాడు. డబ్బు చూడగానే ఆమె మొహం ప్రసన్నంగా మారింది.

“చెప్పకూడదు కాని నువ్వు చాల మంచివాడివి రాయ్''అంది డబ్బు జాకెట్టులో దోపుకుంటు.

“మీ అద్దెడబ్బు దొరికింది కదా. ఇక గదిలోంచి బయటకు వెళతారా. నాకు చాల పనులు ఉన్నాయి. వంటచేసుకోవాలి''అన్నాడు రాయ్.

“ఈ పూట నువ్వు వంటచేసుకోకు''అంది రాధిక నవ్వుతూ.

"ఎందుకు"ఆశ్చర్యంగా అడిగాడు రాయ్.

"ఈ రోజు నీకు మంచి భోజనం పెట్టాలని నిర్ణయించుకున్నాను. ఒక గంట ఓపికపడితే విందు భోజనం పెడతాను"అంది రాధిక.

"ఏమిటి విషయం. నా మీద ఉన్నట్టుండి అంత దయ కలిగింది."

"ప్రత్యేకమైన కారణం అంటు ఏంలేదు. రోజు నువ్వు వంటచేసుకోవటం చూసి చాల జాలివేసింది. కనీసం ఈ పూటఅయిన నీకు కమ్మగా వండిపెడదామని తోచింది. పైగా ఇంట్లో ఎవరు లేరు"చివరి పదం ఒత్తిపలికింది.

"అమ్మ నాన్న ఎక్కడికి వెళ్ళారు"అడిగాడు.

"పక్కనే ఒక గ్రామంలో పెళ్ళికి వెళ్ళారు. రేపు రాత్రి కాని తిరిగిరారు"అంది రాధిక.

అలాగే అని చెప్పి ఊరుకున్నాడు రాయ్. తరువాత రాధిక వెళ్ళిపోయింది. రాయ్ గబగబ స్నానం చేసి బట్టలు మార్చుకున్నాడు. టేబుల్ ముందు కూర్చుని ఉద్యోగానికి రెస్యూమ్ రాశాడు. రాసిన తరువాత ఒకటికి రెండు సార్లు చదివి చూసుకున్నాడు. చిన్న చిన్న తప్పులు ఉంటే సరిచేసుకుని తరువాత దాన్ని కవరులో పెట్టి సీల్ చేశాడు. ఎల్లుండి పేపర్ లో యాడ్ వస్తుందని చెప్పింది అమ్రపాలి. ఈ లోగా సబ్జెక్ట్ కు సంబంధించిన విషయాలు గుర్తుచేసుకోవాలి. రాత్రి కూర్చుని బాగా చదవాలి. ఈ సారి ఉద్యోగం మిస్ కాకూడదు.

ఎంతసేపు ఆలోచిస్తూ కూర్చున్నాడో అతనికి తెలియదు.

"భోజనం రెడి రావచ్చు"అంది రాధిక తలుపు దగ్గర నిలబడి.

ఆలోచననుంచి తేరుకుని బయటకు వెళ్ళాడు. అతని గది పక్కన నేలమీద భోజనానికి ఏర్పాట్లు చేసింది రాధిక. తనుచేసిన వంటకాలన్ని చాపపరిచి దాని మీద పెట్టింది. వాటితో పాటు ఎదురెదురుగా రెండు కంచాలు పెట్టింది.

అది కాదు అతనికి ఆశ్చర్యం కలిగించింది. రాధిక వేసుకున్న బట్టలు అతనికి విస్మయం కలిగించింది. పాలనూరుగులాంటి తెల్లచీరకట్టుకుంది. దానికి మ్యాచింగ్ బ్లౌజు వేసుకుంది. తలలో మల్లెపువ్వులు తురుముకుంది, ఆ దుస్తులలో ఆమె అభిసారిక లాగా వెలిగిపోతుంది.

విస్తుబోయి చూశాడు రాయ్. ఆమె వాలకం అతనికి కొంచం కూడా అర్థంకాలేదు. ఎప్పుడు చిటపటలాడుతూ కోపంగా ఉండే ఆమె ఈ రోజు అచ్చంగా కావ్యకన్యలా తయారయింది. నవ్వుతూ పలకరించింది. అడగకుండానే భోజనం పెడులోంది. దీనికి కారణం డబ్బు అయిఉంటుంది. అందుకే చాల సున్నితంగా ప్రవర్తిస్తోంది. లేకపోతే ఈ పాటి అతన్ని రాచి రంపాన్న పెట్టేది.

ఇద్దరు ఎదురుఎదురుగా కూర్చున్నారు. రాధిక కొసరికొసరి అతనికి వడ్డిస్తోంది. పైన వెన్నలముద్దలా చందమామ, చల్లటి గాలి, ఎదురుగా అందమైన అమ్మాయి. ఇంతకంటే పెళ్ళి కాని మగవాడికి ఇంకేం కావాలి.

భాగం--35

తన చాంబర్స్ కూర్చుని కొరియాకు సంబంధించిన ఫైలు చూస్తోంది అమ్రపాలి. అగ్రిమెంట్ అయిన తరువాత ఆమె చాల బిజి అయిపోయింది. విశ్రాంతి అన్న మాట పూర్తిగా మరిచిపోయింది. రాత్రి పగలు అని తేడా లేకుండ ఇరవైనాలుగుగంటలు ఫ్యాక్టరీలోనే ఉంటోంది. ఇంకో పదిహేను రోజులలో తయారయిన బాల్ బేరింగ్స్ ను కొరియా పంపించాలి. అగ్రిమెంట్ ప్రకారం రెండు సంవత్సరాలు వాళ్ళకే అమ్మాలి. తరువాత ఆమె ఎవరికైన అమ్ముకోవచ్చు. బాల్ బేరింగ్స్ స్పెసిఫికేషన్స్ కు తగినట్టుగా ఉండాలి. ఏమాత్రం తేడా వచ్చిన షిప్ మెంట్ తిరిగివస్తుంది. తిరిగివాటిని సరిచేసి పంపించాల్సిఉంటుంది. అందుకే అమ్రపాలి ప్రత్యేకంగా క్వాలిటి కంట్రోల్ మీద దృష్టి పెట్టింది. ప్రతి చిన్న విషయాన్ని దగ్గర ఉండి చూసుకుంటుంది.

ఆమె పరిస్థితిని పనివాళ్ళు కూడా అర్ధంచేసుకున్నారు. వాళ్ళు కూడా ఒళ్ళు వంచి సిన్సియర్ గా పనిచేస్తున్నారు. మూడు షిఫ్ట్ లు నిర్విరామంగా నడుస్తున్నాయి.

ఫైలు మూసి టైం చూసింది. దాదాపు పన్నెండుగంటలు కావస్తోంది. తన చాంబర్స్ నుంచి బయటకు వచ్చి చుట్టు చూసింది

అమ్రపాలి. అల్లంత దూరంలో ఫ్యాక్టరి కనిపిస్తోంది. అందులోంచి మెషినరీ చేస్తున్న చప్పుడు స్వల్పంగా వినబడుతోంది. అక్కడక్కడ లైట్లు దేదిప్యమానంగా వెలిగుతున్నాయి. అప్పుడే ఆమె చూపులు ఎదురుగా ఉన్న ఫైనాన్స్ డిపార్ట్ మెంట్ బిల్డింగ్ మీద పడింది.

లోపల ఒక గదిలో ఇంకా లైట్లు వెలుగుతున్నాయి. అందులో పనిచేసేవాళ్ళంతా ఆరుగంటలకే వెళ్ళిపోయారు. అయిన ఇంకా లోపల లైట్లు ఎందుకు వెలుగుతున్నాయో ఆమెకు అర్ధంకాలేదు. మెల్లగా నడుస్తూ లోపలికి వెళ్ళింది. ఆ భవనంలో ఉన్న అన్ని గదులు చీకటిగా ఉంది. కాని ఒక గదిలో మాత్రం ఇంకా లైట్లు వెలుగుతున్నాయి. అమ్రపాలి మెల్లగా తలుపులు తెరిచి లోపలికి తొంగిచూసింది.

లోపల రాయ్ దీక్షగా పనిచేసుకుంటున్నాడు. అతని ముందు అకౌంట్ స్టేట్ మెంట్ ఫైలు ఒక తెల్లకాగితాల పుస్తకం ఉంది. అప్పుడప్పుడు ఆ పుస్తకంలో ఏదో రాసుకుంటున్నాడు.

“ఇంకా మీరు ఇంటికి వెళ్ళలేదా రాయ్”అంది అమ్రపాలి.

ఉలిక్కిపడి తలఎత్తి చూశాడు రాయ్.

ఎదురుగా అమ్రపాలి కనిపించింది. చప్పున లేచి నిలబడ్డాడు.

“లేదు మేడం. గోవా బ్రాంచ్ లెక్కల్లో చాల అవకతవకలు కనిపించాయి. వాటిని ఒక పుస్తకంలో నోట్ చేసుకుంటున్నాను”అన్నాడు రాయ్.

“ఇప్పటి వరకు ఎంత ఫ్రాడ్ జరిగింది”ఆసక్తిగా అడిగింది అమ్రపాలి.

"దాదాపు పదిలక్షలు. ఇంకా చాల స్టేట్ మెంట్స్ చూడవలసి ఉంది. పూర్తిగా చూస్తే కాని ఎంత మోసం జరిగిందో తెలియదు."

"అకౌంట్ స్టేట్ మెంట్స్ మీద ఫైనాన్స్ మేనేజర్ సంతకం ఉందా.

"ఉంది మేడం."

"అయితే ఫైలు మూసి ఇంటికి వెళ్ళండి. ఇప్పటికే ఆలస్యమైంది. ఈ విషయం గురించి రేపు మాట్లాడుకుందాం"అంది.

"ఇంటికి వెళ్ళి మాత్రం చేసేది ఏముంది మేడం."

"అంటే నీకు ఎవరు లేరా."

"నేను ఒక అనాధను మేడం. నాకంటు ఈ ప్రపంచంలో ఎవరులేరు. నా కోసం ఎదురుచూసేవాళ్ళు అసలు లేరు. అలాంటప్పుడు ఇంటికి వెళ్ళి ఏం చేస్తాను మేడం. అందుకే ఆఫీసులో ఉన్నాను"అన్నాడు

జాలిగా చూసింది అమ్రపాలి.

"ఇప్పటికే బాగా పొద్దుపోయింది. ఈ పని ఎప్పుడు ఉండేదే. రేపు వచ్చి చూసుకోవచ్చు. మీరు మాత్రం బయలుదేరండి"అని ఇంకో మాటకు అవకాశం ఇవ్వకుండ వెళ్ళిపోయింది అమ్రపాలి. ఆమె కనుమరుగైపోయేంతవరకు చూస్తూ ఉండిపోయాడు రాయ్. తరువాత చిన్నగా నవ్వాడు. పుస్తకాలు ఫైలు బీరువాలో పెట్టి తాళం వేశాడు. గదితలుపులు లాక్ చేసి బయటకు వచ్చాడు. అప్పుడే అమ్రపాలి తన చాంబర్స్ వైపు వెళుతోంది.

వాచ్ మెన్ కు తాళంచెవులు ఇచ్చి గేటు లోంచి బయటపడ్డాడు జస్వంత్ రాయ్.

XXXX

ఫోన్ చప్పుడు చేసింది. విశాలమైన ఫోమ్ బెడ్ మీద పడుకున్న అమ్రపాలి మెల్లగా కళ్ళు తెరిచిచూసింది. పక్కనే టిపాయ్ మీద ఉన్న ఫోన్ రింగ్ అవుతుంది. అది అన్ లిస్టెడ్ నెంబర్. చాల ముఖ్యమైన వాళ్ళకు మాత్రమే ఆ నెంబర్ తెలుసు. పైగా ఎంతో ముఖ్యమైన పని ఉంటే తప్ప ఎవరు ఆ నెంబర్ కు కాల్ చెయ్యరు.

మెల్లగా రిసివర్ ఎత్తి"యస్ అంది అమ్రపాలి.,

"నేను ఫ్యాక్టరీ మేనేజర్ ను మాట్లాడుతున్నాను మేడం"అవతలనుంచి మేనేజర్ గొంతు కంగారుగా వినిపించింది.

"ఏమిటి విషయం"అడిగింది అమ్రపాలి.

"మన ఫ్యాక్టరీ గోడవన్ లో అకస్మాతుగా మంటలు లేచాయి. పావుగంట ముందు ఫైర్ ఇంజన్ వాళ్ళకు కాల్ చేశాను. ఈ విషయం మీకు చెప్పాలని కాల్ చేశాను. మీరు వెంటనే వస్తే బాగుంటుంది మేడం"అన్నాడు.

"ఇప్పుడే వస్తున్నాను"అని చెప్పిరిసివర్ క్రెడిల్ చేసింది. తరువాత గబగబ బట్టలు మార్చుకుని కిందికి దిగింది. పోర్టికోలో ఉన్న కారులో కూర్చుని స్టార్ట్ చేసింది. రోడ్డు రూల్స్ అతిక్రమిస్తూ పావుగంటలో ఫ్యాక్యరి చేరుకుంది. కారును లోపల పార్క్ చేసి పరుగులాంటి నడకతో ముందుకు నడిచింది. దూరంలో గౌడవన్ లో చి సన్నగా పొగలు పైకి లేస్తున్నాయి. అప్పటికే ఫైర్ సిబ్బంది వచ్చేశారు. మంటలను అదుపులోకి తెచ్చారు. చాల మంది ఫ్యాక్టరీ పనివాళ్ళు గోడవున్ వైపు బాధగా చూస్తున్నారు.

అమ్రపాలిని ముందుగా ఫ్యాక్టరీ మేనేజర్ గమనించాడు. గబగబ ఆమె దగ్గరకు వచ్చాడు.

"ఇది ఎలా జరిగింది"అడిగింది అమ్రపాలి.

షార్ట్ సర్క్యూట్ అనుకుంటాను మేడం"అన్నాడు మేనేజర్.

"ఎంత నష్టం కలిగింది"అడిగింది.

"చాల స్వల్పం మేడం. గోడవున్ లోంచి దాదాపు తొంభై ఎనిమిది శాతం సరుకును క్వాలిటి కంట్రోల్ డిపార్ట్ మెంట్ కు తరలించాం. ఇంకా కొంచం మాత్రం మిగిలిపోయింది. దానికే కొంచం నష్టం కలిగింది."అన్నాడు మేనేజర్.

అమ్రపాలి తేలికగా నిటూర్చింది.

"సరే నేను చాంబర్స్ లో ఉంటాను. ఏం జరిగిందో పూర్తి రిపోర్ట్ రాసి నాకు ఇవ్వు"అని చెప్పి తన చాంబర్స్ కు వెళ్ళి కూర్చుంది అమ్రపాలి.

పది నిమిషాల తరువాత మేనేజర్ రిపోర్ట్ తెచ్చి ఆమె టేబుల్ ముందు పెట్టాడు. అందులో షార్ట్ సర్క్యూట్ వల్ల ఈ ప్రమాధం జరిగిందని రాశాడు. అంతకుముందే కొరియాకు పంపించవలసిన సరుకును క్వాలిటి కంట్రోల్ డిపార్ట్ మెంట్ కు తరలించారు. అందుకే నష్టం పెద్దగా జరగలేదు. కాని అమ్రపాలికి మాత్రం ఎక్కడో ఏదో ఇబ్బంది కలుగుతుంది. ఇది ప్రమాధవశతు జరిగిన సంఘటనలాగా తోచటం లేదు. దీని వెనుక షాకాల్ హస్తం ఉందనిలోస్తుంది. అది నిజం కావచ్చు, కాకపోవచ్చు. కాని ఒక విషయంలో మాత్రం నిర్ణయం తీసుకునేలా చేసింది. అది ఇండ్రస్ట్రియల్ సెక్యూరిటి.

ఇంతకుముందు ఇండస్ట్రియల్ సెక్యూరిటి గురించి కార్పోరేట్ సంస్థలు పెద్దగా పట్టించుకునేవి కావు. వాటికి అంత ప్రాధాన్యత ఇచ్చేవి కావు. కాని ప్రపంచీకరణ జరిగిన తరువాత పరిస్థితులు మారాయి. ఇండ్రస్ట్రియల్ సెక్యూరిటి ఆవశ్యకత పెరిగింది. ఇప్పుడు పెద్ద పెద్ద కంపెనీలు ఇండ్రస్ట్రియల్ సెక్యూరిటి ని అమలు పరుస్తున్నాయి. తమ వార్షిక బడ్జెట్ లో అరవై శాతం నిధులు దీనికి కేటాయిస్తున్నాయి.

ఈ విషయం గురించి చాల రోజులకు ముందే అమ్రపాలి ఆలోచించింది. తండ్రితో కూడా చర్చించింది. ఆయన కూడా సముఖంగానే కనిపించాడు. తరువాత తాత్కాలికంగా ఆ విషయం మరిచిపోయింది.ఇప్పుడు ఆనుకోకుండ ఈ సంఘటన జరిగింది. దాంతో ఆ విషయం అప్రయత్నంగా గుర్తుకువచ్చింది. ఇంకో నాలుగు రోజులలో కంపెని మీటింగ్ ఉంది. కంపెని అజెండాలో ఇండ్రస్ట్రియల్ సెక్యూరిటి విషయం పొందుపరచాలని తీర్మానించుకుంది అమ్రపాలి. అప్పుడు కాని ఆమె మనస్సుకు శాంతి కలగలేదు.

భాగం--36

ముంబాయి.

డిఫెన్స్ ఏరియాలో ఒక ఇంటి ముందు కారు ఆగింది. అందులోంచి ముందు షాకాల్ దిగాడు. తరువాత అతని అనుచరులు ఏసుపాదం సులేమాన్ దిగారు. ముగ్గురు ఎదురుగా ఉన్న ఇంటివైపు నడిచారు. గేటు తెరుచుకుని లోపలికి వెళ్ళారు. షాకాల్ గమ్మం ముందు నిలబడి కాలింగ్ బజర్ నొక్కాడు. లోపల బెల్ మోగుతున్న చప్పుడు అస్పష్టంగా వినిపిస్తోంది. క్షణం తరువాత తలుపులు తెరుచుకున్నాయి.

తలుపు తెరిచిన వ్యక్తికి సుమారు నలభై అయిదుసంవత్సరాలు ఉంటాయి. పొట్టిగా లావుగా ఉన్నాడు. సాఫీగా వెనక్కి దువ్విన జుట్టు. దట్టంగా పెరిగిన మీసాలు. ఏం కావాలని షాకాల్ వైపు చూశాడు.

"జలసూర్య ఓడ క్యాప్టన్ కులకర్ణి మీరే కదూ"స్వచ్ఛమైన హిందిలో అడిగాడు షాకాల్.

"అవును మీరేవరు. మిమ్మల్ని నేను ఎప్పుడు చూడలేదే"అన్నాడు కులకర్ణి.

"నా పేరు షాకాల్. రాయల్ గ్రూప్ ఆఫ్ కంపెనీలకు చెయిర్మన్ ను. ఇతను ఏసుపాదం. వీడు సులేమాన్. నా అనుచరులు"అన్నాడు షాకాల్.

"ఏం పని మీద వచ్చారు."

"మీతో కొంచం రహస్యంగా మాట్లాడాలి.

"లోపలకి రండి"అంటు లోపలికి నడిచాడు కులకర్ణి. ముగ్గురు అతన్న అనుసరించారు. నిమిషం తరువాత ముగ్గురు కులకర్ణి చాంబర్స్ లో కూర్చున్నారు.

"చెప్పండి"అన్నాడు కులకర్ణి.

"ఇంకో ఇరవై రోజులలో అమ్రపాలి గ్రూప్ ఆఫ్ కంపెనీ తయారుచేసిన బాల్ బేరింగ్స్ తో మీ ఓడ కొరియా బయలుదేరుతుంది అవునా."

"అవును. ఇందులో రహస్యం ఏముంది. ఈ విషయం ప్రముఖంగా పత్రికలో కూడా వచ్చిందిగా."

"అఫ్ కోర్స్. అదే విషయం గురించి ఇప్పుడు మాట్లాడబోతున్నాను. షిప్ మెంట్ కు వచ్చిన ఆ బాల్ బేరింగ్స్ కోరియా చేరటానికి వీలులేదు. వాటి స్థానంలో నేను పెట్టిన సరుకు చేరుకోవాలి. దీనికి మీ సహాయం కావాలి. ఈ సహాయం మీరు ఊరికే చెయ్యనవసరం లేదు. దానికి తగినంత ప్రతిఫలం ఇస్తాను."

"మీరేం మాట్లాడుతున్నారో నాకు అర్థం కావటం లేదు"అన్నాడు చిరాకుగా కులకర్ణి.

"మీకు అంతా అర్థమైందని నాకు తెలుసు. కాని

ఒప్పుకోవటానికి భయపడుతున్నారు. అయిన చెప్పారు కనుక మళ్ళి చెప్తాను. అమ్రపాలి కంపెని పంపిన సరుకు స్థానంలో నేను తయారుచేసిన సరుకు పంపించాలి. అంతే మీరు చెయ్యవలసింది. దానికి ప్రతిఫలం పదిలక్షలు ఇస్తాను. చాలకపోతే చెప్పండి. ఇంకా ఇస్తాను.కాని మీరు మాత్రం ఈ పని ఖచ్చితంగా చేసి తీరాలి.”

“చెయ్యకపోతే.”

“అది మీకే నష్టం. ఈ ఫోటోలు మీ కంపెని అధికారులకు చేరుతాయి. వాళ్ళే మీ మీద తగిన చర్య తీసుకుంటారు”

“ఏమటో ఫోటోలు”అన్నాడు కులకర్ణి అయోమయంగా.

షాకాల్ మాట్లాడకుండ తన జేబులోంచి కొన్న ఫోటోలు తీసి కులకర్ణికి ఇచ్చాడు. వాటిని చూసి విద్యుత్ ఘాతం తగిలినవాడిలా అదిరిపడ్డాడు. అందులో కులకర్ణి ఇంకో వ్యక్తితో మంచం మీద నగ్నంగా పడుకుని ఉన్నాడు.

“ఈ ఫోటోలు ఎలా తియ్యగలిగారు”కంపించిపోతు అడిగాడు కులకర్ణి. అతని మొహం సున్నం కొట్టినట్టు తెల్లగా పాలిపోయింది.

“ఒక మనిషితో డీల్ చేస్తున్నప్పుడు అతని గురించి పూర్తి వివరాలు తెలుసకోవటం నాకు అలవాటు. అలాగే మీ గురించి కూడా తెలుసుకున్నాను. ఈ ఫోటోలు మీ పై అధికారులకు పంపిస్తే ఏం జరుగుతుందో మీకు తెలుస. ముందు మీ పరువు పోతుంది. తరువాత మీ ఉద్యోగం ఊడిపోతుంది. ఇన్ డిసిప్లిన్ గా ఉన్నారని మీకు పెన్షన్ కూడా రాకపోవచ్చు. అంతకంటే ముఖ్యంగా మీ భార్య ఇది చూసి ఎంతమాత్రం సహించదు. తప్పకుండ మీకు విడాకులు ఇస్తుంది.

తగిన ఆధారాలు ఉన్నాయి కనుక కోర్టు కూడా ఆమెకు విడాకులు తప్పకుండ మంజూరు చేస్తుంది. అటు ఉద్యోగం పోతుంది. ఇటు మీ కుటుంబం కూడా చిన్నా బిన్నం అవుతుంది. ముఖ్యంగా సమాజంలో మీ పరువు పోతుంది. అందరి దృష్టిలో మీరు చులకనఅవుతారు. ఇద్దరు ముగురు కలుసుకుంటే మీ గురించే మాట్లాడుకుంటారు. చాటుగా నవ్వుకుంటారు. ఒక మనిషి అయినవాడు వీటిని భరించలేదు. ఆత్మహత్య చేసుకోవటం నయం అనుకుంటారు. ఆలోచించండి"అన్నాడు షాకాల్.

"వద్దు ఇంకేం చెప్పకండి. మీరు చెప్పినట్టు చేస్తాను. ఏం చెయ్యాలో చెప్పండి"అన్నాడు పేలవంగా కులకర్ణి.

షాకాల్ ముందుకు వంగి చెప్పటం మొదలుపెట్టాడు.

XXXX

"నీతో కొంచం మాట్లాడాలి అమ్మా"అన్నాడు వర్మ.

అప్పుడే అమ్రపాలి ఆఫీసుకు బయలుదేరబోతుంది. ఈ రోజు ఆమెకు బోర్డ్ ఆఫ్ డైరక్టర్స్ మీటింగ్ ఉంది. అందులో చర్చించవలసిన అంశాలు చాల ఉన్నాయి. అన్నిటిలోకి ముఖ్యమైంది ఇండ్రస్ట్రియల్ సెక్యురిటి. ఈ విషయం గురించి ఆమె ముందే గట్టిగా నిర్ణయించుకుంది. ఈ రోజు అది బోర్డ్ ముందు పెట్టబోతుంది. అందుకే ఉదయం నుంచి ఆమె బిజీగా ఉంది.

"ఏమిటి చెప్పండి డాడి"అంది అమ్రపాలి.

"అదే నమ్మ పెళ్ళి విషయం. పంతులుగారు నీకు ఒక మంచి సంబంధం తీసుకువచ్చారు. ఫోటో కూడా ఇచ్చాడు. నీకు నచ్చితే

ముందుకు ప్రొసిడ్ కావచ్చు"అన్నాడు వర్మ.

సన్నగా ఉలిక్కిపడింది అమ్రపాలి.

"అప్పుడే పెళ్ళేమిటి నాన్న"అంది అమ్రపాలి.

"నీకు ఇప్పుడు వయస్సు ఎంత అనుకుంటున్నావు. 26 వచ్చింది. ఒక ఆడపిల్లకు పెళ్ళి చేసుకోవటానికి ఇదే మంచి సమయం"అన్నాడు వర్మ.

"అది నిజమే నాన్న. కాని నేను కూడా కొంచం ఆలోచించాలికదా"

"ఇందులో ఆలోచించటానికి ఏముంది. అబ్బాయి గురించి నేను వాకబు చేశాను. సిటిలో నెంబర్ వన్ డాక్టర్. మంచి కుటుంబం. డబ్బుకు ఆస్థికి కొదవలేదు. పైగా అబ్బాయికి ఏ దురఅలవాట్లు లేవు. కనీసం కాఫీ కాని సిగరెట్ కాని తాగడు. నాకు మీ అమ్మకు ఈ సంబంధం బాగా నచ్చింది. నీకు కూడా నచ్చుతుందనే భావిస్తున్నాను. ఇదిగో అబ్బాయి ఫోటో. ఒకసారి చూసి నీ అభిప్రాయం చెప్పు. ఒకవేళ నీకు నచ్చకపోతే ఏం ఫర్వాలేదు. ఇంకో సంబంధం చూద్దాం. అంతే కాని పెళ్ళిమాత్రం వద్దని చెప్పకు"అన్నాడు వర్మ.

"నేను పెళ్ళివద్దని చెప్పటం లేదు. కొంచం సమయం కావాలని అంటున్నాను. నాకు రెండు రోజులు గడవు ఇవ్వండి. ఈలోగా నా నిర్ణయం చెప్తాను. అంతవరకు ఓపిక పడితే చాలు"అంది అమ్రపాలి.

"అలాగే నీ మాట ఎప్పుడు కాదన్నాను. కాని ఒక విషయం"అన్నాడు వర్మ. కాని ఒక విషయం."

"ఏమిటో చెప్పండి."

"రెండు రోజుల తరువాత నీ అభిప్రాయం చెప్పాలి"

"తప్పకుండ డాడి.సరే ఇప్పుడు నేను వెళ్ళవచ్చా. అవతల మీటింగ్ కు టైంఅయింది"అంది అమ్రపాలి.

తరువాత ఫైలు తీసుకుని వెళ్ళి కారులో కూర్చుంది. కారు వేగంగా ఆఫీసు వైపు దూసుకుపోయింది. కాని ఆమె మెదడులో ఆలోచనలు అంతకంటే వేగంగా కదులుతున్నాయి. ఆమె రాయ్ గురించి ఆలోచిస్తోంది. గత కొన్ని రోజులనుంచి ఆమె అతన్ని నిశితంగా గమనిస్తోంది. అతని నిజాయితి వృత్తి పట్ల అంకితభావం ఆమెను మెస్మరైజ్ చేసింది. ముఖ్యంగా అతని తెలివితేటలు ఇంప్రస్ చేశాయి. అన్నిటికంటే ముఖ్యంగా అతని వ్యక్తిత్వం. చాల విశిష్టమైన వ్యక్తిత్వం అతనిది. మగవాళ్ళలో అలాంటి వ్యక్తిత్వం చాల అరుదుగా ఉంటుంది.

ఆమె కెరీర్ లో ఎంతో మంది మగవాళ్ళనుచూసింది. వాళ్ళతో ఇంటరాక్ట్ అయింది. వాళ్ళలో అందమైన వాళ్ళు తెలివైనవాళ్ళు ఉన్నారు. పెద్ద బిజినెస్ మాగ్నెట్ లు ఉన్నారు. కాని ఎవరు రాయ్ ఆకర్షించినంతగా ఆకర్షించలేదు. అందుకే ప్రతి నిమిషం అతని గురించి ఆలోచిస్తోంది. అది ప్రేమ అంటే ఆమెకు అభ్యంతరం లేదు. కాని రాయ్ మనస్సులో ఏం ఉందో ఆమెకు తెలియదు. తను అందమైంది పెద్ద బిజినెస్ టైకూన్. అలా అని ప్రతి మగవాడు ఆమెను ఇష్టపడాలనే రూల్ లేదు. రేపు రాయ్ ఆమె గోవా వెళుతున్నారు. ఆ రోజు రాత్రిరాయ్ చెప్పింది నిజమే. గోవా బ్రాంచ్ లో చాల అవకతవకలు జరిగాయి. పెద్ద ఎత్తున మోసం జరిగింది. ఎంత డబ్బు

దుర్వినియోగం జరిగిందో పూర్తిగా తెలియదు. ఆ విషయం తెలుసుకోవటానికే రేపు రాయ్ ను తీసుకుని గోవా బయలుదేరుతుంది. అక్కడికి వెళ్ళి అన్ని పుస్తకాలు చూస్తే కాని అసలు విషయం తెలియదు.

ఈ వారం అమ్రపాలి చాల బిజీగాఉండబోతుంది. రేపు గోవా వెళుతోంది. అక్కడ పని పూర్తయిన తరువాత వెంటనే ఢిల్లీ చేరుకుంటుంది. మరుసటి రోజు కంపెని మీటింగ్ ఉంది. ఆ మీటింగ్ లో చర్చించవలసిన విషయాలు చాల ఉన్నాయి. అందులో ముఖ్యమైంది ఇండ్రస్ట్రియల్ సెక్యురిటి. దాని గురించి ఏం మాట్లాడాలో అన్ని సిద్ధం చేసుకుంది. డైరక్టర్స్ ను ఒప్పించగలననే నమ్మకం ఆమెకు ఉంది.

అనుకున్నట్టుగానే మరునాడు రాయ్ తో గోవా బయలుదేరింది. ఇద్దరు విమానంలో పక్కపక్కన కూర్చున్నారు. అమ్రపాలి తన లాప్ టాప్ ముందు పెట్టుకుని దీక్షగా పనిచేసుకుంటుంది. సైడ్ ప్రొఫైల్ లో ఆమె అందం ఇంకా ఇనుమడించింది. కొద్ది క్షణాలు ఆమెనే చూస్తూ ఉండిపోయాడు. తరువాత సభ్యత కాదని చూపు మరల్చుకున్నాడు.

గమ్యస్థానం చేరుకునేంతవరకు అమ్రపాలి లాప్ టాప్ తోనే కుస్తీపడింది. రాయ్ తో ఒక్క మాట కూడా మాట్లాడలేదు. ఈ ఒక్క విషయం మాత్రం రాయ్ కు బాగా నిరుత్సాహం కలిగించింది. షెడ్యుల్ ప్రకారం విమానం గోవా ఏయిర్ పోర్ట్ లో లాండ్ అయింది. అమ్రపాలి రాయ్ దిగి విజిటర్స్ లౌంజ్ లోకి వెళ్ళారు. అక్కడ వాళ్ళను రిసివ్ చేసుకోవటానికి గోవా బ్రాంచ్ మేనేజర్ పాండా వచ్చాడు. అతను

ఒడిశా రాష్ట్రానికి చెందినవాడు.

"వెల్ కం టూ గోవా మేడం"అన్నాడు పాండా నవ్వుతూ.

"మిస్టర్ పాండా ఇతని పేరు రాయ్. అకౌంట్స్ ఆడిట్ చెయ్యటానికి వచ్చాడు"అంటు అతన్ని పరిచయం చేసింది అమ్రపాలి.

అదో విధంగా చూశాడు పాండా రాయ్ ను. అతని చూపులు ఏమాత్రం నచ్చలేదు రాయ్ కు. తను ఇక్కడికి రావటం ఇష్టంలేదని అతని వాలకమే చెపుతోంది.

"రేపు ఉదయం నుంచి ఆడిట్ మొదలవుతుంది. అకౌంట్స్ పుస్తకాలు అన్ని సిద్ధం చేసి రెడిగా పెట్టండి. సరిగ్గా రేపు ఉదయం పదిగంటలకు రాయ్ ఆఫీసుకు వస్తాడు"అని అంది అమ్రపాలి.

అలాగే అని తలూపాడు పాండా.

తరువాత ముగ్గురు కారులో కంపెని గెస్ట్ హవుస్ కు బయలుదేరారు. గోవాకు రావటం రాయ్ కు ఇదే మొదటిసారి. ఆ సిటి అతనికి ఎంతో కొత్తగాను వింతగాను తోస్తుంది. అరగంట తరువాత కారు బిచ్ కు ఎదురుగా ఉన్న కాటేజి సముదాయం చేరుకుంది. అక్కడ ఒక కాటేజి ముందు కారు ఆగింది. కారు చప్పుడు విని కాటేజికేర్ టేకర్ హడావిడిగా బయటకు వచ్చాడు. సామానులు తీసుకుని లోపలికి వెళ్ళాడు.

పాండా అమ్రపాలి దగ్గర సెలవు తీసుకుని ఆఫీసుకు వెళ్ళిపోయాడు. ఆమె, రాయ్ ఇద్దరు గెస్ట్ హవుస్ లోపలికి నడిచారు. అమ్రపాలి తన రూమ్ లోకి వెళ్ళిసెటిల్ అయింది. కాని

రాయ్ మాత్రం కదలలేదు. కిటికిలోంచి బిచ్ కేసి చూస్తున్నాడు. యడతెరిపిలేకుండ అలలు ఒకదాని వెనుక ఒకటి వస్తున్నాయి. వాటిమీద కొంతమంది సర్ఫింగ్ చేస్తున్నారు. కొంతమంది అందమైన అమ్మాయిలు త్రీపీస్ స్విమ్ సూట్ వేసుకుని ఈతకొడ్తున్నారు. ఈ దృశ్యం అతనికి ఎంతో మనోహరంగా తోచింది. ఎంతసేపయిన చూస్తూ ఉండిపోవాలనిపిస్తుంది.

అందుకే అరగంటసేపు అలాగే చూస్తూ గడిపాడు. తరువాత నింపాదిగా తన గదిలోకి వెళ్ళాడు. స్నానం చేసి రిఫ్రెష్ అయ్యాడు. కేర్ టేకర్ టిఫిన్ కాఫీ డైనింగ్ టేబుల్ మీద సిద్ధం చేశాడు. అమ్రపాలి రాయ్ ఎదురుఎదురుగా కూర్చున్నారు. కేర్ టేకర్ టిఫిన్ వడ్డిస్తుంటే రాయ్ తింటున్నాడు. అమ్రపాలి ఏదో కాగితం చూస్తూ తింటుంది. ఆ కాగితంలో ఏముందో రాయ్ కు తెలియదు. కాని చాల ముఖ్యమైనదని మాత్రం గ్రహించాడు. టిఫిన్ చేసిన తరువాత అమ్రపాలి తన గదిలోకి వెళ్ళిపోయింది. రాయ్ కు ఏం తోచటం లేదు. పైగా నిరుత్సాహంగా కూడా ఉంది. అమ్రపాలితో ఒంటరిగా గడిపే అవకాశం దొరికిందని చాల సంతోషపడ్డాడు. ఉత్సాహంతో ఊగిపోయాడు. కాని తీరా ఇక్కడికి వస్తే పరిస్థితి ఇంకో రకంగా ఉంది. కనీసం ఒక్కరోజైన రిలాక్స్ గా గడుపుతుందని ఆశించాడు.కొంచం సేపయిన తరువాత గదిలోంచి వస్తుందని కాచుకున్నాడు. కాని ఆమె ఎంతసేపటికి బయటకు రాలేదు. ఇక చేసేది లేక మెల్లగా బిచ్ వైపు సాగిపోయాడు. బయట ఎండగానే ఉంది. అయిన బిచ్ లో మాత్రం రష్ కొంచం కూడా తగ్గలేదు. చాల మంది బిర్ తాగుతూ బిచ్ అంబ్రెల్లా కింద కూర్చుని

ఉన్నారు. పిచ్చాపాటి మాట్లాడుకుంటున్నారు. మెల్లగా నీళ్ళవైపు నడిచాడు రాయ్.

"హాయ్"అని వినిపించింది.

మెల్లగా తలతిప్పి వెనక్కి తిరిగి చూశాడు.

ఒక అందమైన అమ్మాయి ఎదురుగా దర్శనం ఇచ్చింది. స్విమ్ సూట్ వేసుకుని జలకన్యలా ఉంది.

"హలో అన్నాడు నవ్వుతూ రాయ్.

"నా పేరు మార్తా."

"నా పేరు రాయ్"అని పరస్పరం పరిచయం చేసుకున్నారు.

"మీకు ఈత వచ్చా"అడిగింది.

"రాదండి సిగ్గుపడుతూ చెప్పాడు రాయ్.

"నాకు వచ్చు. నాతో రండి మీకు నేర్పిస్తాను"అంది.

"ఈ డ్రస్సులో ఎలా ఈతకొట్టాలి"అన్నాడు రాయ్.

అడ్మినిస్ట్రేషన్ ఆఫీసులో ఈత కొట్టటానికి అవసరమైన సరంజామా అంతా ఇస్తారు. స్విమ్ సూట్ కూడా అద్దెకు ఇస్తారు. వెళ్ళి వేసుకుని రండి. ఈ లోగా నేను రెడిఅవుతాను"అంది మార్తా.

రాయ్ ఉత్సాహంగా ఆఫీసు వైపు పరిగెత్తాడు. పది నిమిషాల తరువాత పూర్తిగా డ్రస్సు మార్చుకుని వచ్చాడు. దాంతో పాటు సేఫ్టీ ఎక్విప్ మెంట్ కూడా తీసుకువచ్చాడు. ఈ లోగా మార్తా బట్టలు మార్చుకుని సిద్ధంగా ఉంది. ఆ డ్రస్సులో చాల ఆకర్షణీయంగా ఉంది మార్తా. చూపులు తిప్పుకోలేకపోయాడు రాయ్. తరువాత ఇద్దరు నీళ్ళలోకి వెళ్ళారు. మొదటి నిమిషంలోనే రాయ్ కు కొంచం కూడా

ఈతరాదని మార్తాకు తెలిసిపోయింది. ఆమె చొరవతీసుకుని అతనికి ఈత నేర్పించసాగింది. పది నిమిషాలు తరువాత రాయ్ కు ఒక మోస్తరుగా ఈత చెయ్యటం వచ్చింది.

ఈత వచ్చినందుకు అతనికి పెద్దగా సంతోషంగా లేదు. మార్తాతో కలిసి ఈత కొడుతున్నందుకు అతనికి చాల ఆనందంగా థ్రిల్ గా ఉంది. దాదాపు గంటసేపు సేపు ఇద్దరు ఈతకొట్టారు. తరువాత ఇద్దరు ఇసుకలో కూర్చున్నారు.

పది నిమిషాల తరువాత నేను బయులుదేరుతాను అంటు లేచింది మార్తా.

“ఇంకా కొంచం సేపు ఉండండి. హాయిగా కబుర్లు చెప్పుకుందాం”అన్నాడు రాయ్.

“నా భర్త క్యాంపునుంచి తిరిగి వచ్చే టైం అయింది. నేను ఇంట్లో లేకపోతే కంగారుపడతాడు. వస్తాను”అంటు ఇంకో మాటకు అవకాశం ఇవ్వకుండ వెళ్ళిపోయింది. నిరుత్సాహంగా కాటేజికి బయలుదేరాడు రాయ్. అతను కాటేజి చేరుకునేసరికి అమ్రపాలి డైనింగ్ టేబుల్ మీద కూర్చుని లాప్ టాప్ చూస్తోంది.

“కరెక్ట్ సమయానికి వచ్చారు. రండి భోజనం చేద్దాం”అంది అమ్రపాలి.

“ఇప్పుడే వస్తాను”అని చెప్పి తన గదిలోకి వెళ్ళాడు రాయ్. గబగబ రిఫ్రెష్ అయి డైనింగ్ టేబుల్ ముందు కూర్చున్నాడు. ఇద్దరు కొంచం సేపు ఆఫీసు విషయాలు మాట్లాడుకున్నారు.

“అకౌంట్స్ లో ఏం తప్పులు ఉన్నాయో ఒక కాగితంలో నోట్

చేసుకోండి. అంతా పూర్తయిన తరువాత దాన్ని మూడు కాపీలు తయారుచెయ్యండి. ఒకటి మాస్టర్ ఫైలులో పెట్టండి. రెండోది అకౌంట్స్ ఫైలులో పెట్టండి. మూడో కాపీ నాకు ఇవ్వండి"అంది అమ్రపాలి.

"అలాగే మేడం"అన్నాడు రాయ్.

తరువాత ఇద్దరు భోజనం ముగించారు. భోజనం అయిన తరువాత అమ్రపాలి కారులో ఎక్కడికో బయలుదేరింది. ఎక్కడికి వెళుతుందో చెప్పలేదు. ఆమె వెళ్ళిన తరువాత చాలసేపుమార్తా గురించి ఆలోచిస్తూ ఉండిపోయాడు. తరువాత తన గదిలోకి వెళ్ళి పడుకున్నాడు. కళ్ళు మూసుకున్న వెంటనే గాఢనిద్రలోకి జారుకున్నాడు. ఎంతసేపు పడుకున్నాడో తెలియదు. తిరిగి అతను కళ్ళు తెరిచేసరికి సాయంత్రం కావస్తోంది. చప్పున లేచి రిఫ్రెష్ అయి డైనింగ్ టేబుల్ దగ్గరకు వచ్చాడు.

అమ్రపాలి టైబుల్ ముందు కాఫీ తాగుతుంది. రాయ్ ను చూసి పలకరింపుగా చిన్నగా నవ్వింది.

రాయ్ సిగ్గుగా నవ్వి టేబుల్ ముందు కూర్చున్నాడు. కేర్ టేకర్ అతనికి టిఫిన్ కాఫీ సర్వ్ చేశాడు. అది పూర్తిచేసిన తరువాత ఇద్దరు తీరికగా కూర్చున్నారు. మధ్యాహ్నం ఆమె ఎక్కడికి వెళ్ళిందో అడగాలని అనుకున్నాడు కాని తరువాత ఎందుకులే అని ఊరుకున్నాడు.

ఎవరికో మూడు కాల్స్ చేసింది అమ్రపాలి, వాళ్ళతో చాల లో గొంతులో మాట్లాడింది. ఆమె ఏం మాట్లాడిందో అతనికి తెలియదు.

కాని పొడిపొడిగా రెండు మూడు మాటలు మాత్రం వినిపించాయి. అందులో పోలీస్ రిపోర్ట్ అన్న పదం కూడా ఉంది. బహుశా పాండా గురించి ఆమె రిపోర్ట్ చేసి ఉంటుందని ఊహించాడు రాయ్.

ఆమె బిజీగా ఉండటం చూసి లేచాడు రాయ్. తలుపు దగ్గరకు వెళ్ళి బీచ్ కేసి చూశాడు. అందమైన అమ్మాయిలతో బీచ్ కళకళలాడిపోతుంది. వాళ్ళందరు బికినిలతో ఈతకొడుతుంటే జలకన్యలా కనిపించారు అతని కళ్ళకు. వెంటనే అతనికి కూడా బీచ్ కు వెళ్ళి ఎంజాయ్ చెయ్యాలని బలమైన కోరిక కలిగింది. పైగా ఉదయం మార్తాతో ఈత కొట్టినతరువాత అతని మనస్సు శరీరం ఆగటం లేదు. మళ్ళి ఆమె స్పర్శకోసం పరితపిస్తోంది.

అమ్రపాలి ఉన్నప్పుడు బయటకు వెళ్ళటానికి అతనికి మనస్కరించలేదు. అందుకే ఆమె ఎప్పుడు గదిలోకి వెళుతుందా అని ఓపికగా కాచుకున్నాడు. అరగంట తరువాత అమ్రపాలి లేచింది. లాప్ టాప్ తీసుకుని తన గదిలోకి వెళ్ళిపోయింది. ఒక్క క్షణం కూడా రాయ్ ఆగలేదు. పరుగులాండి నడకతో బీచ్ వైపు వెళ్ళాడు.

బీచ్ చేరుకుని చుట్టు చూశాడు. అతనికి ఎక్కడ మార్తా కనిపించలేదు. నిరుత్సాహంగా వెళ్ళి ఇసుకలో కూర్చున్నాడు. క్రమంగా చీకటిపడుతోంది. సూర్యుడు తన డ్యూటి ముగించుకుని పశ్చిమాద్రి చాటుకు తప్పుకుంటున్నాడు. యడతెరిపిలేకుండ వస్తున్న అలల ఘోష అస్పష్టంగా వినిపిస్తోంది. ఎవరు అతన్ని పట్టించుకోలేదు. ఒంటరిగా అలలవైపు చూస్తూ టైం పాస్ చేశాడు రాయ్. తరువాత నింపాదిగా కాటేజి చేరుకున్నాడు. డైనింగ్ టేబుల్

దగ్గర ఈ సారి అమ్రపాలి కనిపించలేదు. అమ్మయ్య అనుకుని తన గదిలోకి వెళ్ళాడు.

బ్రీఫ్ కేసు తెరచి టాక్స్ కు సంబంధించిన పుస్తకాలు తీశాడు. చాల సేపు వాటిని చదువుతూ కూర్చున్నాడు. సరిగ్గా ఎనిమిది గంటలకు కేర్ టేకర్ భోజనానికి పిలిచాడు. యధాప్రకారం అమ్రపాలి డైనింగ్ టేబుల్ ముందు కూర్చుని బిజీగా ఉంది. అంతా టైం ప్రకారం చేస్తున్న ఆమెను మెచ్చుకోకుండ ఉండలేకపోయాడు రాయ్. భోజనం అయిన తరువాత ఇద్దరు హాలులో కూర్చున్నారు. రేపు జరగబోతున్న ఆడిట్ కు సంబంధించిన విషయాలు చర్చించుకున్నారు. ప్రతి పద్దును ఒకటికి రెండు సార్లు జాగ్రర్తగా గమనించమని చెప్పింది అమ్రపాలి.

దాదాపు గంట సేపు మాట్లాడుకున్నారు. తరువాత అమ్రపాలి తన లాప్ టాప్ తీసుకుని తన గదిలోకి వెళ్ళిపోయింది. రాయ్ కూడా లేచి తన గదిలోకి వెళ్ళాడు. ఎంత ప్రయత్నించిన అతనికి నిద్రపట్టటం లేదు. ఒకవైపు రాధిక ఇంకో వైపు మార్తా, మరోవైపు అమ్రపాలి అతన్ని ఉక్కిరిబిక్కిరిచేస్తున్నారు. నిద్రపట్టకుండ చేస్తున్నారు. ప్రతి క్షణం ముగ్గురు అతని కళ్ళముందు కనిపించి ఇబ్బందిపెడుతున్నారు.

చాలసేపయిన తరువాత రాయ్ కు నిద్రపట్టింది. ఎంతసేపు పడుకున్నాడో తెలియదు. అప్పుడే కెవ్వుమంటు కేక వినిపించింది. మొదటిసారి విన్నప్పుడు అది తన భ్రమ అనుకున్నాడు. అందుకే ఆ విషయం గురించి పెద్దగా పట్టించుకోలేదు. కాని మరో సారి కూడా

అలాగే వినిపించింది. ఆ సారి ఆ గొంతు ఎవరిదో గుర్తుపట్టాడు రాయ్. అది అమ్రపాలి కేక.

అంతే ఒక్క క్షణం ఆగకుండ ఆమె గదిలోకి పరిగెత్తాడు. ఎదురుగా కనిపించిన దృశ్యం చూసి నిర్ఘాతంపోయాడు. ఒక వ్యక్తి అమ్రపాలి గొంతుచుట్టు చేతులు వేసిగట్టిగా నొక్కుతున్నాడు. ఆ పట్టునుంచి తప్పించుకోవటానికి అమ్రపాలి విశ్వప్రయత్నం చేస్తోంది. కాని ఆ వ్యక్తి బలంముందు ఆమె శక్తి చాలటంలేదు. ఒడ్డున పడిన చేపలా గిలగిలకొట్టుకుంటోంది ఆమె. ఇంకో క్షణం అలాగే ఉంటే తప్పకుండ ఆమె ప్రాణాలు పోతాయి.

ఈ ఆలోచన రాగానే రాయ్ తెగించాడు. వేగంగా వెళ్ళి ఆ వ్యక్తి మీద పడ్డాడు. ఇద్దరు అన్ బాలెన్స్ అవుతూ పక్కక పడ్డారు. ఇద్దరు ఒకరిని ఒకరు ఒడిసి పట్టుకుని నేలమీద దొర్లుతున్నారు. ఆ వ్యక్తి కూడా సామాన్యుడు కాడు. దాదాపురాయ్ అంత ఒడ్డు పొడుగు ఉన్నాడు. రెండు నిమిషాలపాటు నువ్వా నేనే అంటు కొట్టుకున్నారు. అవకాశం చూసి రాయ్ అతని పొత్తికడుపుకింద బలంగా కాలితో కొట్టాడు. కీచుమని అరుస్తు తన పట్టు విడిచిపెట్టాడు అతను. గిలగిల మంటు కొట్టుకున్నాడు. తరువాత తలపక్కకు వాల్చేశాడు. అతను చచ్చాడో బతికిఉన్నాడో కూడా చూడలేదు రాయ్. వేగంగా వెళ్ళి అమ్రపాలి పరీక్షించి చూశాడు. ఆమెలో ఇంకా ఊపిరి ఉంది. కాని భయంతో స్పృహ కోల్పోయింది. అంతే.

అమాంతం ఆమెను ఎత్తుకుని హాలులోకి వెళ్ళాడు. జాగ్రర్తగా ఆమెను సోఫా మీద పడుకోపెట్టి డాక్టర్ కు కాల్ చేశాడు. డాక్టర్

వచ్చేంతవరకు ఆమె పక్కన కూర్చున్నాడు. పదినిమిషాలు తరువాత డాక్టర్ వచ్చాడు.

ఆమ్రపాలిని పరీక్షించి చూశాడు. తరువాత రాయ్ వైపు తిరిగి అన్నాడు.

“ప్రాణానికి ఏం ప్రమాధం లేదు. షాక్ వల్ల సృహపోయింది అంతే. ఈ టాబ్లెట్ వాడండి. నయం అవుతుంది”అని నాలుగు టాబ్ లెట్స్ ఇచ్చాడు. డాక్టర్ వెళ్ళిపోయిన తరువాత రాయ్ అమ్రపాలి పక్కనే కూర్చున్నాడు. క్షణాలు నిమిషాలు గడుస్తున్నాయి. సరిగ్గా గంట తరువాత అమ్రపాలి కళ్ళు తెరిచింది. ఎదురుగా ఉన్న రాయ్ ను చూసి దిగ్గున లేచి కూర్చుంది.

“నాకు ఏమైంది రాయ్. ఇక్కడికి ఎలా వచ్చాను”అంది కంగారుగా.

“భయపడకండి మేడం. ఎవడో అగంతకుడు మీ గదిలోకి వచ్చి మీ మీద దాడి చేశాడు. సమయానికి నేను వచ్చాను కనుక సరిపోయింది. లేకపోతే మీరు నాకు దక్కేవారు కాదు”అని జరిగిన దంతా చెప్పాడు.

“ఇప్పుడు అతను ఎక్కడఉన్నాడు”అడిగింది అమ్రపాలి.

“నేను కొట్టిన దెబ్బలకు సృహ లేకుండ పడిఉన్నాడు. ఆ విషయం తరువాత చూద్దాం. ముందు మీరు ఈ టాబ్లెట్ వేసుకోండి”అని ఒక టాబ్లెట్ ఆమె చేతిలో పెట్టాడు. ఆమె టాబ్లెట్ తీసుకున్న తరువాత ఇద్దరు అమ్రపాలి గదిలోకి వెళ్ళారు. ఆశ్చర్యం గదిలో ఆ వ్యక్తిలేడు. మాయమైపోయాడు.

"ఇక్కడే వాడు స్పృహ తప్పి పడిపోయాడు"అన్నాడు రాయ్.

అదే సమయంలో అతని చూపులు కిటికి వైపు తిరిగాయి. ఆ కిటికి మాములు కిటికి కాదు. గ్లాసు కిటికి. గ్లాసు పక్కకు జరిపితే ఒక మనిషి తేలికగా లోపలికి రావచ్చు. బయటకు వెళ్ళవచ్చు.

"బహుశా స్పృహ వచ్చి కిటికిలోంచి పారిపోయిఉంటాడు మేడం"అన్నాడు రాయ్.

అమ్రపాలి తలపంకించి "వాడు ఎవడో అర్ధంకాకుండ ఉంది. నన్ను చంపటానికి ఎందుకు ప్రయత్నించాడు"అంది సాలోచనగా.

"వాడు పాండ మనిషి అయిఉంటాడు"అన్నాడు రాయ్.

"పాండ ఇలాంటి పనిచేస్తాడంటే నమ్మలేకుండ ఉన్నాను"అంది అమ్రపాలి.

"డబ్బు మేడం. డబ్బుకోసం మనిషి ఎంత నీచానికైన దిగజారుతాడు. బ్రాంచ్ మేనేజర్ గా పాండా చాల తప్పులు చేశాడు. తప్పుడు లెక్కలు రాసి లక్షలు కొట్టేశాడు. ఈ విషయం మనకు తెలిసేసరికి ముందు కంగారుపడ్డాడు. తరువాత కోపంతో ఊగిపోయి ఉంటాడు. దీనికంతటికి మీరే కారకులు కనుక మిమ్మల్నిచంపాలని ప్రయత్నించాడు. కాని సమయానికి నేను రావటం వల్ల మీరు బతికిపోయారు. ఇంతటితో పాండ చేతులు ముడుచుకుని కూర్చోడు. ఒకసారి ప్రయత్నంచేసినవాడు ఇంకోసారి చెయ్యకుండ ఉండడు. అందుకే మీరు చాల జాగ్రత్తగా ఉండాలి. ప్రతి నిమిషం అప్రమత్తతో మెలగాలి"అన్నాడు రాయ్.

నిజమే అన్నట్టుగా తలూపింది అమ్రపాలి.

ఆ తరువాత వాళ్ళ మధ్య సంభాషణ ఆగిపోయింది. ఏదో ఆలోచిస్తూ తన గదిలోకి వెళ్ళిపోయింది అమ్రపాలి. రాయ్ కూడా తన గదిలోకి వెళ్ళి పడుకున్నాడు. కాని అతను నిద్రపోలేదు. మేలుకునే ఉన్నాడు. ఎప్పుడో తెల్లవారుజామున అతని కళ్ళు మూతలుపడ్డాయి.

భాగం--37

మరుసటి రోజు రాయ్ అమ్రపాలి ఆఫీసుకు వెళ్ళారు. రాయ్ మాత్రం కారు దిగాడు. అమ్రపాలి ఇంకా డ్రైవింగ్ సీటులోనే కూర్చుంది.

“మీరు లోపలికి రారా మేడం”అడిగాడు రాయ్.

“నాకు ఒక ముఖ్యమైన పని ఉంది. అర్జంటుగా ఒక అధికారిని కలుసుకోవాలి. మీరు మీ పని కానివ్వండి. సాయంత్రం మాట్లాడుకుందాం బై “అని కారు డ్రైవ్ చేసుకుంటు వెళ్ళిపోయింది అమ్రపాలి. రాయ్ నింపాదిగా లోపలికి వెళ్ళాడు.

“రండి సార్. మీకోసమే ఎదురుచూస్తున్నాం”అన్నాడు పాండా.

ఇద్దరు ఒక గదిలోకి వెళ్ళారు. ఆ గదిలో ఒక పెద్ద టేబుల్ రెండు కుర్చీలు ఉన్నాయి. టేబుల్ మీద ఫైల్స్ అకౌంట్స్ స్టేట్ మెంట్స్ ఉన్నాయి.

“మీరు ఆడిట్ చెయ్యటానికి అన్ని ఏర్పాట్లు చేశాను. ఇంకా ఏమైన కావాలంటే నా అసిస్టెంట్ కు చెప్పండి. అతను ఏర్పాటు చేస్తాడు. ఇంకో విషయం. మీకు లంచ్ కోసంకూడా ఏర్పాటు చేశాం. సరిగ్గా ఉదయం మీకు పెద్ద హోటల్ నుంచి క్యారియర్ భోజనం వస్తుంది”అన్నాడు పాండా.

“మీరు ఆఫీసులోనే ఉంటారా”అడిగాడు రాయ్.

“లేదు. నాకు అర్జంట్ పని ఉంది. మధ్యాహ్నం తిరగివస్తాను”అన్నాడు పాండా.

అయిదు నిమిషాల తరువాత పాండా వెళ్ళిపోయాడు. రాయ్ టేబుల్ ముందు కూర్చుని తన పని మొదలుపెట్టాడు.ఒక్కొక్క స్టేట్ మెంట్ ను జాగ్రర్తగా చూస్తున్నాడు. తప్పులు కాని ఉంటే వాటిని జాగ్రర్తగా ఒక పుస్తకంలో నోట్ చేసుకుంటున్నాడు. అనుమానం ఉన్న పద్ధులను కూడానోట్ చేసుకున్నాడు. పాండా వచ్చినతరువాత వాటి గురించి గురించి క్లారిఫికేషన్ తీసుకోవాలని అతని ఉద్దేశం.

ఏగబిగిన లంచ్ వరకు తలఎత్తకుండ పనిచేశాడు రాయ్. అతను అనుకున్నదానికంటే చాల తప్పులు ఉన్నాయి స్టేట్ మెంట్స్ లో. సరిగ్గా ఒంటిగంటకు అటెండర్ హోటల్ నుంచి భోజనం తీసుకువచ్చి టేబుల్ మీద పెట్టాడు. భోజనం చేసిన తరువాత కొంచంసేపు పాండా కోసం ఎదురుచూశాడు. కాని పాండా జాడ లేదు. సాయంత్రం అయిదు గంటలవరకు పనిచేశాడు రాయ్. పాండా మాత్రం రాలేదు. స్టాఫ్ ను అతని గురించి అడిగాడు. కాని వాళ్ళు ఏం జవాబు చెప్పలేకపోయారు.

అయిదున్నరకు తన పని పూర్తిచేశాడు రాయ్. పుస్తకాలు స్టేట్ మెంట్స్ జాగ్రర్తగా బీరువాలో పెట్టి తాళం వేశాడు. తరువాత గదిలోంచి బయటకు వచ్చాడు. స్టాఫ్ ఎవరు వెళ్ళలేదు. అందరు తమ సీటులో కూర్చుని బిజిగా పనిచేసుకుంటున్నారు. ఆఫీసు బయటకు వచ్చి కారిడార్ దగ్గర నిలబడ్డాడు రాయ్. అతని ఎంతో

సేపుఎదురుచూడవలసిన అవసరం లేకుండ పోయింది. పది నిమిషాల తరువాత అమ్రపాలి వచ్చింది.

ఆమె మొహంలో ఎంతో సంతోషం ఆనందం కనిపించింది. ఉదయం బయలుదేరుతున్నప్పుడు ఆమె మొహంలో అదో తెలియని ఉద్వేకం టెన్షన్ కనిపించింది. ఇప్పుడు అలాంటి లక్షణాలు మచ్చుకైన లేవు. చాల రిలాక్స్ డ్ ఉంది.

“పని ఎలా జరిగింది “అడిగింది అమ్రపాలి.

“పని బాగానే జరిగింది. ఉదయం వెళ్ళిన పాండా ఇంకా తిరిగి రాలేదు”అన్నాడు రాయ్.

“ఈ క్షణం నుంచి అతని గురించి పట్టించుకోవట మానేయ్. అతని విషయం నేను చూసుకుంటాను. నువ్వు మాత్రం జాగ్రర్తగా ఆడిట్ పూర్తి చెయ్యి”అంది అమ్రపాలి.

పావుగంట తరువాత ఇద్దరు గెస్ట్ హవుస్ చేరుకున్నారు. రిఫ్రెష్ అయిన తరువాత డైనింగ్ టేబుల్ ముందు కూర్చున్నారు. ఆ రోజు జరిగిన విషయాలను చెప్పాడు రాయ్.

“ఇప్పటివరకు జరిగిన తప్పులన్ని పుస్తకంలో నోట్ చేసుకున్నాను. ఒక్కరోజు స్టేట్ మెంట్ లోనే చాల తప్పులు ఉన్నాయి. మరింత లోతుగా వెళితే ఇంకా ఎన్ని తప్పులు కనిపిస్తాయో”అన్నాడు రాయ్.

“పాండా మీద పోలీస్ రిపోర్ట్ ఇచ్చాను. వాళ్ళు అతన్ని ఏ క్షణంలోఅయిన అరెస్ట్ చెయ్యవచ్చు. తప్పు చేసిన వాడు ఎవరు తప్పించుకోలేరు. ఈ రోజు కాకపోయిన రేపయిన అతను

పట్టుబడతాడు. అది గ్యారంటి''అంది అమ్రపాలి.

కాఫీ టిఫిన్ చేసిన తరువాత అమ్రపాలి తన గదిలోకి వెళ్ళిపోయింది. రాయ్ కు ఏం తోచలేదు. అందుకే బీచ్ వైపు సాగిపోయాడు. యధాప్రకారం అందమైన అమ్మాయిలతో బీచ్ కళకళలాడిపోతుంది. మార్తా కోసం చుట్టు చూశాడు రాయ్. కాని ఆమె ఎక్కడ కనిపించలేదు. నిరుత్సాహంతో అతని శరీరం రగిలిపోయింది. గంట సేపు బీచ్ లో కూర్చున్నాడు. అలసటలేకుండ ఒకదాని వెనుక ఒకటి వస్తున్న అలల వైపు చూస్తూ టైం పాస్ చేశాడు.

సూర్యుడు క్రమంగా పశ్చిమాద్రిచాటుకు తప్పుకుంటున్నాడు. బీచ్ లో చీకటి అలుముకుంటోంది. అయిన రష్ మాత్రం తగ్గలేదు. టైం తో సంబంధం లేనట్టు అమ్మాయిలు బికినీలు వేసుకుని నీళ్ళలో ఈతకొడ్తున్నారు. గంట సేపు హాయిగాటైం పాస్ చేశాడు రాయ్. తరువాత కాటేజికి బయలుదేరాడు. టైం ఎనిమిదిగంటలు కావస్తోంది. డైనింగ్ టేబుల్ ముందు కూర్చుని ఏదో ఫైలు చూస్తుంది అమ్రపాలి. రాయ్ ను చూసి పలకరింపుగా నవ్వింది. ఆమె మూడ్ బాగున్నట్టుగా ఉంది.

“ఇంతసేపు ఎక్కడికి వెళ్ళారు. గదిలోకి వెళ్ళి చూస్తే మీరు లేరు''అంది అమ్రపాలి.

“కొంచం సేపు టైం పాస్ చెయ్యటానికి బీచ్ కు వెళ్ళాను''అన్నాడు రాయ్.

కేర్ టేకర్ ఇద్దరికి భోజనం వడ్డించాడు. మౌనంగా భోజనం చెయ్యసాగారు. ఉన్నట్టుండి అంది అమ్రపాలి.

"పాండాను ఉద్యోగంలోంచి తీసేశాను. అతని డిస్ మిసల్ ఆర్డర్ ను అతని ఇంటికి పంపించాను. వెంటనే ఈ బ్రాంచ్ కు కొత్త మేనేజర్ ను అపాయింట్ చెయ్యాలి. నా మనస్సులో ఒక వ్యక్తి ఉన్నాడు. అతని గురించి మా నాన్నగారికి కూడా చెప్పాను. ఆయన కూడా అభ్యంతరం చెప్పలేదు. ఢిల్లీ వెళ్ళిన తరువాత కొత్త మేనేజర్ గురించి ఒక నిర్ణయం తీసుకోవాలి."

"ఇంతకి ఆ వ్యక్తి ఎవరు మేడం"అసక్తిగా అడిగాడు రాయ్.

"సస్పెన్స్ ఇప్పుడే చెప్పను.ఢిల్లీ వెళ్ళిన తరువాత అనౌన్స్ చేస్తాను. కాని అతను కొత్త వ్యక్తి కాదు. అది మాత్రం ఖచ్చితంగా చెప్పగలను. అతను నాకు ఇంతకుముందే బాగా తెలుసు. మంచి తెలివైనవాడు. నిజాయితీ పరుడు. కష్టపడే మనస్తత్వం ఉన్నవాడు. ముఖ్యంగా నాకు బాగా నచ్చినవాడు"అంది అమ్రపాలి. చివరి మాట అన్నప్పుడు ఆమె కళ్ళు మెరవటం రాయ్ గమనించాడు.

అతని గుండెలు వేగంగా కొట్టుకోసాగాయి. ఆ వ్యక్తి ఎవరో చూచాయిగా అతనికి తెలుసు. అది అతనే. కాని ఈ విషయం ఇప్పుడు చెప్పటానికి అమ్రపాలి ఇష్టపడటం లేదు. దానికి ఆమెకు ఎన్ని కారణాలు అయిన ఉండవచ్చు. కాని అతను మాత్రం చాల ఆ బ్రాంచ్ మేనేజర్ తనే అని పూర్తి నమ్మకంతో ఉన్నాడు. అయిన ఆ సంతోషభావాలు తన మొహంలో కనిపించకుండ జాగ్రర్తపడ్డాడు.

"ఆ వ్యక్తి చాల అదృష్టవంతుడు మేడం. లేకపోతే మీ దృష్టిలో పడడు"అన్నాడు రాయ్.

"నేను అదృష్టాన్ని నమ్మను. ప్రయత్నాం నమ్ముతాను. అతను

చాల కష్టపడ్డాడు. తన నిజాయితీతో వృత్తి పట్ల అంకితభావంతో నన్ను మెస్మరైజ్ చేశాడు. ఈ కాలంలో అలాంటివాళ్ళు చాల అరుదుగా కనిపిస్తారు”అంది అమ్రపాలి.

భోజనం అయిన తరువాత రొటిన్ గా అమ్రపాలి తన పనిలో పడిపోయింది. రాయ్ తన గదిలోకి వెళ్ళి పడుకున్నాడు. అతని మనస్సు శరీరం సంతోషంతో పూర్తిగా నిండిపోయింది. రేపు రాధికకు కాల్ చేసి ఈ శుభవార్త చెప్పాలి”అనుకున్నాడు.

మరో వారం రోజుల పాటు ఆడిట్ జరిగింది. కనిపించిన తప్పులన్ని పుస్తకంలో నోట్ చేసుకున్నాడు. ఈ మద్య కాలంలో పాండా ఎక్కడ కనిపించలేదు. అతని కోసం పోలీసులు తీవ్రంగా గాలిస్తున్నారు. అతని భార్యను అదుపులోకి తీసుకున్నారు. ఆమెను అధికారులు ప్రశ్నిస్తున్నారు.

భాగం--38

“అమ్మ నీతో కొంచం మాట్లాడాలి”అన్నాడు వర్మ.

ఆఫీసుకు బయలుదేరబోతున్న అమ్రపాలి నవ్వి “ఏమిటి విషయం”అని అడిగింది.

“మాకు కొత్తగా విషయాలు ఏముంటాయి. నీ పెళ్ళి తప్ప. మీ అమ్మ నేను ఈ సంవత్సరం నీకు పెళ్ళిచెయ్యాలని అనుకుంటున్నాం. సంబంధాలు కూడా చూస్తున్నాం. ఈ మధ్యనే పంతులుగారు ఒక మంచి సంబంధం తీసుకువచ్చారు”అన్నాడు వర్మ.

“నాకు చెప్పకుండానే నా పెళ్ళి నిశ్చయం చేస్తున్నారా” కొంచం చిరాకుగా అడిగింది అమ్రపాలి.

“నీ అభిప్రాయం తెలుసుకోకుండ ఎలా చేస్తాం. అనుకోకుండ మంచి సంబంధం వచ్చింది కనుక నీతో చెప్పుతున్నాను. అబ్బాయి డాక్టర్. బాగా చదువుకున్నవాడు. డబ్బుకు ఆస్థికి ఏమాత్రం లోటులేదు. సిటిలో బిజి సెంటర్ లో అతని హాస్పటల్ ఉంది. మనిషి కూడా చూడటానికి బాగుంటాడు. నీకు అన్ని విధాలుగా తగినవాడు. కావాలంటే ఫోటో చూడు”అని కూతురి చేతిలో ఒక ఫోటో పెట్టాడు.

అమ్రపాలి ఆ ఫోటోను చూడకుండానే తన కోటు జేబులో

పెట్టుకుంది.

"డాడి నేను ఒక మాట చెప్తాను వింటారా"అంది.

"నీ మాట ఎప్పుడు కాదన్నాను. చెప్పు"అన్నాడు వర్మ.

"నాకు రెండు రోజులు గడవుఇవ్వండి. ఈ లోపు నా నిర్ణయం చెప్తాను."

"అలాగే రెండు రోజులు గడవుఇస్తాను. కాని ఖచ్చితంగా నీ అభిప్రాయం మాత్రం చెప్పాలి."

"తప్పకుండ నాన్న. ఇప్పుడు నన్ను ఆఫీసుకు వెళ్ళనివ్వండి. కంపెని మీటింగ్ ఉంది"అంది అమ్రపాలి.

తరువాత ఆఫీసుకు బయలుదేరింది. ఆ రోజు ఆమెకు ముఖ్యమైన కంపెని మీటింగ్ ఉంది. అందులో చాల ఎజండాలు ఉన్నాయి. వాటిలో చాల ముఖ్యమైంది ఇండ్రస్ట్రియల్ సెక్యూరిటి. ఆ విషయం గురించి డైరక్టర్స్ కు వివరంగా చెప్పబోతుంది. దానికి కావల్సిన సమాచారం ముందే రెడి చేసిపెట్టుకుంది. సరిగ్గా పదిగంటలకు ఆమె తన సెక్రటరితో కంపెని కాన్ఫరెన్స్ హాలులోకి ప్రవేశించింది. అప్పటికే బోర్డ్ఆఫ్ డైరక్టర్స్ అందరు వచ్చి రెడిగా ఉన్నారు.

ఉపోద్ఘాతం లేకుండ మాట్లాడటం మొదలుపెట్టింది అమ్రపాలి. ముందు ఇండ్రస్ట్రియల్ సెక్యూరిటి అవశ్యకత గురించి వివరంగా చెప్పింది. దాదాపు పది నిమిషాలపాటు ఆమె ఉపన్యాసం సాగింది. అందరు ఏకాగ్రతతో విన్నారు. తరువాత అంది.

"మన గ్రూప్ లో ఇరవై కంపెనీలు ఉన్నాయి. అన్ని కంపెనీలు

లాభాలబాటలో సాగుతున్నాయి. ప్రతి సంవత్సరం వాటి అమ్మకాలు గణణీయంగా పెరుగుతున్నాయి. అదే విధంగా మనకు మార్కెట్టులో శత్రువులు కూడా పెరుగుతున్నారు. వాళ్ళ నుంచి మన కంపెనీలను కంపెనీ రహస్యాలను స్టాఫ్ రహస్యాలను కాపాడుకోవాలంటే ఇండ్రస్ట్రియల్ సెక్యురిటి తప్ప ఇంకో మార్గం లేదు. దానికోసం మన కంపెని ప్రతి సంవత్సరం ముప్పైలక్షలు ఖర్చుపెట్టవలసివస్తుంది. అది ఫిక్సడ్ ఖర్చుకాదు. ప్రతి సంవత్సరం మారుతూ ఉంటుంది. అయిన ఏం ఫర్వాలేదు. ఆ డబ్బు మనకు పెద్దగా లెక్కలోనిది కాదు. అందుకే ఈ సంవత్సరం నుంచి దీన్ని అమలు చెయ్యాలని అనుకుంటున్నాను. సంబంధించిన కంపెనీలకు కాల్ చేసి టెండర్ కాల్ ఫార్ చేశాను. ఎవరు తక్కువ కోట్ చేస్తే వాళ్ళకు ఈ కాంట్రాక్ట్ ఇవ్వటం జరుగుతుంది. ఇందుకు మీ అనుమతి కావాలి''అంటు ముగించింది.

ఆమె ప్రపోజల్ దాదాపు అందరు డైరక్టర్స్ కు నచ్చింది. వాళ్ళు సరే అని చెప్పారు. కాని ఇద్దరు డైరక్టర్స్ మాత్రం అభ్యంతరం చెప్పారు. సంవత్సరాలనికి అంత డబ్బు ఖర్చుచెయ్యటం అవసరమా అని వాదించారు. ఈ విధంగా అభ్యంతరం చెప్పటం వాళ్ళకు ఇది మొదటిసారి కాదు. ఇంతకుముందు కూడా ఎన్నోసార్లు వ్యతిరేకించారు. వర్మ అమ్రపాలిని యం.డిని చేసినప్పుడు మొదటిసారి తమ అభ్యంతరం తెలియచేశారు. ఒక ముక్కుపచ్చలారని అమ్మాయి ఇంత పెద్ద కంపెని బ్యాధ్యతలు ఎలా నిర్వహిస్తుందని అనుమానం వ్యక్తం చేశారు. వాళ్ళకు అమ్రపాలి

మాటలతో జవాబుచెప్పలేదు. చేతలతో చెప్పింది.

చార్జ్ తీసుకున్న ఆరునెలలలోగా తన సత్తా చూపించింది. కంపెనీల అమ్మకాలు విశేషంగా పెరిగింది. కస్టమర్స్ సర్వీస్ ఎఫిషియంట్ గా పనిచేసింది. మారుమూల గ్రామాలలో కూడా తన కంపెని డీలర్లను నియమించింది. ఈ రకంగా బ్లాక్ మార్కెట్టును అదుపు చేసింది. సరుకుల నాణ్యతను పెంచింది. ధరలను తగ్గించింది. దాంతో కంపెని అమ్మకాలు ఆమె అనుకున్నదానికంటే విపరీతంగా పెరిగింది. సరిగ్గా ఆరునెలల తరువాత మళ్ళీ కంపెని మీటింగ్ జరిగింది. అప్పుడు అమ్రపాలి కంపెని లాభనష్టాలను బోర్డ్ ఆఫ్ డైరక్టర్స్ ముందు పెట్టింది. అందులో ఉన్న అంకెలు చూసి అందరితో పాటు ఆ ఇద్దరు డైరక్టర్స్ కూడా నోరు తెరిచారు. ఇదేలా సాధ్యమైనదని షాక్ లో పడిపోయారు.

ఆ తరువాత చాల విషయాలలో వాళ్ళు ఆమెను వ్యతిరేకించారు. కాని అమ్రపాలి పెద్దగా పట్టించుకోలేదు. ఇప్పుడు కూడా అలవాటు ప్రకారం ఆమె ప్రపోజల్ ను వ్యతిరేకించారు. రెండు గంటలతరువాత మీటింగ్ పూర్తయింది. చెయ్యవలసిన పనులు సెక్రటరికి చెప్పి తన చాంబర్స్ లోకి వెళ్ళి కూర్చుంది అమ్రపాలి. అప్రయత్నంగా ఆమెకు రాయ్ విషయం గుర్తుకువచ్చింది. గోవా నుంచి వచ్చిన తరువాత ఆమె కొంచం బిజీగా ఉంది. కొరియాకు పంపవలసిన కన్ సైన్ మెంట్ తేది దగ్గరపడుతోంది. ఆ విషయం మీద రాత్రిపగలు అని తేడాలేకుండ పని వత్తిడిలో ఉండిపోయింది.

అందుకే రాయ్ గురించి కొంచం కూడా ఆలోచించలేదు. కాని

ఈ రోజు వర్మ అనుకోకుండ ఆమె పెళ్ళి ప్రస్తావన తీసుకువచ్చాడు. రెండు రోజులు గడవు అడిగింది. ఈ లోగా ఆమె తన నిర్ణయం చెప్పాలి. ఆమెకు ప్రత్యేకంగా చెప్పటానికి ఏం లేదు. ఆమె రాయ్ ను ఇష్టపడుతుంది. కాని అతని ఉద్దేశం ఏమిటో ఆమెకు తెలియదు. అయిన ఆమె లాంటి డబ్బున్న అమ్మాయి అందమైంది కోరివస్తుంటే ఏ మగవాడు మాత్రం కాదంటాడు. అయిన ఈ విషయాన్ని అంతతేలికగా తీసుకోదలుచుకోలేదు. అందుకే ఈ రోజు రాయ్ అభిప్రాయం తీసుకోవాలని నిర్ణయించుకుంది.

ఫైనాన్స్ డిపార్ట్ మెంట్ కు కాల్ చేసింది.

"రాయ్ ఉన్నాడా"అడిగింది.

"లేదు మేడం. ఈ రోజు ఆఫీసుకు సెలవు పెట్టాడు"చావు కబురు చల్లగా చెప్పుతున్నట్టు అన్నాడు ఆఫీసర్.

"అలాగా అయితే అతని ఇంటి అడ్రస్సు నాకు మెసెజ్ చెయ్యండి"అని చెప్పి లైన్ కట్ చేసింది అమ్రపాలి. క్షణం తరువాత ఆమె ఫోన్ డిస్ ప్లే మీద రాయ్ ఇంటి అడ్రస్సు ప్రత్యక్షమైంది. చాంబర్స్ లోంచి బయటపడికారులో కూర్చుంది. తిన్నగా రాయ్ ఇంటికి పోనిచ్చింది. ఈ రోజు అటో ఇటో తేల్చుకోవాలనే నిశ్చయంతో ఉంది అమ్రపాలి.

గంట తరువాత సిటిలో ఒక మిడిల్ క్లాసు ఏరియాలో ఒక ఇంటి ముందు ఆగింది అమ్రపాలి కారు. కారు దిగి లోపలికి వెళ్ళింది. తలుపులు లోపలనుంచి గడియపెట్టి ఉన్నాయి. పక్కనే ఉన్న కాలింగ్ బజర్ నొక్కింది. లోపల బెల్ మోగుతున్న చప్పుడు లీలగా

వినిపిస్తోంది. కాని తలుపు తియ్యటానికి మాత్రం ఎవరు రాలేదు. మరోసారి నొక్కింది. అయిన రెస్పాన్స్ లేదు. ఇక చేసేది లేక తలుపుపక్కన ఉన్న కిటికి తలుపుల దగ్గరకు వెళ్ళింది. వాటిని తెరవటానికి ప్రయత్నించింది. కాని లాభంలేకుండ పోయింది. ఏం చెయ్యాలో తోచక ఇంటి వెనక్కి వెళ్ళింది. అక్కడ బెడ్ రూం కిటికి కనిపించింది. అదృష్టవశతు అది తెరిచే ఉంది. ముంగాళ్ళ మీద నిలబడి లోపలికి తొంగిచూసింది.

ఎదురుగా కనిపించిన దృశ్యం చూసి ఆమె నవనాడులు కృంగిపోయాయి. విశాలమైన డబుల్ కాట్ మీద అర్ధనగ్నంగా ఉన్నాడురాయ్. అతని ఒళ్ళో పడుకుని గారాలు పోతుంది ఒక అందమైన అమ్మాయి. ఆమె నోటికి అతను సుతారంగా ద్రాక్షాపళ్ళు అందిస్తున్నాడు. ఆమె వాటిని ఆనందంగా ఆస్వాదిస్తోంది. ఆమె ఒంటిమీద కూడా బట్టలు అస్తవ్యస్తంగా ఉన్నాయి. రాయ్ మెల్లగా ఆమె మీదకు వంగాడు. తరువాత దృశ్యం అమ్రపాలి చూడలేకపోయింది. చప్పున అక్కడనుంచి కారు దగ్గరకు వచ్చింది. రాయ్ ఇంత గ్రంధసాంగుడని ఆమె ఊహించలేకపోయింది. అతని మాటలు మంచితనం తెలవితేటలు వ్యక్తిత్వం చూసి మురిసిపోయింది. ముఖ్యంగా ఆతని నిజాయితి ఆమెను ఇంప్రస్ చేసింది. అందుకే అతన్ని గోవా బ్రాంచ్ మేనేజర్ గా చెయ్యాలని భావించింది. తండ్రిని కూడా ఒప్పించింది. కాని ఇప్పుడు అంతా తారుమరైపోయింది. రాయ్ అసలు రూపం తెలిసిపోయింది.

ఆమె స్థానంలో ఇంకేవరైన ఉంటే వేరే రకంగా స్పందించేవారు.

కాని అమ్రపాలి మాత్రం పెద్దగా రియాక్ట్ కాలేదు. కొంచం నిరుత్సాహానికి లోనైంది అంతే. ఆమె చదివిన క్రైసెస్ మానేజిమెంట్ వృత్తికి మాత్రమే కాకుండ తన వ్యక్తిగతజీవితానికి కూడా అన్వయించుకుంది. సమస్యలు చుట్టిముట్టినప్పుడు వాటికి భయపడకుండ బాలెన్స్ గా ఉండటం అలవాటు చేసుకుంది. ఆ సమస్యకు కారణం ఏమిటో లోతుగా పరిశీలించటం నేర్చుకుంది.

అందుకే రాయ్ ప్రవర్తన అతని మోసం ఆమెను పెద్దగా ఇబ్బంది పెట్టలేదు. కొన్ని క్షణాలపాటు నిరుత్సాహానికి లోనైంది అంతే. కారులో కూర్చుని ఆఫీసు వైపు పోనిచ్చింది. రాయ్ ప్రవర్తన తెలిసింది కనుక తన మనస్సులోంచి అతని రూపం చెరిపేసింది అమ్రపాలి. వ్యక్తిగతంగా అతను చెడ్డవాడు కావచ్చు. కాని అకౌంట్స్ లో మాత్రం చాల తెలివైనవాడు. అందుకే అతన్ని గోవా బ్రాంచ్ మేనేజర్ గా నియమించటానికి రెడి అయింది.

భాగం--39

“ద్యాంక్యు మిస్టర్ కులకర్ణి”అంది అమ్రపాలి.

“మీరు నాకు ద్యాంక్స్ చెప్పవలసిన అవసరం లేదు మేడం. ఇది నా డ్యూటి. మీ సరుకుని క్షేమంగా కొరియా చేర్చవలసిన బాధ్యత నాది. మీరం వర్రీకాకండి. నిశ్చితంగా ఉండండి. అంతా నేను చూసుకుంటాను” అని నవ్వాడు కులకర్ణి.

మిగత విషయాలు మాట్లాడిన తరువాత హార్బర్ నుంచి బయట పడింది అమ్రపాలి. ఇప్పుడు ఆమెకు ఎంతో సంతోషంగా గర్వంగాను ఉంది. అనుకున్నటైంకు సరుకును కొరియా పంపిస్తోంది. దానికి కోసం ఆమె ఎంత కష్టపడిందో ఆమెకు మాత్రమే తెలుసు. ఢిల్లీ చేరుకున్న తరువాత రాయ్ ను గోవా బ్రాంచ్ మేనేజర్ గా అపాయింట్ చేస్తూ ఆర్డర్ పాస్ చేసింది అమ్రపాలి. ఆర్డర్ అందుకున్న రాయ్ సంతోషంతో ఊగిపోయాడు. ఆనందంతో ఉక్కిరిబిక్కిరి అయ్యాడు. కాని అమ్రపాలి ప్రవర్తన చూసి కొంచం షాక్ అయ్యాడు. ముందులాగా అతనితో ఆమె ప్రవర్తించలేదు. ఎన్నోసార్లు నవ్వుతూ అతనితో మాట్లాడింది. కాని అతని గురించి నిజం తెలిసిన తరువాత ఆమె ప్రవర్తన బాగా మారిపోయింది. అతన్ని చూసి నవ్వటం

మానేసింది. ఒక యం.డి అందరితో ఎలా ప్రవర్తిస్తుందో అతనితో కూడా అలాగే ప్రవర్తించింది. ఉన్నట్టుండి ఆమెలో ఈ మార్పు ఎందుకు కలిగిందో రాయ్ ఊహకు అందలేదు. ఆ రోజు ఆమె అతని ఇంటికి వచ్చిన విషయం అతనికి ఇంకా తెలియదు.

రెండురోజుల తరువాత గోవాలో చార్జ్ తీసుకోవటానికి రాయ్ వెళ్ళిపోయాడు. ఆ రోజు రాత్రి భోజనం చేస్తున్నప్పుడు వర్మ మళ్ళీ ఆమె పెళ్ళి ప్రస్తావన తీసుకువచ్చాడు. ఆమె రెండు రోజులు గడవు అడిగింది. అయిన తన అభిప్రాయం చెప్పలేదు. వర్మ కూడా అడగలేదు. పదిరోజులు గడిచిపోయాయి. వర్మ ఇక ఆగలేకపోయాడు. అందుకే ఆ రోజు రాత్రి ఆ ప్రస్తావన తీసుకువచ్చాడు.

“మీకు ఇష్టమైంది చెయ్యండి డాడి. మీరు ఎవరిని పెళ్ళిచేసుకోమంటే వాళ్ళనే చేసుకుంటాను”అంది.

“చాల సంతోషం తల్లి. అయితే వెంటనే వాళ్ళకు రాస్తాను”అన్నాడు వర్మ.

“ఇప్పుడే వద్దు. రేపు నేను మలేషియా వెళుతున్నాను. కొరియన్ అగ్రిమెంట్ పూర్తిచెయ్యటానికి చాల కష్టపడ్డాను. కొంచం రిలాక్స్ కావాలని ఉంది. ఈ బిజినెస్ కు కొంచం దూరంగా వెళ్ళి నాలుగు రోజులు గడపాలని ఉంది. నేను మలేషియా నుంచి వచ్చిన తరువాత వాళ్ళతో మాట్లాడండి”అంది.

“మనస్సు మార్చుకోవు కదా”సందేహంగా అడిగాడు వర్మ.

అమ్రపాలి నవ్వి అంది.

“లేదు నాన్నగారు. నేను నిజమే చెప్పుతున్నాను. ఈ

విషయంలో మీకు నేను పూర్తి స్వేచ్ఛ ఇస్తున్నాను"అంది అమ్రపాలి.

హమ్మయ్య అంటు నిటుర్చాడు వర్మ.

మరునాడు అమ్రపాలి మలేషియా బయలుదేరింది.

XXXX

మలేషియా కౌలాలంపూర్.

బీచ్ లో ఒంటరిగా కూర్చుని ఉంది అమ్రపాలి. ఈ రోజు ఉదయమే ఆమె మలేషియా వచ్చింది. బీచ్ కు ఎదురుగా ఉన్న కాటేజిలో బసచేసింది. కాటేజికి రాగానే మంచంమీద వాలిపోయింది. గత రెండు నెలలనుంచి విపరీతమైన టెన్షన్ అనుభవించింది ఆమె. ఒక వైపు కొరియన్ అగ్రిమెంట్ ఇంకో వైపు గోవా బ్రాంచ్ చేసిన మోసం ఆమెను ఉక్కిరిబిక్కిరి చేశాయి. బాలెన్స్ ఆఫ్ మైండ్ ఉంది కనుక వాటిని చాల తేలికగా సాల్వ్ చేసింది. వాటికి తోడు రాయ్ విషయం. అతను ఇంత మోసం చేస్తాడని ఆమె అనుకోలేదు. మనిషి మంచివాడని నిజాయితిపరుడని నమ్మింది. కాని అతనికి అంతకుముందే ఒక అమ్మాయితో సంబంధం ఉందని ఊహించలేకపోయింది. ఆ రోజు అతని ఇంటికి వెళ్ళటం మంచిదైంది. లేకపోతే ఈ నిజం ఆమెకు ఎప్పటికి తెలిసేది కాదు.

మలేషియా బయలుదేరుతున్నప్పుడు తండ్రి చెప్పిన విషయం గుర్తుకువచ్చింది. ఫోటో కోసం చూసింది. అది కనిపించలేదు. మలేషియా వెళ్ళిన తరువాత ఇంకో ఫోటో పంపించమని తండ్రికి చెప్పాలనుకుంది. అందుకే ఆ విషయానికి పెద్దగా ప్రాధాన్యత ఇవ్వలేదు. కౌలాలంపూర్ ఏయిర్ పోర్ట్ లో ఒక మాములు

ప్రయాణికురాలిలా ప్రవర్తించింది. ఆమె చుట్టు బాడిగార్డ్స్ కాని పర్సనల్ సెక్రటరి కాని ఎవరు లేరు. ఒక ఇండియన్ టూరిస్ట్ లా కేవలం ఒక బ్యాగ్ తో దిగింది.

మలేషియా రావటం అమ్రపాలికి కొత్తకాదు. ఇంతకుముందు తండ్రితో ఒకసారి వచ్చింది. ఆయన కౌలాలంపూర్ లో ఏదో ఫ్యాక్టరీ పెట్టాలని నిర్ణయించుకున్నాడు. దానికి కావల్సిన రాతకోతలు కూడాపూర్తయ్యాయి. ఇక వెంచర్ మొదలుపెట్టటమే మిగిలింది. కాని ఈ లోగా ఏమైందో ఏమో తెలియదు. అకస్మాతుగా ప్రాజెక్ట్ ఆగిపోయింది. దానికి కారణం ఏమిటో ఎవరికి తెలియదు. అప్పుడే అమ్రపాలి బీచ్ దగ్గర ఉన్న గెస్ట్ హవుస్ గురించి తెలుసుకుంది. అక్కడ దాదాపు వంద గెస్ట్ హవుస్ లు ఉన్నాయి. అవన్ని ప్రభుత్వం టూరిస్ట్ ల సౌకర్యం కోసం ప్రత్యేకంగా కట్టింది. రోజుకు ఇంత అని వసూలు చేస్తుంది.

సాయంత్రం ఆరుగంటలు కావస్తోంది. సూర్యుడు తన డ్యూటి ముగించుకుని కనుమరుగై పోతున్నాడు. చల్లగా గాలి వీస్తోంది. బీచ్ లో పెద్దగా జనం లేరు. అక్కడక్కడకొన్ని జంటలు కూర్చుని ఉన్నాయి. స్వీట్ నథింగ్స్ చెప్పుకుంటున్నాయి.

"హల్లో మేడం నేను ఇక్కడ కూర్చోవచ్చా"అని మృదువైన గొంతు వినిపించింది.

ఆలోచనలనుంచి తెప్పిరిల్లి వెనక్కి తిరిగి చూసింది అమ్రపాలి.

ఎదురుగా ఒక అందమైన యువకుడు కనిపించాడు. నీట్ గా డ్రస్ చేసుకున్నాడు. చిరునవ్వులో ఆమె వైపు చూస్తున్నాడు.

“ఈ ప్రైవేట్ స్థలం కాదు. ఎవరు ఎక్కడైన కూర్చోవచ్చు”అంది అమ్రపాలి నవ్వుతూ.

“అయితే మీకు అభ్యంతరం లేదనుకుంటాను. నా పేరు శరత్. పిడియాట్రిక్ సర్జన్ ను. మెడికల్ కాన్ఫరెన్స్ అటెంట్ కావటానికి వచ్చాను. ఇంకో రెండు రోజులు ఉంటాను”అని తనను తాను పరిచయం చేసుకున్నాడు అతను.

“ఈ విషయాలు నాకెందుకు చెప్పుతున్నారు”అంది అమ్రపాలి.

“దురుద్దేశం ఏం లేదు. కాటేజిలో ఒంటరిగా కూర్చుని బోర్ కొడుతోంది. ఇండియన్ ఎవరైన కనిపిస్తారా అని చుట్టు చూశాను. మీరు ఒంటరిగా కూర్చుని ఉండటం గమనించాను. పరిచయం చేసుకుందామని వచ్చాను. పైగా మీరు ఎవరో కూడా నాకు తెలుసు”అన్నాడు అతను. అతని నవ్వు ఎదుటివాళ్ళను మెస్మరైజ్ చేస్తున్నట్టుగా ఉంది.

“ఎవరో చెప్పుకోండి చూద్దాం”అంది హాస్యంగా.

“మీ పేరు అమ్రపాలి. అమ్రపాలి గ్రూప్ అఫ్ కంపెనీలకు యం.డి. సరదాగా గడపటానికి మలేషియా వచ్చారు అంతేగా”

“కరెక్టుగా చెప్పారు. నా గురించి మీకు ఎలా తెలుసు”ఆశ్చర్యంగా అడిగింది ఆమె.

“మీ గురించి తెలియంది ఎవరికి మేడం. ఫోబ్స్ మేగజైన్ లో ఒక సారి మీ ఫోటో పడింది. అది చూసి నేను మెస్మరైజ్ అయ్యాను. ఆ ఫోటో చూసి చాల సంవత్సరాలు అయిన మీరు మాత్రం బాగా

గుర్తుండి పోయారు. అందుకే వెంటనే పోల్చుకోగలిగాను.”

“ఇక్కడైతే నన్ను ఎవరు గుర్తుపట్టరని వచ్చాను. కాని ఇక్కడ కూడా నాకు తిప్పలు తప్పవన్నమాట.”

“కంగారుపడకండి. ఈ రహస్యం నేను ఎవరికి చెప్పను. కాని దానికి ఒక కండిషన్” సీరియస్ గా మొహం పెట్టి అన్నాడు శరత్.

“ఏమిటా కండిషన్”పెదవుల మద్య నవ్వు బిగిస్తూ అంది అమ్రపాలి.

“ఈ రోజు రాత్రి మీరో నాతో డిన్నర్ కు రావాలి. కాదు కూడదని అభ్యంతరం చెప్పటానికి వీలులేదు. నేను చాల ఫీలవుతాను”అన్నాడు సీరియస్ గా. కాని కళ్ళు మాత్రం అల్లరిగా నవ్వుతున్నాయి.

“అలాగే వస్తాను”అంది అమ్రపాలి.

“నేను సరిగ్గా ఏడున్నరకు కారు తీసుకుని మీ కాటేజికి వస్తాను. తయారుగా ఉండండి. ఇప్పుడు మాత్రం సెలవు”అని లేచాడు అతను.

అమ్రపాలి ఆగమని చెప్పలేదు. అతను వెళ్ళిపోయాడు. మరో పది నిమిషాలు అలలవైపు చూస్తూ కూర్చుంది అమ్రపాలి. అప్పటికి సమయం ఆరున్నర అయింది. చుట్టు చీకటి అవహించుకుంది. అలల ఘోష తప్ప మరే చప్పుడు లేదు.

మెల్లగా లేచి తన కాటేజి వైపు నడకసాగించింది. ఆమె కాటేజికి పక్కనే ఉన్న కాటేజి ముందు ఒక మొరటు వ్యక్తి నిలబడిఉన్నాడు. అతని కళ్ళముందు బైనాకులర్స్ ఉన్నాయి. కౌలాలంపూర్

వచ్చినప్పటి నుంచి అతను అమ్రపాలిని నిశితంగా గమనిస్తున్నాడు. ఆమె బీచ్ దగ్గర ఉన్న కాటేజిలో దిగటం చూసి తను పక్కన ఉన్న కాటేజి తీసుకున్నాడు. అతను ఎవరో కాదు. షాకాల్ మనిషి సులేమాన్. ఆమెతో పాటు అతను కూడా విమానంలో ప్రయాణం చేశాడు. కాని ఈ విషయం అమ్రపాలికి తెలియదు.

చెప్పినట్టుగానే సరిగ్గా ఏడున్నరకు కారు తీసుకుని వచ్చాడు శరత్. ఖరీదైన ఫుల్ సూటులో అతని హీమ్యాన్ లా ఉన్నాడు. అమ్రపాలి కూడా చాల చక్కగా డ్రస్ చేసుకుంది. కాని సింపుల్ గా ముస్తాబైంది. మైసూర్ జార్జట్ చీర కట్టుకుని దానికి మ్యాచింగ్ బ్లౌజు వేసుకుంది. జుట్టును బన్ లా చుట్టుకుంది. స్లీవ్ లెస్ జాకెట్టు వేసుకోవటం వల్ల తెల్లగా ఉన్న ఆమె చేతులు అకర్షణీయంగా ఉన్నాయి.

కారుహోటల్ వైపు బయలుదేరింది. వెనుక కారులో సులేమాన్ బయలుదేరాడు. అతని పని ఒక్కటే. ఎలాగైన అమ్రపాలిని చంపాలి. కాని ఆ చావు చాల సహజమైందిగా ఉండాలి. చిన్న అనుమానం కూడా అతని మీద రావటానికి వీలులేదు. తన కారును వాళ్ళ వెనుక పోనిచ్చాడు. అరగంట తరువాత కారు ఒక హైక్లాస్ రెస్టారెంటు ముందు ఆగింది. ఇద్దరి దిగి లోపలికి వెళ్ళారు. అంతకుముందే శరత్ వాళ్ళకోసం టేబుల్ రిజర్వ్ చేసి ఉంచాడు.

“ఏం తీసుకుంటారు”మెను కార్డ్ చూస్తూ అడిగాడు శరత్.

“ట్రీట్ ఇస్తుంద మీరు. ఇది కూడా మీరే నిర్ణయించండి. కాని వెజిటేరియన్ మాత్రం ఆర్డర్ చెయ్యండి”అంది అమ్రపాలి.

స్టీవర్డ్ రాగానే కావల్సింది ఆర్డర్ ఇచ్చాడు శరత్. వాళ్ళ ఆర్డర్ ఇచ్చిన ఐటమ్స్ తీసుకురావటానికి పది నిమిషాలు పడుతుంది. అందుకే మాటలు కలిపాడు శరత్.

"మలేషియా ఎందుకు వచ్చారో మీరు చెప్పలేదు. బిజినెస్ పనిమీద వచ్చారా"అడిగాడు శరత్.

"లేదు. రిలాక్స్ కావటానికి వచ్చాను.ఇరవైనాలుగు బిజినెస్ వ్యవహారాలతో బాగా అలసిపోయాను. దాదాపు అయిదుసంవత్సరాలనుంచి ఒక్కరోజు కూడా సెలవు తీసుకోలేదు. జీవితం చాల మనోటనస్ గా అయింది. కొంచం స్థలం మార్పుఉంటే బాగుంటుందని తోచింది. నాకు బాగా నచ్చిన ప్రదేశం మలేషియా"అంది అమ్రపాలి.

"నేను మెడికల్ కాన్ఫరెన్స్ కోసం వచ్చాను. అయిదురోజలపాటు జరుగుతుంది ఈ కాన్ఫరెన్స్. మూడు రోజులు అయింది. ఇంకో రెండు రోజులు మిగిలిఉంది. అది కూడా పూర్తయిన తరువాత నేను ఢిల్లీ వెళ్ళిపోతాను"అన్నాడు శరత్.

"మీకు పెళ్ళయిందా"అడిగింది అమ్రపాలి.

శరత్ నవ్వి" ఇంకా లేదు. మీకు అయిందా"అడిగాడు.

"లేదు. ఇంతవరకు ఆ విషయం నేను ఆలోచించలేదు. చదువు పూర్తయిన వెంటనే బిజినెస్ లోకి దిగాను. మా నాన్నగారు స్థాపించిన కంపెనిని ఎంతో కష్టపడి మొదటిస్థానంలోకి తీసుకువచ్చాను. ఇరవైనాలుగు గంటలు అదే లక్ష్యంతో ఉండటం వల్ల పెళ్ళిగురించి పూర్తిగా మరిచిపోయాను."

ఒక్కసారిగా గట్టిగా నవ్వాడు.

అంత నవ్వవలసిన మాటలు తను ఏమందో అమ్రపాలికి అర్ధంకాలేదు.

"ఎందుకు నవ్వుతున్నారు"విస్సుగా అడిగింది.

"క్షమించండి. నా పరిస్ధితి తలుచుకుని నవ్వాను"అన్నాడు శరత్.

"ఏమిటా పరిస్ధితి నేను కూడా ఆనందిస్తాను."

"ఏం లేదు మా వాళ్ళు నాకు మంచి సంబంధం చూశారు. అమ్మాయి ఫోటో కూడా పంపించారు. వాకు ఆమె ఎంతో బాగా నచ్చింది. నా అభిప్రాయం వెంటనే చెప్పాలని కూడా అనుకున్నాను. కాని ఈ లోగా మెడికల్ కాన్ఫరెన్స్ వచ్చింది. అందుకే నా అభిప్రాయం చెప్పలేకపోయాను. కాని ఆశ్చర్యం ఏమిటంటే నేను ఫోటోలో చూసిన అమ్మాయి నాకు ఇక్కడ కనిపించింది. ఆ అమ్మాయి నా ఫోటో చూసిందో లేదో నాకు తెలియదు. చూడలేదనే అనుకుంటున్నాను. ఒక వేళ చూసిఉంటే తప్పకుండ నన్ను గుర్తుపట్టి ఉండేది. ఈ విషయం ఆనుకోకుండ గుర్తుకువచ్చింది అందుకే నవ్వాను. అంతకుమించి ఏం లేదు"అపాలజటిక్ గా అన్నాడు శరత్.

"ఇప్పుడు అ అమ్మాయి ఇక్కడే ఉందా"అడిగింది అమ్రపాలి.

"ఎందుకు లేదు. నా దగ్గరే ఉంది"అన్నాడు.

"ఎక్కడ"అంటు చుట్టు చూసింది అమ్రపాలి.

"అదే మీరే మేడం"అన్నాడు.

విస్తుబోయిచూసింది అమ్రపాలి.

శరత్ మాట్లాడకుండ తన జేబులోంచి ఆమె ఫోటో తీసి చూపించాడు.

ఒక్క క్షణం పాటు షాక్ కు లోనైంది అమ్రపాలి. తరువాత నవ్వింది. ఏదో మాట్లాడబోయింది. ఈ లోగా స్టీవర్డ్ వచ్చి వాళ్ళముందు డిన్నర్ ప్లేట్ అరెంజ్ చేశాడు. దాంతో తను చెప్పదలుచుకున్న విషయం పూర్తిగా మరిచిపోయింది.భోజనం చేసిన తరువాత ఇద్దరు బయటకు వచ్చారు. శరత్ తన ఫోటో చూపించటం ఆమెకు నిజంగానే షాక్ కలిగించింది. ఆ రోజు వర్మ కూడా ఒక ఫోటో చూడమని చెప్పాడు. కాని పని తొందరలో ఆ విషయం పూర్తిగా మరిచిపోయింది. ఆ ఫోటో అప్పుడే చూసిఉంటే ఇంత ఎంబ్రాసింగ్ గా ఉండేది కాదు.

ఇద్దరు కారు వైపు నడిచారు. ఇంకో పది అడగులు దూరంలో ఉంది కారు. అప్పుడే అనూహ్యామైన సంఘటన జరిగింది. ఢాం అంటు పెద్ద చప్పుడులతో కారు భయంకరంగా పేలిపోయింది. ఆ చప్పుడుకు చుట్టుపక్కల ప్రాంతం దద్దరిల్లిపోయింది. కారుతునాతునకలైపోయింది. కొన్ని విడిబాగాలు గాలిలోకి లేచి నేలమీదపడ్డాయి.. మంటలు కూడా వ్యాపించాయి. కొన్ని ఇనపవస్తువులు అమ్రపాలికి శరత్ కు తగిలాయి. ఇద్దరు భయంతో నేలమీదకు ఒరిగిపోయారు. వాళ్ళకు క్షణంలో స్పృహ తప్పింది. సరిగ్గా పదినిమిషాల తరువాత ఫైర్ ఇంజన్స్ ఆ ప్రదేశానికి వచ్చాయి.

భాగం--40

అమ్రపాలి శరత్ కౌలాలంపూర్ లో ఖరీదైన హాస్పటల్ లో స్పెషల్ వార్డ్ లో చేర్చబడ్డారు. సిటిలో నెంబర్ వన్ స్పెషలిస్ట్ లు వాళ్ళకు చికిత్స చేస్తున్నారు. జరిగిన విషయం వర్మకు తెలిసింది. అలాగే శరత్ తల్లికి కూడా తెలిసింది. ఇద్దరు హుటాహుటిన కౌలాలంపూర్ చేరుకున్నారు. డబ్బు మంచినీళ్ళలా ఖర్చయింది. ఇద్దరికి ప్రాణాపాయం తప్పింది కాని విపరీతమైన షాక్ తగిలింది. కళ్ళార బాంబ్ బ్లాస్ట్ చూశారు ఇద్దరు అందుకే ఇద్దరు భయంలో కొన్న క్షణాలపాటు కొయ్యబారిపోయారు. పైగా కొన్ని గాజుపెంకులు శరీరలో దిగబడ్డాయి. వాటిని తియ్యటానికి డాక్టర్స్ చాల కష్టపడవలసివచ్చింది. దాదాపు పదిరోజులు ఇద్దరు హాస్పటల్ లో ఉండవలసివచ్చింది. తాము ఇండియన్ లేడి బిజినెస్ టైకూన్ కు చికిత్స చేస్తున్నామని వర్మ వచ్చినతరువాత కాని వాళ్ళకు తెలిసిరాలేదు. అలాగే శరత్ ఢిల్లీలో పేరుపొందిన పిడియాట్రిక్ సర్జన్ అని కూడా అప్పుడే తెలుసుకున్నారు.

XXXX

అ తరువాత సంఘటనలు చాల వేగంగా జరిగాయి. అమ్రపాలి

వెంటన తన పెళ్ళి నిర్ణయం తీసుకుంది. శరత్ తనకు నచ్చాడని తండ్రితో చెప్పింది. వర్మ చాల సంతోషపడ్డాడు. ఆనందంతో తబ్బిబ్బు అయ్యాడు. సరిగ్గా పదిరోజుల తరువాత శరత్ కు అమ్రపాలికి రంగరంగవైభవంగా పెళ్ళి జరిగింది. ఆ శుభకార్యానికి నగరంలో ఉన్న విఐపిలు అందరు వచ్చారు. అలాగే సెంట్రల్ లో ఉన్న మంత్రి యం.పీలు కూడా హజరయ్యారు. చాల కాలం తరువాత వర్మ దంపతులు ఆనందంతో ఊగిపోయారు. తమ కూతరు కూడా పెళ్ళి కూతురు అయినందుకు ఎంతో మురిసిపోయారు. పంతులు గారు నిర్ణయించిన ముహుర్తంలో శరత్ అమ్రపాలి మెడలో తాళి కట్టాడు.

పెళ్ళి అయిన మరువాడు ఇద్దరు హనీమూన్ కు జర్మని స్విడన్ వెళ్ళారు. అక్కడ పదిరోజులు ఆనందంగా గడిపారు. ఇద్దరు తమ వృత్తిరిత్యా చాల బిజి. అందుకే పదిరోజుల తరువాత సిటికి తిరిగవచ్చారు. ఎవరి వృత్తిలో వాళ్ళు నిమగ్నమయ్యారు. గడిచిన పదిరోజులు అమ్రపాలి శరత్ ను బాగా స్టడిచేసింది. అతను చాల నెమ్మదస్తుడు. చాల మెల్లగా సౌమ్యంగా మాట్లాడతాడు. గట్టిగా మాట్లాడి ఎరుగడు. ఆడవాళ్ళను కూడాచాల మర్యాదగా చూస్తాడు. కాని ఒక విషయంలో మాత్రం అమ్రపాలికి చాల ఆశ్చర్యంగా ఉంది. అతనికి పసిపిల్లలంటే చాల ఇష్టం. సమయం దొరికినప్పుడు వాళ్ళతో గడపటానికి బాగా ఇష్టపడతాడు. ముఖ్యంగా పాపలంటే చాల ఇష్టపడతాడు. వాళ్ళను బాగా ముద్దుచేస్తాడు.

ఒక చైల్డ్ స్పెషలిస్ట్ కు ఇలాంటి లక్షణం ఉండటం చాల మాములు. ఇందులో ఆశ్చర్యపడవలసిన అవసరం లేదు. కాని

అమ్రపాలి మాత్రం ఎందుకో కాంప్రమైజ్ కాలేకపోయింది. ఆ ప్రవర్తనలో ఏదో అసహజత్వం కనిపించింది. ఆ ఒక్క లక్షణం మించి శరత్ మాములు మనిషిగానే ప్రవర్తిస్తున్నాడు. ఆ రోజే ఇద్దరు హనీమూన్ నుంచి వచ్చారు. వచ్చిన వెంటనే శరత్ పెందళాడేతన హాస్పటల్ కు వెళ్ళిపోయాడు. అమ్రపాలి తన ఆఫీసుకు బయులేరి వెళ్ళింది. మాములుగా తన చాంబర్స్ లో కూర్చోబోతుంటే అప్పుడే ఆమె లాండ్ లైన్ ఫోన్ రింగ్ అయింది.

రిసివర్ ఎత్తి"యస్ అమ్రపాలి స్పీకింగ్ అంది"

"నేను కొరియా నుంచి మాట్లాడుతున్నాను"అవతలనుంచి కొరియన్ కంపెని యం.డి గొంతు వినిపించింది.

"మీరా చెప్పండి. సరుకు మీకు చేరిందా. ఎలా ఉంది"అని ఆత్రంగా అడిగింది.

"సరుకు చేరింది మేడం. దాని గురించి చెప్పటానికే కాల్ చేశాను"అన్నాడు.

"చెప్పండి."

"మీరు పంపించిన సరుకు చాల లో క్వాలిటి. మా స్పెసిఫికేషన్స్ కు ఏమాత్రం సంబంధం లేని సరుకు పంపించారు. అంతా డూప్లికేట్ సరుకు. మీ మీద ఎంతో నమ్మకంతో మీతో అగ్రిమెంట్ కుదుర్చుకున్నాం. మీ కంపెని పేరు ప్రఖ్యాతలకు తగినట్టు నాణ్యమైన సరుకు పంపిస్తారని ఆశించాం. కాని మీరు మా నమ్మకాన్ని వమ్ముచేశారు. పైన మాత్రం సరుకు బాగా ఉంది. కాని లోపల మాత్రం అంతా డూప్లికేట్ సరుకు. ధర్డ్ గ్రేడ్ సరుకు. మీకు రెండు రోజులు టైం

ఇస్తున్నాం. మీరు తగిన సంజాయిషి ఇవ్వవలసి ఉంటుంది"అన్నాడు అతను.

ఒక సునామి అల తాకినట్టుగా కదిలిపోయింది. తను వింటున్నది కలో నిజమో అర్థంకాలేదు. దాదాపు ముడు నెలలనుంచి ఈ ప్రాజెక్ట్ పని మీద బిజీగా ఉంది. రాత్రి పగలు అని తేడాలేకుండ కష్టపడింది. దగ్గరుండి సరుకును పరీక్షించింది. అది నాణ్యమైనదని నమ్మకం కలిగిన తరువాత క్వాలిటి కంట్రోల్ డిపార్ట్ మెంట్ కు పంపించింది. కాని కొరియన్ యం.డి మాత్రం మరోలా మాట్లాడుతున్నాడు. ఇది ఎలా జరిగింది. షిప్ లో లోడ్ చేసేంతవరకు ఆమె అక్కడే ఉంది. సరుకు సక్రమంగా లోడ్ అయ్యేలా చూసింది. అయిన సరుకులో లోపం ఎలా వచ్చింది"

అమ్రపాలి మైండ్ పూర్తిగా బ్లాంక్ అయిపోయింది. కొన్ని క్షణాలపాటు అచేతనంగా ఉండిపోయింది. తరువాత అతికష్టం మీద తేరుకుని అంది.

"సారీ మిస్టర్ యం.డి. ఇందులో ఏదో పొరపాటు జరిగింది. నేను వెంటనే కొరియా బయలుదేరివస్తున్నాను. దయచేసి నేను వచ్చేంతవరకు ఓపికగా ఉండండి"అంది .

"ఓకే మేడం మీ మీద గౌరవంతో ఒప్పుకుంటున్నాను. మీరు వచ్చిన తరువాత అన్ని విషయాలు మాట్లాడుకుందాం"అని ఇంకో మాటకు అవకాశం ఇవ్వకుండ రిసివర్ క్రెడిల్ చేశాడు యం.డి.

రిసివర్ పెట్టి తలపట్టుకుంది అమ్రపాలి. కొన్ని క్షణాలపాటు

ఏదో ఆలోచిస్తున్నట్టుగా కళ్ళు మూసుకుంది. తరువాత సెక్రటరిని పిలించింది. ఈ రోజు సియోల్ కు టికెట్టు ఏర్పాటు చెయ్యమని అంది.

భాగం--41

విమానం సియోల్ లో దిగేసరికి ఉదయం పదిగంటలు కావస్తోంది. సన్నగా మంచు కురుస్తోంది. పైగా గాలి కూడా వీస్తోంది. ఓవర్ కోటు భుజంమీదకు లాక్కుని లోపలికి వెళ్ళింది. పది నిమిషాలలో కస్టమ్స్ ఫార్మాలిటిస్ ముగించుకుని విజటిర్స్ లౌంజ్ లోకి వచ్చింది. అక్కడ ఆమె కోసం యం.డి అతని కంపెని అధికారులు ఎదురుచూస్తున్నారు.

"వెల్ కంటూ కొరియా"అన్నాడు యం.డి నవ్వుతూ.

"ధ్యాంక్స్య"అంది అమ్రపాలి.

అందరు కారులో కూర్చున్నారు. కారు వేగంగా కంపెని గోడవున్ వైపు కదిలింది. గమ్యస్థానం చేరుకునేంతవరకు ఇద్దరు అధికారులు ఏం మాట్లాడుకోలేదు. ఎవరి ఆలోచనలలో వాళ్ళు ఉండిపోయారు. గంట తరువాత కారు కొరియన్ కంపెని గోడవున్ ముందు ఆగింది. అందరు లోపలికి వెళ్ళారు. లోపల అమ్రపాలి పంపించిన సరుక నీట్ గా అరెంజ్ చేసి ఉంది.

"ఇదే మీరు పంపించిన సరుకు"అన్నాడు కొరియన్ యం.డి.

అమ్రపాలి గబగబ డబ్బాల దగ్గరకు వెళ్ళింది. అందులోంచి ఒక బాల్ బేరింగ్ తీసి చూసింది. కళ్ళముందు పెట్టుకుని కొన్ని

క్షణాలు తీక్షణంగా పరిశీలించి చూసింది. తరువాత ఏదో అర్థమైందన్నట్టు తలపంకించింది. అప్పుడే ఆమె పెదవుల మీద చిరునవ్వు వెలిసింది.

"మిస్టర్ యం.డి ఈ సరుకు నేను పంపించింది కాదు"అంది అమ్రపాలి.

"మీదికాదా ఏమిటి మీరు మాట్లాడుతుంది"ఆశ్చర్యంగా అడిగాడు యం.డి.

"మేము తయారుచేసిన ప్రతి వస్తువు మీద ఇంగ్లీష్ అక్షరం ఏ ఉంటుంది. అంటే అమ్రపాలి అని అర్థం. కాని ఈ బాల్ బేరింగ్స్ మీద అలాంటి ముద్రలేదు. అంటే ఎవరో తెలివిగా మా ఒరిచినల్ సరుకు తీసి దాని స్థానంలో డూప్లికేట్ సరుకు పెట్టారు. ఈ పని చేసింది ఎవరో నేను ఊహించగలను. జరిగింది ఏదో జరిగింది. మీరు దయచేసి నాకు ఇంకో నెలరోజులు టైం ఇవ్వండి.మళ్ళీ మీకు సరుకుపంపిస్తాను"అంది అమ్రపాలి.

యం.డి ఆశ్చర్యంగా ఒక బాల్ బేరింగ్ తీసి చూశాడు. అమ్రపాలి చెప్పింది నిజమే. దాని మీద ఏ అక్షరం లేదు. అలాగే ఒరిజినల్ బాల్ బేరింగ్ తీసి చూశాడు. దాని మీద ఏ అక్షరం స్పష్టంగా కొట్టోచ్చినట్టు కనిపిస్తోంది.

"సారీ మేడం"అన్నాడు కొరియన్ యం.డి అపాజలజటిక్ గా.

"ఇందులో మీ తప్పు ఏం లేదు. మీ స్థానంలో ఇంకేవరు ఉన్నా కూడా ఇలాగే ఆలోచించేవారు. మనమధ్య అపార్థాలు సృష్టించాలని ఈ పని చేశారు. కాని పాపం అతని కోరిక నెరవేరలేదు"అని నవ్వింది

అమ్రపాలి. యం.డి కూడా నవ్వాడు. దాంతో ఇద్దరి మధ్య వాతావరణం కొంచం తేలికపడింది. తరువాత ఇద్దరు కంపెని గెస్ట్ హవుస్ కు బయలుదేరారు. ఆ రోజు సాయంత్రం అమ్రపాలి గౌరవార్ధం యం.డి పార్టీ ఏర్పాటు చేశాడు. ఆ పార్టీని బాగా ఎంజాయ్ చేసింది అమ్రపాలి. కొన్నిగంటలకు ముందు ఉన్న టెన్షన్ పూర్తిగా పోయింది. శరీరం తేలికపడిన అనుభూతి కలిగింది.

అదే రోజు రాత్రి ఫ్లైట్ లో ఢిల్లీ బయలుదేరింది అమ్రపాలి.

XXXX

"ఈ రోజు మనం అగర్వాల్ కూతురు బర్త్ డే పార్టీకి వెళ్ళాలి గుర్తుందా"అడిగింది అమ్రపాలి.

"శరత్ నవ్వి "అంతా గుర్తుంది. సాయంత్రం ఆరుగంటలకు నా హాస్పటల్ కు వచ్చేయ్. ఇద్దరం కలిసి వెళదాం"అన్నాడు.

"అలాగే షార్ప్ గా ఆరగుంటలకు వస్తాను"అంది అమ్రపాలి.

శరత్ వెళ్ళిపోయిన తరువాత తన ఆఫీసుకు బయలుదేరింది అమ్రపాలి. కొరియా నుంచి వచ్చిన తరువాత మరింత జాగ్రత్తలు తీసుకుంది ఆమె. ప్రొడక్షన్ మీద కూడా ఇంట్రస్ట్ చూపించింది. స్వయంగా అక్కడే ఉండి పర్యవేక్షిస్తోంది. సరుకు తయారై క్వాలిటికంట్రోల్ డిపార్ట్ మెంట్ వెళ్ళేంతవరకు అన్ని పనులు తనే చూసుకుంటోంది. ఈ సారి ఎలాంటి పొరపాట్లు జరగటానికి వీలులేదు. అందుకే ప్రతి విషయాన్ని నిశితంగా గమనిస్తోంది. సాయంత్రం నాలుగుగంటలవరకు ఫ్యాక్టరిలో గడిపింది. తరువాత ఇంటికి బయలుదేరింది. గబగబ ముస్తాబై కారులో శరత్ హాస్పటల్ కు

బయలుదేరింది.ఆమె హాస్పటల్ చేరుకునేసరికి అయిదున్నర అయింది. లోపల చాల మంది పాపలు బాబులు ఉన్నారు. కిటకిటలాడిపోతున్నారు చిన్నారి పేషంట్స్. కొందరు కూర్చోవటానికి స్థలం లేక బయట నిలబడిఉన్నారు. వాళ్ళ భుజాల మీద పాపో బాబో ఉన్నారు.

నింపాదిగా లోపలికి వెళ్ళింది అమ్రపాలి. అప్పుడే ఒక పాపకు ఇంజక్షన్ ఇవ్వబోతున్నాడు శరత్. అది చూసి పాప గట్టిగా ఏడ్చింది. అతని వైపు భయం భయంగా చూస్తోంది. ఇంజక్షన్ అంటే పిల్లలు భయపడటం చాల సహజం. అందుకే ఆ విషయాన్ని అమ్రపాలి పెద్దగా తీసుకోలేదు. పాప కూడా ఇంజక్షన్ వైపు చూడటం లేదు. శరత్ వైపు భయంగా చూస్తోంది. ఆ పాప పక్కన ఇంకో జంట ఉన్నారు. వాళ్ళ భుజం మీద ఉన్న పాప కూడా భయంతో బెదిరిపోతుంది. డాక్టర్ వైపు విపరీతమైన భయంతో చూస్తోంది. పాప కళ్ళు విశాలంగా వత్తికాయల్లా విచ్చుకుని ఉన్నాయి.

“వచ్చావా. రెండు నిమిషాలు ఆగు ఇప్పుడే వస్తాను”అని చెప్పి శరత్ లోపలికి వెళ్ళాడు. తరువాత బట్టలు మార్చుకుని అమ్రపాలి దగ్గరకు వచ్చాడు. ఇద్దరు లోపలనుంచి బయటకు వచ్చారు. అంతవరకు బయట భయంతో ఉన్న పాపలు శరత్ వెళ్ళటం చూశారు. చాల రిలీఫ్ గా ఫీలయ్యారు. నవ్వుతూ తల్లిని చుట్టుకుపోయారు.

అమ్రపాలి తెలివైన బిజినెస్ ఉమన్.ప్రతి విషయాన్ని నిశితంగా గమనించటం ఆమెకు అలవాటు. అందుకే పాపల ప్రవర్తన కూడా ఆమె

గమనించింది. అది సహజమే కావచ్చు. డాక్టర్ ను చూసి చిన్నపిల్లలు బెదిరిపోవటం చాల మాములైన విషయం. కాని అమ్రపాలికి మాత్రం ఇది చాల అసహజంగా తోచింది. కాని దానికి సహేతకమైన కారుణం మాత్రం ఆమెకు బోధపడలేదు.

ఎందుకో భర్తవైపు తలతిప్పి చూసింది. శరత్ మాములుగానే ఉన్నాడు. కాని మొహంలో కొంచం చిరాకుకనిపిస్తోంది. బహుశా ప్రాక్టీస్ మద్యలో వచ్చినందకు అతను ఫీలవుతున్నాడులా ఉంది. డ్రైవింగ్ సీటులో కూర్చుంది అమ్రపాలి. ఆమె పక్కనే కూర్చున్నాడు శరత్. కారు వేగంగా అగర్వాల్ ఇంటివైపు సాగిపోయింది.

అరగంటలో కారు అగర్వాల్ ఇల్లుచేరుకుంది. కాపౌండ్ లో రకరకాల కార్లు పార్క్ చేసిఉన్నాయి. భవనం పూర్తిగా లైట్లతో అలంకరించిఉంది. వాటి వెలుగులో దేదిప్యమానంగా వెలిగిపోతుంది అగర్వాల్ మాన్షన్. ఇద్దరు కారు పార్క్ చేసి లోపలికి వెళ్ళారు. అగర్వాల్ అతని భార్య అమ్రపాలిని శరత్ ను సాధరంగా ఆహ్వానించారు. అప్పుడే పార్టీ మొదలుకాబోతుంది. పెద్ద టేబుల్ మీద కేక్ పెట్టారు. దాని ముందు అగర్వాల్ కూతురు శ్రుతి నిలబడిఉంది. ఖరీదైన డ్రస్సు వేసుకుని ముద్దుగా ఉంది. సంతోషంతో పాప మొహం మతాబులా వెలిగిపోతుంది.

అప్పుడే అమ్రపాలి శరత్ లోపలికి వచ్చారు. అమ్రపాలిని చూసి శ్రుతి పలకరింపుగా నవ్వింది. ఆమె పక్కన ఉన్న శరత్ ను చూడగానే పాప మొహం సున్నం కొట్టినట్టు తెల్లగా పాలిపోయింది. టేబుల్ దగ్గరనుంచి పారిపోయింది. తన తల్లి చాటున

తలదాచుకుంది. పాప ప్రవర్తనను ఎవరు సీరియస్ గా తీసుకోలేదు. ఒక్క అమ్రపాలి తప్ప. శరత్ మాత్రం కొంచం కూడా ఆశ్చర్యపోలేదు. పైపెచ్చు నవ్వుతూ పాపను దగ్గరకు రమ్మని సైగ చేశాడు. కాని పాప మాత్రం అతని మాటలు వినిపించుకోలేదు. నేను రాను అంటు గట్టిగా తలూపింది.

పాప ప్రవర్తన చూసి అందరు గొల్లున నవ్వారు. వాళ్ళతో పాటు శరత్ కూడా నవ్వాడు. బలవంతంగా తను నవ్వకతప్పలేదు అమ్రపాలికి.

అయిదు నిమిషాల తరువాత పార్టీ మొదలైంది. పాప కేకు కోసింది. బర్త్ డే పాట పాడారు అందరు. తరువాత అందరికి తలో ముక్కు కేకు తినిపించింది పాప. అమ్రపాలి శరత్ ల వంతు వచ్చింది. అమ్రపాలికి నవ్వుతూ కేక్ తినిపించింది. కాని శరత్ ను చూసి మాత్రం విపరీతంగా భయపడిపోయింది. తల్లిచాటుకు వెళ్ళి దాక్కుంది. అగర్వాల్ ఎంత చెప్పిన పాప మాత్రం తన తల్లిని విడిచి రాలేదు. తల్లి చీరను గట్టిగా బిగించి పట్టుకుంది.

ఎవరు ఆ సన్నివేశాన్ని పెద్దగా పట్టించుకోలేదు. ఈ తతంగం అంతా అయిన తరువాత అగర్వాల్ అమ్రపాలి దగ్గరకు వచ్చాడు.

"నాన్నగారు ఎలా ఉన్నారు"అని అడిగాడు.

"బాగున్నారు అంకుల్"అంది అమ్రపాలి.

"నువ్వు నీ భర్త వచ్చినందుకు నాకు చాల సంతోషంగా ఉంది. కొంచం పని వత్తిడి వల్ల నీ పెళ్ళికి రాలేకపోయాను. అందుకే నీ భర్తను చూడలేకపోయాను. ఈ రోజు ఆ కోరిక తీరింది. మిమ్మల్ని ఇద్దరిని

ఇలా చూస్తుంటే చాల ముచ్చటగా ఉంది"అన్నాడు అగర్వాల్.

తరువాత పార్టీ మొదలైంది. పిల్లలు అందరు కేరింతలు కొడ్తూ ఆడుకుంటున్నారు. నవ్వుతూ తుళ్ళుతున్నారు. ఆడుకుంటు అందరిచుట్టు తిరుగుతున్నారు. కాని శరత్ దగ్గరకు మాత్రం ఎవరు రాలేదు. అతని వైపు వెళ్ళటానికే విపరీతంగా భయపడుతున్నారు. వాళ్ళు అమ్రపాలి దగ్గరకు కూడా రావటం లేదు. కారణం ఆమె శరత్ పక్కన ఉంది.

ఈ విషయాన్ని ఎవరు పెద్దగా పట్టించుకోలేదు. చాల క్యాజువల్ గా తీసుకున్నారు. కాని అమ్రపాలి మాత్రం ఇది కొంచం అసహజంగా తోచింది. డాక్టర్ ను చూసి పసిపిల్లలు భయపడటం సర్వసాధారణం. కాని ఇంతగా బెదిరిపోరు. ఒక భూతాన్ని చూసినట్టుగా ప్రవర్తించరు. శరత్ మాత్రం ఈ విషయాని ఏమాత్రం సీరియస్ గా తీసుకోలేదు. నవ్వుతూ పిల్లల వైపు చూస్తున్నాడు. పైగా చేతులు ఊపుతూ వాళ్ళను పిలుస్తున్నాడు. కాని వాళ్ళలో ఒక్కరు కూడా అతని వైపుకు రాలేదు.

రాత్రి పదిగంటలకు పార్టీ ముగిసింది. ఇద్దరు అగర్వాల్ దగ్గర వీడ్కోలు తీసుకుని కారులో కూర్చున్నారు. ముభావంగా డ్రైవ్ చేస్తూ మౌనంగా ఉండిపోయింది అమ్రపాలి. శరత్ మాత్రం గలగల మంటు మాట్లాడుతున్నాడు. పార్టీలో వచ్చిన పిల్లల గురించి చెప్పుతున్నాడు. కొందరిని పొగుడుతున్నాడు. వాళ్ళందరు అతని పేషంట్స్ కావటం వల్ల వాళ్ళ గురించి అతనికి బాగా తెలిసినట్టుగా ఉంది. మెల్లగా ఊ కొట్టటం తప్ప అమ్రపాలి కొంచం కూడా

మాట్లాడలేదు.

ఇంటికి చేరుకున్న తరువాత ఇద్దరు డ్రస్ మార్చుకుని బెడ్ రూంలోకి ప్రవేశించారు. శరత్ అమ్రపాలి పక్కన పడుకోలేదు. ఏదో పుస్తకం తీసకుని ఇంకో గదిలోకి వెళ్ళిపోయాడు. ఇలా జరగటం ఇది మొదటిసారి కాదు. ఇంతకుముందు చాల సార్లు జరిగింది. వారంలో నాలుగురోజులు అతను వేరే గదిలో పడుకుంటాడు. ఈ విషయానికి అమ్రపాలి పెద్దగా ప్రాధాన్యత ఇవ్వలేదు. కాని మనస్సులో మాత్రం ఏదో అనీజిగా ఉంది. సాయంత్రం పిల్లల ప్రవర్తన ఆమె జీర్ణంచేసుకోలేకపోతుంది.

మరుసటి రోజు శరత్ పెందళాడే ఆఫీసుకు వెళ్ళిపోయాడు. అమ్రపాలి తీరికగా లేచింది. ఆ రోజు పేపర్ చూస్తూ కాఫీ తాగింది. తరువాత తన పర్సనల్ సెక్రటరితో బిజినెస్ విషయాలు మాట్లాడింది. మెల్లగా తయారై తండ్రి గదిలోకి వెళ్ళింది. కొన్ని ముఖ్యమైన బిజినెస్ వ్యవహారాలను తండ్రితో సంప్రదిస్తుంది ఆమె. తగిన సలహాలు సూచనలు కూడా తీసుకుంటుంది. అందుకే ఆ రోజు కూడా యధాప్రకారం తండ్రి గదిలోకి వెళ్ళింది.

తండ్రి మాములుగా రిలక్స్ మూడ్ లోలేడు. చాల కంగారుపడుతున్నాడు. అటుఇటు గదిలో తీవ్రంగా పచార్లుచేస్తున్నాడు. మనిషి ఏదో తెలియని వత్తిడితో సతమతమవుతున్నట్టుగా కనిపిస్తున్నాడు.

"ఏం జరిగింది డాడి అలా ఉన్నావు"అంది అమ్రపాలి కంగారుగా.

“నీకు బెనర్జీ గురించి తెలుసుకదూ"అన్నాడు వర్మ.

“బాగా తెలుసు.ఒకప్పుడు మీకు ఆయన బిజినెస్ లో ఎంతో సహాయం చేశారు. ఆయన వల్లే మీరు ఈ స్థితిలో ఉన్నారు. చాలసార్లు మీరు ఆయన గురించి చెప్పారు. ఇప్పుడు హఠాత్తుగా ఆయన ప్రసక్తి ఎందుకు వచ్చింది.”

“పదిహేను రోజులకు ముందు బెనర్జీ అయన భార్య కొడుకు కోడలు వాళ్ళపాప ఏదో ఊరు వెళ్ళారు. అక్కడ నాలుగు రోజులు గడిపిన తరువాత తిరుగు ప్రయాణం అయ్యారు. సరిగ్గా వాళ్ళు ఢిల్లీ సరిహద్దుల దగ్గరకు వచ్చారు. అప్పుడే ఒక మెటడర్ వ్యాన్ వాళ్ళ కారుకు ఎదురుగా వచ్చింది. బెనర్జీ డ్రైవర్ ఎంతో చాకచక్యంతో తన కారును పక్కకు తోశాడు. కాని స్ప్లిట్ సెకండ్ ఆలస్యమైంది. మెడటర్ వ్యాన్ వేగంగా బెనర్జీ కారును రాసుకుంటు ముందుకు వెళ్ళింది. ఆ ఇంపాక్ట్ కు బెనర్జీ డ్రైవర్ కంట్రోల్ తప్పాడు. కారు వేగంగా వెళ్ళి ఒక పెద్ద చెట్టును ఢీకొట్టింది. బెనర్జీకి పాపకు విపరీతంగా గాయాలు అయ్యాయి. కాని బెనర్డీ కొడుకు కోడలు ఆ యాక్సిడెంట్ లో అక్కడికి అక్కడే చనిపోయారు. వెంటనే బెనర్జీ ని అతని మనుమరాలిని హాస్పటల్ లో చేర్చారు. ఇద్దరు పదిరోజుల పాటు హాస్పటల్ లో ఉండవలసివచ్చింది. పాపకు గాయాలు బాగా తగ్గాయి. కాని చాల షాక్ లో ఉంది. ఇంకా కొన్నిరోజులు రెస్ట్ తీసుకోవాలని డాక్టర్స్ సూచించారు. కాని బెనర్జీ పరిస్థితి మాత్రం విషమించింది. కొడుకు కోడలు కళ్ళముందే చనిపోవటం అతను సహించలేకపోయాడు. తట్టుకోలేకపోయాడు. దాంతో అతనికి గుండె నొప్పి వచ్చింది. కాని

అంతకంటే ముందే తన లాయర్ తో వీలునామా రాయించాడు. విల్లు ప్రకారం బెనర్జీ ఆస్థి అంతా అతను మనుమరాలుకు చెందుతుంది. దాదాపు వందకోట్లు ఉంటుంది. దానికి సంరక్షరాలిగా నిన్ను నియమించాడు బెనర్జీ. దాని ప్రకారం పాపకు ఇరవై సంవత్సరాలవరకు నువ్వు గార్డియన్ ఉండాలి. పాపతో పాటు ఆమె ఆస్థిని కంటికి రెప్పలా చూసుకోవాలి. పాపని నీ లాగా ఒక కార్పోరేట్ క్వీన్ గా తయారుచెయ్యాలి. ఇప్పుడు బెనర్జీ లాయర్ పాపను కాగితాలను తీసుకుని వస్తున్నాడు. ఈ రోజునుంచి పాప మన ఇంట్లోనే ఉంటుంది. ఏమంటావు"అన్నాడు వర్మ.

"ఎంత పని జరిగింది నాన్న. బెనర్జీ గారు ఎంతో మంచి మనిషి. ఆయనకు ఇన్ని కష్టాలు రావటం చాల బాధాకరం"అంది అమ్రపాలి. ఇప్పుడు ఆయన ఎలా ఉన్నారు.

"ఆయన పోయారు తల్లి"అన్నాడు బాధగా వర్మ.

ఒక్క క్షణం మాట్లాడలేకపోయింది అమ్రపాలి. తరువాత వర్మ వైపు తిరిగి అంది.

"ఆయన చేసిన సహాయానికి మనం ఈ పని తప్పకుండ చెయ్యాలి. పాపను బాగా పెంచి గొప్పదాన్ని చెయ్యాలి. అది నీ చేతిలో ఉంది"అన్నాడు వర్మ.

"తప్పకుండ డాడి. పాపను నా అంత దాన్ని చేస్తాను. ఆయన మన మీద పెట్టుకున్న నమ్మకాన్ని వమ్ముచెయ్యను"అంది అమ్రపాలి.

పావుగంట తరువాత బెనర్జీ లాయర్ పాపను తీసుకుని వర్మ

మాన్షన్ కు వచ్చాడు. పాప ముద్దుగా బొద్దుగా చూడముచ్చటగా ఉంది. పాప గాయాలు పూర్తిగా తగ్గిపోయాయి కాని తలమీద మాత్రం కట్టుఉంది.

లాయర్ అమ్రపాలికి పాప ఆస్థికి సంబంధించిన కాగితాలను ఇచ్చాడు. తరువాత పాప మెడికల్ రిపోర్ట్ ను అందచేశాడు.

"పదిరోజులు విశ్రాంతి తీసుకుంటే పాపపూర్తిగా కోలుకుంటుందని డాక్టర్స్ చెప్పారు"అన్నాడు లాయర్.

"ఈ క్షణం నుంచి పాప బాధ్యత నాది. పాపకు ఏ లోటు రానివ్వను. ఆమెను బాగా చదివించి నా అంతటి దాన్ని చేస్తాను. తరువాత ఆమె ఆస్థిని అప్పగిస్తాను. మీరు నిశ్చితంగా ఉండండి"అని చెప్పింది అమ్రపాలి.

లాయర్ వెళ్ళిపోయిన తరువాత అమ్రపాలి పాపను తీసుకుని తన గదిలోకి వెళ్ళింది. పాప ఇంకా షాక్ లోనే ఉంది. మద్యమద్య ఏదో తలుచుకుని భయపడుతోంది. సన్నగా వణికిపోతుంది. అమ్రపాలి పాపను దగ్గర తీసుకుని ముద్దుపెట్టుకుంది. పది నిమిషాలలో పాప ఆమెకు బాగా మాలిమి అయింది. దాంతో అమ్రపాలి ఒడిలో నిశ్చితంగా నిద్రపోయింది. మంచంమీద పాపను పడుకోపెట్టి దుప్పటి కప్పింది. ఏసీ ఆన్ చేసి గదిలోంచి బయటకు వచ్చింది.

"డాడీ నేను ఆఫీసునుంచి వచ్చేంతవరకు మీరు పాపను జాగ్రర్తగా చూసుకోవాలి. ఎవరికి అప్పగించకండి"అని హెచ్చరించింది అమ్రపాలి.

అలాగే అని తలూపాడు వర్మ. తరవాత అమ్రపాలి ఆఫీసుకు వెళ్ళిపోయింది.

భాగం--42

అమ్రపాలి ఆ రోజు బాగా అలసిపోయింది. ఆఫీసునుంచి వచ్చేసరికి పూర్తిగా డస్సి పోయింది.

"మనం ఒక విషయం పూర్తిగా మరచిపోయాం"అన్నాడు వర్మ సందిగ్ధంగా.

"ఏ విషయం డాడీ"అంది మెల్లగా అమ్రపాలి.

"పాపను దగ్గర పెట్టుకోవటానికి శరత్ ఒప్పుకుంటాడో లేదో అని భయంగా ఉంది. "

"శరత్ చాల మంచివారు డాడీ. ఆయనకు పసిపిల్లలంటే చాల ఇష్టం. పాపను కంటికి రెప్పలా చూసుకుంటారు. మీరేం వర్రీకాకండి"అని సర్దిచెప్పింది అమ్రపాలి.

గదిలో పాప గాఢంగా నిద్రపోతుంది. ఆమె వైపు ఒకక్షణం పాటు చూసి ఇంకో గదిలోకి వెళ్ళింది అమ్రపాలి. బట్టలు మార్చుకుని తండ్రి దగ్గరకు వచ్చింది. ఆ రోజు జరిగిన బిజినెస్ మీటింగ్స్ గురించి తండ్రికి పూర్తిగా వివరించింది. ఇద్దరు కంపెని విషయాలను చర్చిస్తుండగా అప్పుడే శరత్ వచ్చాడు. గదిలో ఉన్న పాపను చూసి ఆగిపోయాడు. ప్రశ్నార్ధకంగా అమ్రపాలి వైపు చూశాడు.

జరిగిన దంతా చెప్పింది అమ్రపాలి.

"ఈ విషయం మీకు ముందే చెప్పాలని అనుకున్నాను. కాని పనుల వత్తిడి వల్ల కాల్ చెయ్యలేకపోయాను."

"ఏం ఫర్వాలేదు.మంచి పని చెయ్యటానికి ఎవరి అనుమతి అవసరంలేదు. మంచి మనస్సు ఉంటే చాలు. అది నీకు ఉంది. అందుకే బెనర్జీ నీకు ఈ బాధ్యత అప్పగించాడు"అన్నాడు శరత్.

అమ్రపాలి తేలికగా నవ్వింది. తరువాత ఆమె శరత్ ను తీసుకువెళ్ళి పాపను చూపించింది.

"పాప చాల అందంగా ముద్దుగా ఉంది. పేరు ఏమిటి? అడిగాడు.

"శృతి."

"పేరు కూడా పాపకు తగినట్టుగా ఉంది"అన్నాడు మెల్లగా పాప మొహం నిమురుతూ.

పాప వచ్చిన వేళా విశేషం వల్ల ఇంట్లో మళ్ళి సందడి నెలకొంది. తను ఆఫీసుకు వెళ్ళేంతవరకు అమ్రపాలి పాపను తన దగ్గర ఉంటుకుంటుంది. ఆమె స్నానం భోజనం అన్ని తనే స్వయంగా చూసుకుంటుంది. ఏ రోజు ఏ బట్టలు పాప వేసుకోవాలో అమ్రపాలి నిర్ణయిస్తుంది. పదిరోజులలో పాప అమ్రపాలికి మాగా మాలిమి అయింది. వర్మ కూడా చాల సేపు పాపతో గడుపుతున్నాడు. ఉదయం నుంచి సాయంత్రం వరకు వర్మ దంపతులకు పాపతో మంచి కాలక్షేపం అవుతోంది.

శరత్ కూడా సమయం ఉన్నప్పుడు పాపతో

గడుపుతుంటాడు. కాని ఆశ్చర్యం కలిగించే విషయం ఒకటుంది. పాప అందరితో సరదాగా ఫ్రీగా ఉంటుంది. కాని శరత్ తో మాత్రం కొంచం అంటిఅంటనట్టుగా ఉంటుంది. పైగా భయపడుతుంది. అతను కనిపించగానే అమ్రపాలి దగ్గరికి వెళ్ళిపోతుంది. అందరు పాప ప్రవర్తనను పెద్దగా సీరియస్ గా తీసుకోలేదు. నవ్వుతూ ఎంజాయ్ చేశారు.

నెలరోజులు గడిచాయి. పాప ఇంట్లో అందరికి బాగా అలవాటు అయింది. పాప కూడా షాక్ నుంచి క్రమంగా కోలుకుంది. తన అమ్మ నాన్నలను మెల్లగా మరిచిపోగలుగుతోంది. అమ్రపాలిని తన అమ్మ అనుకుంటోంది. ఆ రోజు డాక్టర్ ఇంటికి వచ్చి పాపను పూర్తిగా చెక్ చేశాడు. పాప ఆరోగ్యంగా ఉందని ఏ సమస్యలు లేవని చెప్పాడు. డాక్టర్ వెళ్ళిపోయిన తరువాత శరత్ అమ్రపాలి కూర్చున్నారు. పాపను ఏ స్కూల్ లో చేర్పించాలా అని చర్చించారు. సిటిలో ఇంటర్నేషనల్ స్కూల్స్ చాల ఉన్నాయి. వాటిలో ఒక స్కూల్లో చేర్పించాలని తీర్మానించుకున్నారు. ఆ నిర్ణయం అమ్రపాలికి విడిచిపెట్టాడు.

నాలుగు రోజులు బాగా తర్జనభర్జన పడిన తరువాత పాపను ఒక మాంట్లో కార్లో స్కూల్ లో చేర్పించారు. స్కూల్ కు మంచి పేరు ఉంది. అక్కడ చదువుకుంటే డిసిప్లిన్ కు ఎక్కువ ప్రాముఖ్యత వస్తుంది. పిల్లలు డిసిప్లిన్ గా ఉంటే చదువు ఆటోమేటిక్ గా వస్తుంది. ఈ విషయాన్ని అమ్రపాలి పూర్తిగా నమ్ముతుంది. ఎందుకంటే ఆమె ఒకప్పుడు బాగా డిసిప్లిన్ ఉన్న స్కూల్ లోనే చదివింది.

కొరియాతో ఒప్పందం కుదిరిన తరువాత అమ్రపాలి మరి బిజీగా మారిపోయింది. మొదటి అనుభవం ఆమె ఇంకా మరిచిపోలేదు. అందుకే ప్రతి విషయాన్ని జాగ్రత్తగా చూసుకుంటోంది.అంతేకాదు షిప్ లో సరుకులు ఎలా మారిపోయిందో మెల్లగా ఆరాతీసింది. దానికి షిప్ క్యాప్టన్ కారకుడని తెలిసింది. క్యాప్టన్ ఇంతకు తెగిస్తాడని ఆమె ఊహించలేదు. అందుకే అతనితో అటో ఇటో తేల్చుకోవాలని నిర్ణయించుకుంది. అదే రోజు సాయంత్రం ముంబాయి చేరుకుంది అమ్రపాలి. కులకర్ణి ఇల్లు కనుక్కోవటం ఆమె పెద్దగా కష్టపడలేదు.

అక్కడికి చేరుకునేసరికి సాయంత్రం ఆరుగంటలు కావస్తోంది. సూర్యుడు మెల్లగా పశ్చిమాద్రి చాటుకు తప్పుకుంటున్నాడు. ఇంటి ముందు చాల మంది జనం ఉన్నారు. ఎక్కడపడితే అక్కడ కార్లు పార్క్ చేసి ఉన్నాయి. కొంతమంది గుంపులుగా నిలబడి ఏదో మాట్లాడుకుంటున్నారు. లోపల ఎంత మంది ఉన్నారో తెలియటం లేదు. ఈ హడావిడి ఎందుకో అమ్రపాలికి అర్థం కాలేదు. మెల్లగా లోపలికి వెళ్ళి అక్కడ నిలుచుని ఉన్న ఒక వ్యక్తిని అడిగింది.

“మీరు ఎవరు"అని అడిగాడు ఆ వ్యక్తి.

“నా పేరు అమ్రపాలి. ఢిల్లీనుంచి వస్తున్నాను. అర్జంటుగా కులకర్ణితో మాట్లాడాలి"అంది అమ్రపాలి.

“అది సాధ్యం కాదు మేడం. ఆయన ఉదయం చనిపోయారు"చావు కబురు చల్లగా చెప్పాడు అతను.

“చనిపోయాడా ఎలా"ఆశ్చర్యంగా అడిగింది అమ్రపాలి.

“ఆఫీసునుంచి వస్తుంటే ఒక లారీ ఆయనను గుద్ది

వెళ్ళిపోయింది. పాపం ఆ పెద్దమనిషి అక్కడికి అక్కడే చనిపోయాడు"అన్నాడు.

ఒక సునామి అల తాకినట్టుగా కదిలిపోయింది అమ్రపాలి. ఊహించని ఈ పరిణామం ఆమెను ఉక్కిరిబిక్కిరి చేసింది. వెంటనే ఏం మాట్లాడాలో ఆమెకు తోచలేదు.

తన సానుభూతిని చెప్పి అక్కడనుంచి వచ్చేసింది అమ్రపాలి. విమానంలో కూర్చుని నిశితంగా ఆలోచించింది. కులకర్ణి చావు ఆమెకు ఎందుకో సహజమైందిగా తోచటం లేదు. కులకర్ణి యాక్సిడెంట్ లో చనిపోయాడని ఆ వ్యక్తి చెప్పాడు. ఆ యాక్సిడెంట్ షాకాల్ చేయించిఉంటాడని ఆమె అనుమానిస్తోంది. ఆమె ముంబాయి ప్రయాణం గురించి షాకాల్ కు ఎలోగో తెలిసిపోయిఉంటుంది. కులకర్ణి బతికి ఉంటే అతనికి చాల ప్రమాదం. అందుకే అతన్ని చాకచక్యంగా చంపించాడు. పైకి మాత్రం ఒక యాక్సిడెంట్ గా చిత్రీకరించాడు.

షాకాల్ సామాన్యమైన వ్యక్తి కాదని అమ్రపాలికి ఇప్పుడు అర్ధమైంది. అతని గురించి వర్మ ఆమెకు ముందే హెచ్చరించాడు. కాని తండ్రి మాటలు పెద్దగా పట్టించుకోలేదు అమ్రపాలి.కాని ఇప్పుడు అర్ధమవుతుంది వర్మ కూడా షాకాల్ అంటే ఎందుకు అంత భయపడతాడో.

మొదటిసారి షాకాల్ మీద ప్రతికారం తీర్చుకునే ఆలోచనలో పడింది అమ్రపాలి.

భాగం--43

అమ్రపాలి తన చాంబర్స్ లో కూర్చుని ఒక ముఖ్యమైన ఫైలు చూస్తుంది. కళ్ళు ఫైలు వైపు చూస్తున్నాయి. కాని మనస్సు మాత్రం దాని మీద పూర్తిగా లగ్నం కావటం లేదు. ఈ మధ్య ఆమె ఒక విచిత్రమైన సమస్యలతో ఇబ్బందిపడుతుంది. ఆ సమస్య పాప. పాప ఈ మధ్య అదోలా ఉంటోంది. ఏదో చూసి భయపడుతున్నట్టుగా ఉంది. అప్పుడప్పుడు రాత్రివేళ ఉలిక్కిపడి లేస్తుంది. అమ్రపాలిని చుట్టుకుపోయి ఏడుస్తుంది. కారణం ఎంత అడిగిన చెప్పటం లేదు. పైగా చదువులో కూడా కొంచం వెనుకబడింది. ఇంతకుముందు టాప్ త్రీలో ఉండేది. కాని ఇప్పుడు చాల వెనక్కి వెళ్ళిపోయింది. ప్రతి సబ్జక్టులో అత్తెసరు మార్కులు వస్తున్నాయి.

పెద్ద గీత చిన్న గీతను డామినెట్ చేస్తుంది. అది సహజం. అలాగే పెద్ద సమస్య చిన్న సమస్యను అధిగమిస్తుంది. అమ్రపాలి విషయంలో ఈ మాటలు పూర్తిగా నిజమయ్యాయి. ఆమె షాకాల్ మీద ఎలా ప్రతికారం తీర్చుకోవాలని ఆలోచిస్తుంటే పులిమీద పుట్రలా పాప సమస్య వెలుగులోకి వచ్చింది. దాంతో తాత్కాలికంగా షాకాల్ విషయం పక్కన పెట్టింది. ఇప్పుడు ఆ దృష్టి అంతా పాప మీద ఉంది.

పాప ప్రవర్తనకు కారణం ఏమిటో ఆమె ఊహకు అందటం లేదు.

సాయంత్రం కొంచం పెందళాడే ఇంటికి చేరుకుంది అమ్రపాలి. తండ్రి దగ్గర ఆడుకుంటోంది పాప. అమ్రపాలిని చూడగానే పరిగెత్తుకుంటు దగ్గరకు వచ్చింది. ఆమెను చుట్టుకుపోయింది. పాపను ఎత్తుకుని ముద్దుపెట్టుకుంది అమ్రపాలి. తరువాత నింపాదిగా తన గదిలోకి తీసుకువెళ్ళింది. పాపను మంచంమీద కూర్చోపెట్టి బాత్ రూంలోకి వెళ్ళింది. రిఫ్రెష్ అయి పాపను మళ్ళి ఎత్తుకుంది.

"ఒంట్లో ఎలా ఉంది పాప"అని అడిగింది అమ్రపాలి.

"బాగుంది అంది పాప ముద్దుగా.

"బాగా చదువుతున్నావా."

చదువు అనగానే పాప మొహం రక్తం ఇంకిపోయినట్టు పాలిపోయింది. భయంతో అమ్రపాలిని గట్టిగా హత్తుకుంది.

"ఏం జరిగింది పాప. ఎందుకంత భయపడుతున్నావు. స్కూల్ లో ఏద్దైన జరిగిందా. టీచర్స్ ఏమైన అన్నారా"అడిగింది లాలనగా అమ్రపాలి.

పాప జవాబు చెప్పకుండ మౌనంగా ఉండిపోయింది.

మళ్ళి అడిగింది. అయన పాప జవాబు చెప్పలేదు.

పాప ప్రవర్తన అమ్రపాలికి విస్మయం కలిగించింది. ఎన్నిసార్లు అడిగిన పాప జవాబు చెప్పటం లేదు. పైగా విపరీతంగా భయపడిపోతుంది. ఏం చెయ్యాలో అమ్రపాలికి తోచటం లేదు. బిజినెస్ లో ఇంతకంటే ఎన్నో పెద్ద సమస్యలను ఎదురుకుంది. వాటిని చాకచక్యంగా పరిష్కరించింది. క్రైసెస్ మ్యానేజిమెంట్ ను చక్కగా

అమలు చేస్తూ అన్ని సమస్యలను తేలికగా అధిగమించింది. కాని అదే వ్యక్తిగత సమస్య వచ్చేసరికి ఢీలా పడిపోతుంది.

ఆ రోజు పాపకు స్వయంగా తనే అన్నం తినిపించింది. కొంచంసేపయిన పాప గాఢనిద్రలోకి జారుకుంది. మంచం మీద పడుకోపెట్టి దుప్పటి కప్పింది. తరువాత గదిలోంచి బయటకు వచ్చింది. బాల్కనిలో వర్మ కనిపించాడు. సిగార్ తాగుతూ ఏదో ఆలోచిస్తూ కనిపించాడు.

“ఏమిటి డాడి అలా ఉన్నారు. ఒంట్లో బాగాలేదా"అడిగింది అమ్రపాలి.

“నాకు బాగానే ఉంది. కాని పాప పరిస్థితి బాగాలేదు. దాని గురించే ఆలోచిస్తున్నాను"అన్నాడు వర్మ.

“నేను కూడా అదే ఆలోచిస్తున్నాను. పాప ప్రవర్తన అర్థంకావటం లేదు. కాని ఒక విషయం మాత్రం స్పష్టంగా అర్థం అవుతోంది. పాప ఏదో తలుచుకుని భయపడుతోంది. అందుకే చదువులో కూడా వెనుకబడింది. ఈ విషయం స్కూల్ టీచర్ కు తెలిసో తెలియదో నాకు తెలియదు. కాని ఎందుకైన మంచిది ఆమెను ఒకసారి కలుసుకోవాలని అనుకుంటున్నాను. ఆమెతో మాట్లాడితే ఏదైన లాభం ఉండవచ్చు"అంది అమ్రపాలి.

“నేను అదే చెప్పాలని అనుకున్నాను. కాని ఈ లోగా నువ్వే చెప్పావు"అన్నాడు వర్మ.

“పాప ప్రవర్తన నీకు ఏమైన అర్థం అయిందా డాడీ"అడిగింది అమ్రపాలి.

"అంతా అయోమయంగా ఉందమ్మా. పాప వాలకం చూస్తుంటే నాకు ఎందుకో భయంగా ఉంది తల్లి"అన్నాడు వర్మ ఆందోళనగా.

"నువ్వేం వర్రీకాకు. అంతా నేను చూసుకుంటాను. పాపకు ఏం కాకుండ చూసే బాధ్యత నాది. నువ్వు నిశ్చితంగా ఉండు"అని తండ్రిని సముదాయించింది అమ్రపాలి.

"నీ మీద నాకు పూర్తిగా నమ్మకం ఉంది"అని చెప్పి వర్మ వెళ్ళిపోయాడు.

వర్మ బాల్కని దగ్గర నిలబడి ఆలోచనలో పడింది. తరువాత ఏదో తట్టినట్టు లోపలికి వెళ్ళింది. మంచంమీద పాప గాఢంగా నిద్రపోతుంది. కొత్తలో వచ్చినప్పుడు పాప ఎంతో ఉత్సాహంగా ఉండేది. ఇల్లంతా తిరుగుతూ ఆడుకునేది. అందరి దగ్గరకు వెళ్ళేది. కాని కొన్నిరోజులు గడిచేసరికి పాప ప్రవర్తన మారిపోయింది. తనలో చాల మార్పు వచ్చింది. ఎప్పుడు దిగులుగా కనిపిస్తోంది. ఏదో తలుచుకుని భయపడుతోంది. అప్పుడప్పుడు ఉలిక్కిపడుతోంది. అంతేకాకుండ మగవాళ్ళను చూస్తే భయపడుతోంది. ఒక్క వర్మ దగ్గరకు మాత్రమే వెళుతుంది. శరత్ ఎప్పుడు ఇంట్లో ఉండడు. హాస్పటల్ లో ఉంటాడు. ఎప్పుడో అర్ధరాత్రి ఇంటికి వస్తాడు. అప్పటికే పాప నిద్రపోతూ ఉంటుంది.

గంట సేపు అన్ని పోగొట్టుకున్నదానిలా చీకటిలో కూర్చుంది అమ్రపాలి. ఇప్పుడు ఆమె ఒక కార్పోరేట్ క్వీన్ లా కనిపించటంలేదు. ఒక మాములు మద్యతరగతి స్త్రీ లా ఉంది. గంట తరువాత శరత్ వచ్చాడు. చాల అలసటగా ఉన్నాడు అతను. వచ్చి రావటంతోనే

నీరసంగా మంచంమీద వాలిపోయాడు.

"ఏమిటి అలా ఉన్నారు. ఒంట్లో బాగాలేదా"అతని నుదుటిమీద చెయ్యివేస్తూ అడిగింది అమ్రపాలి.

"ఒంట్లోకేం బాగానే ఉంది. కాని చాల అలసటగా ఉంది. ఈ రోజు హాస్పటల్ లో విపరీతమైన రష్. అందరిని చూసి పంపించేసరికి ఈ వేళ అయింది. ఒళ్ళంతా కుళ్ళబొడిచినట్టుగా ఉంది"అన్నాడు శరత్ బలహీనంగా నవ్వుతూ.

"స్నానం చేసి రండి. భోజనం వడ్డిస్తాను" అంది అమ్రపాలి.

"నాకు భోజనం వద్దు. అసలు ఆకలిలేదు. సాయంత్రం లైట్ గా టిఫిన్ చేశాను. స్నానం చేసి పడుకుంటాను"అంటు లేచాడు.

శరత్ స్నానం చేసి వచ్చేసరికి పాలగ్లాసుతో సిద్ధంగా ఉంది అమ్రపాలి. పాలు తాగిన తరువాత అమ్రపాలికి గుడ్ నైట్ చెప్పి తన గదిలోకి వెళ్ళిపోయాడు అతను. పడుకునే ముందు మెడికల్ బుక్స్ చదవటం అతనికి అలవాటు.

అమ్రపాలి లైట్ ఆర్పి పాప పక్కన పడుకుంది. చాల సేపు ఆమె నిద్రపోలేకపోయింది. ప్రతి క్షణం పాప పరిస్థితి కళ్ళముందు కదలాడుతోంది. ఎప్పుడో అర్ధరాత్రి దాటిన తరువాత నిద్రపోయింది. ఎంతసేపు నిద్రపోయిందో తెలియదు. తిరిగి ఆమె కళ్ళు తెరిచేసరికి ఇంకా చీకటిగానే ఉంది. అప్రయత్నంగా పక్కకు తిరిగి చూసింది. మంచం మీద పాప కనిపించలేదు. ఆమె గుండె గుబేలుమంది. చప్పున లేచి బాత్రూంలోకి వెళ్ళి చూసింది. అక్కడ పాప లేదు. ఎక్కడికి వెళ్ళిందా అనుకుంటు మెల్లగా భర్త గదిలోకి వెళ్ళింది. శరత్ పక్కన

మంచం మీద పడుకుని ఉంది పాప.పాప చెయ్యి శరత్ గుండెలమీద ఉంది. పాప క్షేమంగా కనిపించటంతో ఒక్కసారిగా ఊపిరిపీల్చుకుంది అమ్రపాలి. మెల్లగా పాపను భుజం మీదకు ఎత్తుకుని తన గదిలోకి వచ్చింది.

కంగారుపోయింది కాని ఒక విషయం మాత్రం అమ్రపాలికి అర్ధంకాలేదు. పాప శరత్ గదిలోకి ఎలా వెళ్ళింది. శరత్ తీసుకువెళ్ళే అవకాశం లేదు. ఒకవేళ పాపకు నిద్రలో నడిచే అలవాటు ఉందా. ఎటు తేల్చుకోలేకపోయింది అమ్రపాలి.

భాగం--44

శరత్ అమ్రపాలి డైనింగ్ టేబుల్ ముందు కూర్చుని టిఫిన్ చేస్తున్నారు. పాప అప్పుడే స్కూల్ కు వెళ్ళింది. వర్మ పాపను డ్రాప్ చెయ్యటానికి వెళ్ళాడు. రాత్రి జరిగిన సంఘటన గుర్తుకువచ్చింది అమ్రపాలి. సందేహం తీర్చుకోవాలని భర్త వైపు తిరిగింది. శరత్ ఈ లోకంలో లేడు. ఏదో ఆలోచిస్తూ పరద్యానంగా ఉన్నాడు. అతను ఏం ఆలోచిస్తున్నాడో అమ్రపాలికి తెలియదు. కాని ఏదో ముఖ్యమైన విషయం గురించి ఆలోచిస్తున్నాడని మాత్రం ఆమెకు అర్ధమైంది. ఇప్పుడు పాప గురించి అడగటం సమజసం కాదని భావించింది అమ్రపాలి.

టిఫిన్ చేసిన తరువాత అమ్రపాలికి గుడ్ బై చెప్పి తన హాస్పటల్ కు వెళ్ళిపోయాడు శరత్. అన్యమనస్కంగా తయారైంది అమ్రపాలి. బట్టలు వేసుకుని తల్లి గదిలోకి వెళ్ళింది. ఇంకా వర్మ స్కూల్ నుంచి రాలేదు. తల్లికి చెప్పి వెళ్ళికారులో కూర్చుంది. కారు మెత్తగా రోడ్డు మీద సాగిపోతుంది. గమ్యస్థానం చేరుకునేంతవరకు అమ్రపాలి అన్యమనస్కంగా ఉంది.

గంట తరువాత కారు ఆఫీసుముందు ఆగింది. అమ్రపాలి దిగి

తన చాంబర్స్ లోకి వెళ్ళింది. అప్పుడే పర్సనల్ సెక్రటరి వచ్చి ఆమె చేతికి ఒక కవరు అందించింది. అది చాంబర్ ఆఫ్ కామర్స్ నుంచి వచ్చిన కవరు. ఇంకో రెండు నెలలో చాంబర్ ఆఫ్ కామర్స్ ఎన్నికలు జరుగుతాయని ఇప్పుడే నామినేషన్ వేసుకోవచ్చని ఆ లెటర్ సారాంశం.

అది చూడగానే అమ్రపాలి మెదడులో ఫ్లాష్ వెలిగింది. గత కొద్ది రోజులుగా షాకాల్ మీద ఎలా పగతీర్చుకోవాలా అని మదనపడుతోంది ఆమె. ఇప్పుడు అనుకోకుండ ఈ ఎన్నికలు వచ్చాయి. దీన్ని అవకాశంగా తీర్చుకుని అతని మీద పగతీర్చుకోవచ్చు. నిజానికి వర్మకాని అమ్రపాలి కాని ఈ ఎన్నికల గురించి పెద్దగా పట్టించుకోలేదు. అందుకే షాకాల్ లాంటివాళ్ళు ప్రతి సంవత్సరం ఎన్నిక అవుతున్నారు. ఈ పద్ధతి మారాలి. అందుకే ఈ సారి ఎన్నికలలో తను నిలబడాలని తీర్మానించుకుంది అమ్రపాలి. చెప్పినంత తేలికకాదు అది. షాకాల్ ను ఎదిరించటం మాములు విషయం కాదు. అతన్ని ఓడించటం కూడా చాల కష్టం. కాని అసాధ్యం కాదు. తగిన పధకం ఆలోచిస్తే షాకాల్ కు అడ్రస్సు లేకుండ చెయ్యవచ్చు.

మాములుగా అయితే షాకాల్ గురించి సీరియస్ గా పట్టించుకునేది కాదు అమ్రపాలి. కాని అతను ఆమె వ్యాపారాన్ని దెబ్బతియ్యాలని ప్రయత్నించాడు. అంతే కాదు బిజినెస్ ప్రపంచంలో ఆమె పరువు ప్రతిష్టలు నాశనం చెయ్యాలని ప్లాన్ వేశాడు. అప్పటికి అప్పుడే దానికి తగిన జవాబు చెప్పాలనుకుంది. కాని తరువాత

ఎందుకులే అని ఊరుకుంది. ఇప్పుడు అనుకోకుండ ఎన్నికల రూపంలో ఒక మంచి అవకాశం వచ్చింది. దీన్ని ఆధారం చేసుకుని అతన్ని ఓడించాలి. కాని ఎలా.

డైరక్టుగా షాకాల్ ను ఎదిరించటం మంచిది కాదు. చాల దుర్మార్గుడు అతను. పైగా చాల మంది మాఫియా లీడర్స్ తో సత్ సంబంధాలు ఉన్నయి అతనికి. అందుకే ఈ విషయాన్ని చాల చాకచక్యంగా డీల్ చెయ్యాలని అనుకుంది అమ్రపాలి. అప్పుడే ఆమె మెదడులో పార్ధసారది మెదిలాడు. అతను కూడా చాంబర్ ఆఫ్ కామర్స్ సభ్యుడు. ప్రస్థుతం షాకాల్ టీమ్ లో ఉన్నాడు. అతనికి షాకాల్ కు చాల సన్నిహిత సంబంధాలు ఉన్నాయి. ఒక మాటలో చెప్పాలంటే షాకాల్ తరుపున అతనే అందరిని ఇన్ ఫ్లూయన్స్ చేస్తుంటాడు. ముందు అతన్ని లొంగదీసుకోవాలి. ఆ తరువాత షాకాల్ ను దెబ్బతియ్యటం అంత కష్టం కాదు.

ఈ ఆలోచన రాగానే యూనివర్సల్ డిటెక్టివ్ ఏజన్సీకు కాల్ చేసింది. ఆ ఏజన్సీ యజమాని పేరు చక్రధర్. అతను ఒకప్పుడు మిలిట్రిలో పని చేసి రిటైర్ అయ్యాడు. తరువాత డిటెక్టివ్ ఏజన్సీ స్ధాపించాడు. అనంతికాలంలోనే మార్కెట్టులో మంచి పేరు సంపాదించాడు అతను. తన ఫ్యాకరి సెక్యూరిటి ఏర్పాట్లను అతనికి అప్పగించాలని ఎప్పుడో నిర్ణయించుకుంది అమ్రపాలి.

“చెప్పండి మేడం మీకు నేను ఏం సహాయం చెయ్యగలను"కాల్ రిసివ్ చేసుకున్న చక్రధర్ అడిగాడు.

“ నాకో పని చేసిపెట్టాలి మీరు. కాని అది చాల రహస్యంగా

జరగాలి. మూడో మనిషికి తెలియటానికి వీలులేదు"అంది అమ్రపాలి.

“తప్పకుండ మేడం. క్లయింట్స్ సీక్రెసిని కాపాడటం మా సంస్థ మొదటి లక్ష్యం. మీ గురించి కాని మీ విషయాల గురించి కాని ఎవరికి చెప్పం. మీరు నిశ్చితంగా ఉండవచ్చు..”

“మీ మీద నాకు నమ్మకం ఉంది. కాని ముందు జాగ్రర్త కోసం చెప్పాను"అంది అమ్రపాలి.

“చెప్పండి నేను ఏం చెయ్యాలి.”

“ఒక మనిషి గురించి పూర్తిగా ఆరాతియ్యాలి. అతను ఎవరిని కలుసుకుంటున్నాడో ఎక్కడికి వెళుతున్నాడో తెలుసుకోవాలి. వాటికి సంబంధించి పూర్తి రిపోర్ట్ ఇవ్వాలి. అది సాక్ష్యాలు ఆధారాలతో సహా. ఆ వ్యక్తి వివరాలు మీకు మెయిల్ చేస్తాను. మీ ఫీజు ఎంతో చెప్పండి. వెంటనే అమౌంట్ మీ అకౌంట్ కు ట్రాన్స్ ఫర్ చేస్తాను.”

“ఫీజు విషయం తరువాత ఆలోచిద్దాం. మీకు ఆ వివరాలు ఎన్ని రోజులలో కావాలి. ఆ విషయం చెప్పండి ముందు"

“మీరు ఎన్ని రోజులలో ఇవ్వగలరు. సాధ్యమైనంత తొందరగా ఇస్తే లాభంగా ఉంటుంది"అన్నాడు మేజర్.

“పదిరోజులలో ఇవ్వగలరా.”

“పదిరోజులు అవసరం లేదు. వారంరోజులలో ఇవ్వగలను. ఈ క్షణం నుంచి ఆ పనిలో ఉంటాను"అన్నాడు మేజర్.

అమ్రపాలి లైన్ కట్ చేసింది. తరువాత మేజర్ ఈ మెయిల్ కు పార్థసారధి ఫోటో అతని వివరాలు పంపించింది. చాంబర్ ఆఫ్ కామర్స్ లో ఉన్న సభ్యుల లిస్ట్ ఒక కాపీ ఆమె దగ్గర ఉంది.”

భాగం--45

రాత్రి రెండు గంటలు దాటుతోంది. మంచి నీళ్ళ కోసం నిద్రలేచింది అమ్రపాలి. టీపాయ్ మీద ఉన్న మంచి నీళ్ళ జగ్గు అందుకుంటు క్యాజువల్ గా పక్కకు చూసింది. పక్కన పాప లేదు. ఒకవేళ బాత్రూంకు వెళ్ళిందేమో అనుకుంది. అందుకే అయిదు నిమిషాలు కాచుకుంది. కాని పాప మాత్రం రాలేదు. గబగబ మంచి నీళ్ళు తాగి బాత్రూంలోకి వెళ్ళి చూసింది. కాని పాప అక్కడ లేదు. ఇక చేసేది లేక శరత్ గదిలోకి వెళ్ళింది. మంచం మీద శరత్ ఒక్కడే ఉన్నాడు. ఆదమరిచి నిద్రపోతున్నాడు. గుండెలు మీద అతను చదువుతున్న పుస్తకం ఉంది. క్యాజువల్ గా పుస్తకం తీసి చూసింది అమ్రపాలి. ది సైకాలజి ఆఫ్ చిల్డ్రర్స్ "అని అట్టమీద ఉంది.

మాములుగా ప్రతి రోజు పాప అర్ధరాత్రి లేస్తుంది. శరత్ గదిలోకి వెళ్ళి పడుకుంటుంది. ఈ తతంగం చాల రోజుల నుంచి అమ్రపాలి గమనిస్తోంది. పాప ఎప్పుడు తన గదిలోకి వస్తుందో తనకు తెలియదని చాలసార్లు చెప్పాడు. ఈ రోజు కూడా పాప శరత్ గదిలో ఉంటుందని భావించింది. కాని ఆశ్చర్యంగా పాప ఇక్కడలేదు. మరి ఎక్కడికి వెళ్లినట్టు.

కంగారుగా అందరిని నిద్రలేపి గొడవ చెయ్యటం అమ్రపాలికి ఇష్టంలేదు. అందుకే ఒంటరిగా పాప కోసం బయలుదేరింది. ముందు హాలులోకి వెళ్ళి చూసింది. తరువాత వర్మ దంపతుల గదిలోకి వెళ్ళింది. కాని పాప ఎక్కడ లేదు. వర్మ మాన్షన్ లో మొత్తం పద్నాలుగు గదులు ఉన్నాయి. అన్ని గదులు పూర్తిగా తెరిచే ఉంటాయి. వాటిలో ఒక గది మాత్రం లంబర్ రూమ్. అందులో పాతసామాన్లు మాత్రం ఉంటాయి.

ఒక్కొక్క గదిలోకి వెళ్ళి చూసింది. కింద అంతస్థులో అన్ని గదులలో వెతికింది. కాని పాప జాడ మాత్రం లేదు. పైకి వెళ్ళి చూసింది. అక్కడ కూడా లేదు. ఇక మిగిలింది లంబర్ రూమ్. ఆ గది దుమ్ము దూళితో నిండిఉంటుంది. వారానికి ఒకసారి పనివాడు ఆ గది శుభ్రం చేస్తాడు. అయిన దుమ్ము మాత్రం పుష్కలంగా ఉంటుంది. ఎక్కడ కనిపించకపోవటంతో మొదటి సారి భయంతో వణికిపోయింది అమ్రపాలి.

ఇళ్ళంతా లైట్లు వెలగటంతో వర్మ దంపతులు లేచి వచ్చారు. వాళ్ళు వచ్చిన తరువాత శరత్ కూడా వచ్చాడు. హాలులో కంగారుగా తిరుగుతున్న అమ్రపాలి కనిపించింది.ఆమె మొహం సున్నం కొట్టినట్టు తెల్లగా పాలిపోయింది. ఉద్వేకంతో శరీరం సన్నగా కంపిస్తోంది. పాప వర్మ మాన్షన్ నుంచి బయటకు వెళ్ళే అవకాశం లేదు. గేటు దగ్గర ముగ్గురు సెక్యూరిటి గార్డ్స్ ఉంటారు. పైగా రెండు డోబర్ మెన్ కుక్కలు కాంపౌండ్ చుట్టు గిరికీలు కొడుతూ ఉంటాయి. ఒక వేళ పాప కనిపిస్తే సెక్యూరిటి గార్డ్స్ అమ్రపాలికి తప్పకుండ చెప్పేవాళ్ళు.

అలాంటప్పుడు పాప ఎక్కడికి వెళ్ళినట్టు. అందరు తలో

దిక్కు పాప కోసం బయలుదేరారు. అమ్రపాలి మాత్రం నిస్సహాయంగా సోఫాలో కూర్చుంది. ఏం చెయ్యాలో ఆమెకు అర్ధంకావటం లేదు. ఇంత పెద్ద మాన్షన్ లో ఆమె ఎక్కడ ఉందో. ఒకవేళ భవనం బైట కాంపౌండ్ లో ఉందా. అదే నిజమైతే కుక్కల తప్పకుండ అరిచి గోలచేసేవి. కాని అలా జరగలేదు. అయిన అనుమానం తీరక వర్మ మాన్షన్ బయటకు వచ్చింది. అమ్రపాలి బయటకు రావటం చూసి సెక్యూరిటి గార్డ్స్ కంగారుగా ఆమె దగ్గరకు వచ్చారు.

“”ఏం జరిగింది మేడం”అడిగాడు ఒక సెక్యూరిటి గార్డ్.

“పాప ఇటువైపు కాని వచ్చిందా”అడిగింది.

“లేదు మేడం. ఇటువైపు ఎవరు రాలేదు. ఒకవేళ పాప వచ్చి ఉంటే మీకు చెప్పేవాళ్ళం కదా”అన్నాడు అదే సెక్యూరిటి గార్డ్.

అమ్రపాలి మాట్లాడకుండ బయటకు నడిచింది. ఆంత రాత్రివేళ కూడా కాంపౌండ్ లో దేదిప్యమానంగా లైట్లు వెలుగుతున్నాయి. మెయిన్ గేటు దగ్గర నుంచి మాన్షన్ మెట్ల వరకు సిమెంటు రోడ్డు ఉంది. రోడ్డుకు రెండువైపుల ఏపుగా పెరిగిన అశోకా చెట్లు. వాటితో పాటు పూలచెట్లు కూడా ఉన్నాయి. పాపకు నిద్రలో నడిచే అలవాటు ఉందని అందరికి తెలుసు. అందుకే అమ్రపాలితో సహ సెక్యూరిటి గార్డ్స్ కూడా పాప కోసం చుట్టు వెతికారు. పదినిమిషాల పాటు చూశారు. కాని ఎక్కడ పాప జాడలేదు. పాప ఇంట్లోంచి బయటకు వెళ్ళలేదు. ఇంట్లో కూడా లేదు. మరి ఏమైనట్టు.

ఆలోచనలతో తలపగిలిపోతుంది అమ్రపాలికి.

నీరసంగా ఇంట్లోకి వచ్చింది.

"కనిపించిందా అమ్మాయి"అడిగాడు వర్మ.

"లేదు డాడీ"అంది. ఆమెకు ఏడుపు ఎగదన్నుకు వస్తోంది.

వర్మ ఏదో చెప్పబోయాడు. అప్పుడే అమ్రపాలి మెదడులో ఫ్లాష్ వెలిగింది. చప్పున లేచి లంబర్ రూమ్ పైవు పరిగెత్తింది. తలుపులు విసురుగా తెరిచి లోపలికి చూసింది.

నేలమీద గాఢంగా నిద్రపోతుంది పాప.

భాగం--46

మంచులో కూరుకుపోతున్నట్టుగా ఫ్రిజ్ అయిపోయింది అమ్రపాలి. ఒక్కక్షణం పాటు బాహ్య ప్రపంచంతో సంబంధం లేకుండ అచేతనంగా ఉండిపోయింది. తరువాత తేరుకుని డాడీ అంటు గట్టిగా అరిచింది. ఆమె అరుపు విని వర్మతో పాటు అందరు అక్కడికి చేరుకున్నారు.

"ఏం జరిగింది"ఆందోళనగా అడిగాడు వర్మ.

అమ్రపాలి జవాబు చెప్పకుండ చేత్తో లోపలికి చూపించింది.

లోపల నేలమీద పడుకున్న పాపను చూసి అందరు కట్రాయిలా బిగుసుకుపోయారు.ముందుగా అమ్రపాలి తేరుకుంది. చప్పున లోపలికి వెళ్ళి పాపను ఎత్తుకుంది. దుమ్ము అంటుకున్న బట్టలను దులిపి భుజం మీద వేసుకుంది. వడివడిగా తన గదికి చేరుకుంది.పాపను జాగ్రర్తగా మంచం మీద పడుకోపెట్టింది. జరుగుతున్న తతంగాన్ని ఒక డ్రామ చూస్తున్నట్టుగా చూస్తున్నారు అందరు. జాగ్రర్తగా పాప బట్టలను విప్పి కొత్త బట్టలు తొడిగింది. ఇంత జరుగుతున్న పాప మేలుకోలేదు. గాఢంగా నిద్రపోతుంది.

తలుపులు దగ్గరగా వేసి బయటకు వచ్చింది అమ్రపాలి. ఆమెతో పాటు అందరు బయటకు వచ్చారు.

"పాప అక్కడికి వెళ్ళి ఎలా పడుకుంది"అడిగాడు వర్మ.

"పాపకు నిద్రలో నడిచే అలవాటు ఉంది డాడి. అందుకే తను అర్ధరాత్రి ఎప్పుడో లేచి శరత్ గదిలోకి వెళ్ళి పడుకునేది. ఇలా చాల సార్లు జరిగింది. ఈ రోజు కూడా అలాగే జరిగిఉంటుందని అనుకున్నాను. కాని ఆశ్చర్యంగా పాప శరత్ గదిలోలేదు. స్టోర్ రూమ్ లో ఉంది. ఇలా జరగటం ఇది మొదటిసారి"అంది అమ్రపాలి.

"ఎందుకైన మంచిది ఒకసారి డాక్టర్ కు చూపిద్దాం"అన్నాడు వర్మ.

అలాగే అని తలూపింది. తరువాత అందరు తమ గదిలోకి వెళ్ళిపోయారు.

"వర్రీకాకు. అంతా సర్దుకుంటుంది"భార్య భుజం మీద చెయ్యివేసి అన్నాడు శరత్.

శరత్ కూడా వెళ్ళిపోయిన తరువాత పాప పక్కన కూర్చుంది అమ్రపాలి. జరిగిన సంఘటన ఆమె జీర్ణంచేసుకోలేకపోతుంది. ఎన్నోసార్లు పాప రాత్రివేళ గదిలోంచి వెళ్ళిపోయింది. అయిన ప్రతి సారి శరత్ గదిలో కనిపించేది. కాని ఈ రోజు మాత్రం విచిత్రంగా స్టోర్ రూమ్ లో పడుకుంది. ఎలా జరిగింది ఇది. తెల్లవారుజాము వరకు ఈ ఆలోచనలతో సతమతమైంది అమ్రపాలి.

ఉదయం కాఫీ తాగిన తరువాత పాపకోసం కాచుకుంది. పాప నిద్రలేచినతరువాత శుభ్రంగా పళ్ళు తోమించి మొహం కడిగింది. పాలుతాగించింది. తరువాత పాపను దగ్గర తీసుకుని రాత్రి జరిగిన విషయాన్ని అడిగింది.

"రాత్రి స్టోర్ రూమ్ లో ఎందుకు పడుకున్నావు

పాప మాట్లాడలేదు. అయోమయంగా చూసింది.

"పాప నా మొహం చూసి చెప్పు. రాత్రి స్టోర్ట్ రూమ్ లోకి ఎలా వెళ్ళావు."

"నాకు తెలియదు"అంది పాప అమాయకంగా.

క్షణంపాటు పాప వైపు చూసింది అమ్రపాలి. పాప మొహంలో ఆశ్చర్యం భయం స్పష్టంగా కనిపిస్తోంది. దానికి కారణం ఏమిటో ఊహించలేకపోతుంది. అడిగిన పాప జవాబు చెప్పదు. అందుకే ఈ రోజు పాపను తీసుకుని ఫ్యామిలి ఫిజిషన్ దగ్గరకు వెళ్ళాలని తీర్మానించుకుంది. ఆ తరువాత రొటిన్ పనిలో పడిపోయింది. పాపను ముస్తాబు చేసి స్కూల్ కు పంపించింది. తరువాత తన ఎంగెజ్ మెంట్ డైరీ తీసి చూసింది.

సాయంత్రం అయిదు తరువాత ఏ ప్రోగ్రాం లేదు. ఆ టైంలో పాపను తీసుకుని శరత్ దగ్గరకు వెళ్ళాలని భావించింది. ఈ ఆలోచన వచ్చిన తరువాత ఆమె మనస్సు శాంతించింది. గంట తరువాత శరత్ లేచాడు. అతనితో పాప విషయం చర్చించింది.

"అలాగే అయిదు గంటలకు రా. నీకోసం ఎదురుచూస్తూ ఉంటాను"అన్నాడు శరత్. నేనే ఈ విషయం నీకు చెప్పాలని అనుకున్నాను. ఈ లోగా నువ్వే చెప్పావు." అన్నాడు.

ఆఫీసు పనలు అన్ని పూర్తిచేసుకుని ముందు స్కూల్ కు వెళ్ళింది అమ్రపాలి. టీచర్ తో మాట్లాడి పాపను తీసుకుంది. కారులో తన పక్కన కూర్చోపెట్టుకుంది.

“చాల మంచి పని చేస్తున్నారు మేడం. ఈ విషయం నేనే చెప్పాలని అనుకున్నాను. కాని ఈ లోగా మీరే నిర్ణయం తీసుకున్నారు"అంది టీచర్ నవ్వుతూ.

అమ్రపాలి నవ్వి ఊరుకుంది. తరువాత కారు బయలుదేరింది. అమ్రపాలి పక్కన కూర్చుని ప్రయాణం చెయ్యటం చాల ఉత్సాహంగా ఫీలయింది పాప. నవ్వుతూ ముద్దుముద్దుగా ఏదో అంటోంది. ఆ మాటలు వింటు ఎంజాయ్ చేస్తోంది అమ్రపాలి. పాప ఎప్పుడు శరత్ హాస్పటల్ కు రాలేదు. ఏదైన జలుబు కాని దగ్గు వస్తే ఇంట్లోనే మందులు ఇచ్చేవాడు. ఒక మెడికల్ కిట్ ఎప్పుడు ఇంట్లో సిద్ధంగా ఉంటుంది.

గంట తరువాత కారు శరత్ హాస్పటల్ ముందు ఆగింది. బయటచాల మంది తల్లితండ్రులు కనిపించారు. వాళ్ళ చేతులలో పసిపాపలు ఉన్నారు.లోపల హాలులో కూడా రష్ విపరీతంగా ఉంది. ఎంతో మంది పెద్దవాళ్ళు తమ పిల్లలతో వచ్చారు. వాళ్ళందరిని దాటుకుని శరత్ కన్సల్టింగ్ రూమ్ లోకు వెళ్ళింది అమ్రపాలి.లోపల అప్పుడే ఒక పసిపాపకు ఇంజక్షన్ ఇస్తున్నాడు శరత్.

అమ్రపాలిని చూసి పలకరింపుగా నవ్వాడు. కూర్చోమని చేత్తో సైగ చేశాడు. అయిదు నిమిషాలలో ఆ పాపను పరీక్షించాడు. పాప తండ్రితో ఏదో చెప్పుతున్నాడు. పాప మాత్రం శరత్ వైపు భయంగా చూస్తోంది. పాపకళ్ళలో అదో రకమైన ప్రేతకళ గోచరించింది అమ్రపాలికి. శరత్ రాసిన మందుల చీటి తీసుకుని పాప తండ్రి వెళ్ళిపోయాడు. తరువాత అమ్రపాలి వైపు తిరిగాడు.

శరత్ తన వైపు తిరగగానే పాప చలిజ్వరం వచ్చినదానిలా ఒణికిపోయింది. మొహం రక్తం ఇంకిపోయినట్టుగా పాలిపోయింది. అమ్రపాలి మెడచుట్టు గట్టిగా చేతులు వేసి పట్టుకుంది. బహుశా శరత్ ఆ పాపకు ఇంజక్షన్ ఇవ్వటం గమనించినట్టుగా ఉంది. అందుకే బెదిరిపోతుందని భావించింది. శరత్ పాపను తీసుకోవాలని దగ్గరకు వచ్చాడు. కాని పాప మాత్రం అతని దగ్గరకు రాలేదు. రాక్షసుడిని చూసినట్టుగా బెదిరిపోతోంది. అతికష్టం మీద పాపను తీసుకుని లోపలికి తీసుకువెళ్ళాడు శరత్. అతని పట్టునుంచి తప్పించుకోవాలని విశ్వప్రయత్నం చేస్తోంది పాప.

పాపను మంచంమీద పడుకోపెట్టాడు. తరువాత జాగ్రర్తగా పరీక్షించాడు. పక్కనే బొమ్మలా అమ్రపాలి నిలబడిఉంది. దాదాపు పదినిమిషాలపాటు పరీక్షించాడు. తరువాత అన్నాడు.

“పాప శారీరకంగా ఏం లేదు. పూర్తిగా ఆరోగ్యంగా ఉంది. బహుశా తన వాళ్ళను తలుచుకుని బాధపడుతుందని అనుకుంటాను. పైగా చాల బలహీనంగా ఉంది. బలానికి టానిక్స్ రాసిఇచ్చాను. పదిరోజులు వాడితే పూర్తిగా తగ్గిపోతుంది"అన్నాడు శరత్.

బ్రతుకుజీవుడా అనుకుంటు పాపను ఎత్తుకుంది అమ్రపాలి. అమ్రపాలి స్పర్శ తగలగానే పాప మాములుగా అయిపోయింది. ఆమె మొహంలో మునుపటి కళ వచ్చింది. కారు తీసుకుని తిన్నగా ఇంటికి చేరుకుంది అమ్రపాలి. వర్మ హాలులో కూర్చుని టీవి చూస్తున్నాడు. అమ్రపాలి పాపతో రావటం ఆశ్చర్యంగా చూశాడు.

“పాపకు ఈ మద్య ఒంట్లో బాగుండటంలేదు. అందుకే శరత్ దగ్గరకు తీసుకువెళ్ళాను. అన్నిపరీక్షలు చేశాడు. పాపకు ఏ జబ్బులేదని మానసికంగా బాధపడుతుందని చెప్పాడు. మందులు కూడా రాసిఇచ్చాడు. పదిరోజులలో పూర్తిగా తగ్గిపోతుందని చెప్పాడు"అంది అమ్రపాలి.

ఆ రోజు రాత్రి శరత్ కొంచం ఆలస్యంగా ఇంటికి వచ్చాడు. అమ్రపాలి దగ్గరకు వెళ్ళి పాప ఎలా ఉందని అడిగాడు.

“మీరు చెప్పిన మందులు ఇచ్చాను. పాప హాయిగా నిద్రపోతుంది"అంది అమ్రపాలి.

శరత్ కిందికి వంగి ఆప్యాయంగా పాప బుగ్గలు నిమిరాడు. తరువాత తన గదిలోకి వెళ్ళిపోయాడు. ఆ రాత్రి అమ్రపాలి నిద్రపోలేదు. పాప ఎలా నిద్రలో నడుస్తుందో చూడాలని కాచుకుంది.పాప మీద చెయ్యి వేసి పడుకుంది. కాని ఆశ్చర్యం పాప కొంచం కూడా కదలలేదు. మందు ప్రభావంకాబోలు గాఢనిద్రలో ఉంది. తెల్లవారుజాము నాలుగు గంటలవరకు మేలుకువగా ఉంది అమ్రపాలి. తరువాత కొంచం సేపు కళ్ళు మూసుకుంది.

భాగం--47

నాలుగురోజులు గడిచాయి. పాప పరిస్థితి కొంచం మెరుగైంది. మొహంలో ముందుఉన్న వెలుగు తిరిగి వచ్చింది. ఉత్సాహంగా ఉంటోంది. వర్మతో చక్కగా ఆడుకుంటోంది. పాప పరిస్దితి చూసి తేలికగా నిటూర్చింది అమ్రపాలి. శరత్ ఇచ్చిన మందులు పాపమీద బాగా పనిచేశాయి. గడిచిన నాలుగురోజులు పాప మద్యలో నిద్రనుంచి లేవలేదు. మత్తుగా నిద్రపోతూ కనిపించింది.

పాప పరిస్థితి చూసి బిజినెస్ మీద దృష్టి పెట్టలేకపోతుంది అమ్రపాలి. నాలుగురోజులు కొన్ని గంటలు మాత్రమే ఆఫీసులో ఉంది. అప్పుడప్పుడు స్కూల్ కు కాల్ చేసింది. పాప పరిస్థితి ఎలా ఉందో పాప క్లాసు టీచర్ ను అడిగి తెలుసుకుంది.

“పాప బాగుంది మేడం. అందరితో ఆడుకుంటోంది. చదువు మీద దృష్టి పెడుతోంది"అని ఉత్సాహంగా చెప్పింది టీచర్.

“మంచి శుభవార్త చెప్పారు. ఎందుకైన మంచిది పాపను జాగ్రర్తగా గమనిస్తూ ఉండండి. తనలో ఏదైన మార్పు కనిపిస్తే నాకు కాల్ చెయ్యండి. వెంటనే వస్తాను"అంది అమ్రపాలి.

“అలాగే మేడం"అంది క్లాసు టీచర్.

అమ్రపాలి లాంటి కార్పోరేట్ క్వీన్ తనతో మాట్లాడటమే గొప్పగా భావిస్తోంది టీచర్.

ఆరురోజులు గడిచాయి. నిద్రలో నడిచే అలవాటు పూర్తిగా తగ్గిపోయింది పాపలో. ఆ రోజు ఉత్సాహంగా ఆఫీసు చేరుకుంది అమ్రపాలి. కొంచం పెండింగ్ పనులు ఉన్నాయి. వాటిని పూర్తిచెయ్యాలని దీక్షగా తన చాంబర్స్ లో కూర్చుంది. అప్పుడే చక్రధర్ లోపలికి వచ్చాడు. అతని చేతిలో ఒక ఫైలు ఉంది. మొహం పెట్రోమాక్స్ లైటులా వెలిగిపోతుంది. ఒక అనూహ్యమైన విజయం సాధించినప్పుడు మాత్రమే మనిషి మొహంలో వింత వెలుగు కనిపిస్తోంది.

“మీరు చెప్పిన పని విజయవంతంగా పూర్తిచేశాను"అన్నాడు చక్రధర్.

“తొందరలేదు. నిదానంగా చెప్పండి. ముందు కూర్చుని రిలాక్స్ అవ్వండి. ఈ లోగా కూల్ డ్రింక్ తెప్పిస్తాను"అని తన పర్సనల్ సెక్రటరిని పిలిచింది.

అయిదు నిమిషాల తరువాత అటెండర్ రెండు కూల్ డ్రింక్స్ తెచ్చి చేరోకటి ఇచ్చాడు.

“ఇప్పుడు చెప్పండి"అంది అమ్రపాలి కూల్ డ్రింక్ సిప్ చేస్తూ.

“పార్ధసారథి గురించి పూర్తి వివరాలు సేకరించాను. అతను ప్రతి రోజు ఎవరిని కలుసుకుంటున్నాడో ఎవరితో మాట్లాడుతున్నాడో అన్ని వివరాలు సేకరించాను. ఈ నేపధ్యంలో అతని గురించి ఒక భయంకరమైన రహస్యం తెలిసింది.” అన్నాడు చక్రధర్.

"ఏమిటది"ఆసక్తిగా అడిగింది అమ్రపాలి.

"అతనికి ఒక పెద్దింటి స్త్రీ తో అక్రమసంబంధం ఉంది. ఇద్దరు తరుచు ఒక ఫైస్టార్ హోటల్ లో కలుసుకుంటారు. ఆ హోటల్ లో వాళ్ళకు పర్మనెంట్ గా ఒక గది ఉంది. ప్రతి శనివారం అతను కారు తీసుకుని ఆ హోటల్ చేరుకుంటాడు. ఆమె అతని కోసం గదిలో కాచుకుని ఉంటుంది. దాదాపు సాయంత్రం ఆరుగుంటలవరకు ఇద్దరు ఆ గదిలో సంతోషంగా గడుపుతారు. తరువాత ఎవరిదారిన వాళ్ళు వెళ్ళిపోతారు. ఈ తతంగం రెండుసంవత్సరాలనుంచి జరుగుతోంది."

"ఇంతకి ఆ స్త్రీ ఎవరు?

"ఒక పెద్ద బిజినెస్ టైకూన్ రెండో భార్య ఆమె. ఆమె పేరు కుంకమపటేల్. నార్త్ ఇండియన్, నాలుగు సంవత్సరాలకు ముందు ఆ బిజినెస్ టైకూన్ ఆమెను పెళ్ళిచేసుకున్నాడు. అతనికంటే ఆమె వయస్సులో చాల చిన్నది. ఏ పరిస్థితిలో అతన్న పెళ్ళిచేసుకుందో తెలియదు. కాని అతనికి మాత్రం పడుచుపెళ్ళాం అంటే చాల ఇష్టం. పైగా పొసెసివ్ కూడా. ఎవరైన కాంక్షతో తన భార్య వైపు చూస్తే సహించలేడు. కోపంతో కొట్టినంత పనిచేస్తాడు. కట్టుకున్న భర్త వల్ల తన వేడి కోరికలు తీరదని భావించినట్టుగా ఉంది. అందుకే పార్ధసారధితో సంబంధం పెట్టుకుంది. ఈ విషయం ఆ పెద్దమనిషికి ఇంతవరకు తెలియదు. తన పడుచు భార్య తనని నిజాయితిగా ప్రేమిస్తుందని భ్రమపడుతున్నాడు".

"ఆ బిజినెస్ మాగ్నెట్ పేరు ఏమిటి?

"షాకాల్. రాయల్ గ్రూప్ ఆఫ్ ఇండ్రస్టీస్ యం.డి కమ్

చేయిర్మన్"అన్నాడు మెల్లగా చక్రధర్.

కాని అది మిసైల్ లా అమ్రపాలికి తగిలింది. క్షణం పాటు ఆమె మైండ్ బ్లాంక్ అయిపోయింది.

"మైగాడ్ పార్ధసారధికి ఎంత ధైర్యం. ఏకంగా షాకాల్ భార్యతో సంబంధం పెట్టుకున్నాడా"అంది నమ్మలేనట్టుగా.

"మీరు నమ్మనట్టుగా లేదు. మీరే కాదు ఎవరు నా మాటలు నమ్మరు. అందుకే తగిన సాక్ష్యాలతో వచ్చాను"అని ఫైలు అమ్రపాలి ముందు పెట్టాడు. అందులో చక్రధర్ ఇచ్చిన రిపోర్ట్ తో పాటు ఒక కవరు కూడా ఉంది. అందులో చాల ఫోటోలు ఉన్నాయి. ఒక ఫోటో తీసి చూసింది. చక్రధర్ చెప్పింది నిజమే.

ఆ ఫోటో ఒక హోటల్ రూమ్ లో తీశారు. గదిలో మంచం మీద ఆమె పార్ధసారధి పక్కపక్కనే కూర్చుని ఉన్నారు. ఇద్దరు నవ్వుమొహంతో కనిపించారు. ఇంకో ఫోటోలో ఇద్దరు నగ్నంగా ఒకరి కౌగిలిలో ఒకరు నలిగిపోతున్నారు. మూడో ఫోటోలో ఇద్దరు మంచంమీద పడుకుని శృంగారంలో మునిగిపోయారు. ఫోటో ఎవరు తీశారో కాని చాల చక్కగా తీశారు. ఇద్దరి మొహాలు స్పష్టంగా కొట్టోచ్చినట్టు కనిపిస్తున్నాయి.

"ఎక్సలెంట్ వర్క్ గొప్ప సాక్ష్యాలు సంపాదించారు. ఇవి చాలు పార్ధసారధిని లొంగతీసుకోవటానికి. ఫోటోలు ఎవరు తీశారు అడిగింది అమ్రపాలి.

"నేనే స్పైకెంెమెరాతో తీశాను. రూమ్ బాయ్ కు రెండు వేలు ఇచ్చాను. దాంతో అతను నేను చెప్పిన పని చెయ్యటానికి రెడి

అయ్యాడు"అన్నాడు చక్రధర్.

"ఇదిగో మీ ఫీజు చెక్. అలాగే ఈ కవరు కూడా తీసుకోండి. మీరు మా కంపెనికి ఇండ్రస్టియల్ సెక్యురిటి కన్సల్ టెంట్ గా వ్యవహరించబోతున్నారు. దానికి సంబంధించిన ఆర్డర్స్ ఇవి. వచ్చే నెలనుంచి మీరు చార్జ్ తీసుకోవాలి. మీ ఫీజు మిగత వివరాలు డాక్యుమెంట్ లో ఉన్నాయి. కంగ్రాట్స్"అంటు కవరు అందించింది.

"చాల ద్యాంక్స్ మేడం. మీతో కలిసి పని చెయ్యటం నా అదృష్టం.ఈ అవకాశం కోసమే ఇంత కాలం ఎదురుచూశాను. ఇప్పుడు కలిగింది. చాల ఆనందంగా ఉంది మేడం. మీరు నా మీద ఎంతో నమ్మకం పెట్టుకుని ఈ బాధ్యత అప్పగించారు. ఎట్టిపరిస్థితిలోను మీ నమ్మకాన్ని వమ్ముచెయ్యను. నీతితో నిజాయితితో పని చేస్తానని వాగ్ధానం చేస్తున్నాను" అన్నాడు.

తరువాత చక్రధర్ వెళ్ళిపోయాడు. అమ్రపాలి రిలాక్స్ గా కుర్చీ వెనక్కి వాలి ఫోటోలు చూసింది. బహుశా తన భార్య విషయం షాకాల్ కు తెలిసి ఉండదు. తెలిసి ఉంటే ఈ పాటికి పార్ధసారధి చచ్చిపోయేవాడు. అడ్రస్సు లేకుండ పోయేవాడు. కాలం అనుకూలంగా ఉన్నప్పుడు అన్ని మంచి పనులే జరుగుతాయి. ఇంతకాలానికి షాకాల్ ను దెబ్బతీసే అవకాశం కలిగింది. ఈ దెబ్బతో షాకాల్ దిమ్మతిరిగి పోవాలి. జన్మలో అతను మళ్ళి తన జోలికి రాకూడదు.

మద్యాహ్నం వరకు చాల బిజీగా ఉండిపోయింది అమ్రపాలి. తరువాత కారులో పార్ధసారధి ఫ్యాక్టరికి బయలుదేరింది. ఢిల్లీ హర్యాన హైవే మీద అతనికి ఒక బాల్ బేరింగ్స్ తయారుచేసే కర్మగారం ఉంది.

విపరీతమైన లాభాలతో నడుస్తుంది ఆ కర్మాగారం. నిజానికి పార్ధసారధికి దాదాపు పది కంపెనీలు ఉన్నాయి. అయిన అతను చాల సమయం బాల్ బేరింగ్స్ ఫ్యాక్టరీంలో గడుపుతుంటాడు. ఈ విషయం చక్రధర్ ఇచ్చిన రిపోర్ట్ లో ఉంది.

ఆమె ఫ్యాకరీ చేరుకునేసరికి మద్యాహ్నం మూడు అయింది. కారు పార్కింగ్ స్పేస్ లో పార్క్ చేసి లోపలికి వెళ్ళింది. మేనేజర్ ను కలుసుకుని పార్ధసారధిని కలుసుకోవాలని చెప్పింది. అది పర్సనల్ విషయమని చాల అర్జంట్ అని కూడా చెప్పింది. రెండు నిమిషాల తరువాత మేనేజర్ తిరిగివచ్చాడు.

"వెళ్ళండి మేడం"అని ఎలా వెళ్ళాలో దారిచూపించాడు.

అమ్రపాలి పార్ధసారధి చాంబర్స్ లోకి అడుగుపెట్టింది. విశాలమైన మహోఘని టేబుల్ వెనుక ఠీవిగా కూర్చుని ఉన్నాడు అతను. పొడ్డుగా బలంగా ఉన్నాడు. సాఫీగా వెనక్కి దువ్విన జుట్టు. ఖరీదైన సూటు టై కట్టుకున్నాడు. మనిషిని చూస్తే చప్పున బాలివుడ్ యాక్టర్ మార్క్ జూబర్ గుర్తుకువస్తాడు.

"మేడంగారు దారితప్పివచ్చినట్టున్నారు. రండి కూర్చోండి"అన్నాడు పార్ధసారధి.

"లేదు దారి వెతుక్కుంటు వచ్చాను. మీతో ఒక ముఖ్యమైన విషయం మాట్లాడాలి"అంది అమ్రపాలి.

"ఏమిటది"ఆడిగాడు ఆశ్చర్యంగా.

"ఇంకా కొద్ది రోజులలో చాంబర్ ఆఫ్ కామర్స్ ఎన్నికలు వస్తున్నాయి. మీకు గుర్తుందనుకుంటాను."

"అవును ఇందులో ఆశ్చర్యం ఏముంది. ప్రతి సంవత్సరం వస్తాయి కదా."

"ప్రతి సంవత్సరానికి ఈ సంవత్సరానికి చాల తేడా ఉంది. ప్రతి సంవత్సరం షాకాల్ పోటిగా ఎవరు నిలబడలేదు. అందుకే అతను గెలుస్తూ వచ్చాడు. కాని ఈ సంవత్సరం అలా జరగదు."

"ఎందుకని ఇంకేవరైన నిలబడుతున్నారా"

"అవును,"

"ఎవరు అతను. అంత ధైర్యం ఎవరికుంది. నాకు తెలిసినంతవరకు షాకాల్ గురించి బాగా తెలిసినవాళ్ళు ఎవరు అతనికి పోటిగా నిలబడరు. ఒకవేళ తెలియకనిలబడితే ఇంతే సంగతులు. ఆ మనిషి అడ్రస్సు లేకుండ పోతాడు. ఈ విషయం మీకు తెలుసనుకుంటాను."

"అది వేరే వాళ్ళకు వర్తిస్తుంది. నాకు కాదు. నేనే షాకాల్ కు పోటిగా నిలబడుతున్నాను. మీరు నాకు సహాయం చెయ్యాలి. నేను గెలవటానికి సహకరించాలి."

"అన్ని తెలిసే నన్ను ఈ సహాయం అడుగుతున్నారా.

"శత్రువుకు శత్రువు మిత్రుడని అంటారు. మీరు నా ఫ్రెండ్ కనుక ఈ సహాయం అడుగుతున్నాను. మీరు కాదంటారని నాకు తెలుసు. అందుకే తగిన బందోబస్తూతో వచ్చాను. ఈ కవరులో ఉన్న ఫోటోలు ఒకసారి చూడండి. తరువాత మీ నిర్ణయం చెప్పండి" అని కవరును అతని ముందుకులోసింది.

కవరు అందుకుని ఒక ఫోటో తీసి చూశాడు.

కరెంటు షాక్ తగిలినట్టు ఒక్కసారి కుర్చిలోంచి ఎగిరి పడ్డాడు. వెంటనే అతని నెత్తురుచుక్కలేనట్టుగా పాలిపోయింది. అందులో అతను షాకాల్ రెండో భార్య మంచి కాంప్రమైజింగ్ పోజిషన్ లో ఉన్నారు. పైగా చాల క్లోజప్ రేంజ్ లో తీశారు. అందుకే ఇద్దరి మొహాలు స్పష్టంగా కనిపిస్తున్నాయి.

“ఈ ఫోటోలు ఎలా తీశారు"శక్తి అంతా ఉడిగిపోయినట్టు అడిగాడు పార్ధసారధి.

“అది అంత ముఖ్యం కాదు. మీరు ఏం చెయ్యాలో అన్నదే ముఖ్యం. మీరు ఏం చేస్తారో ఎలా చేస్తారో తెలియదు. ఈ సారి ఎన్నికలలో నేనే కావాలి. ఆ షాకాల్ చిత్తుచిత్తుగా ఓడిపోవాలి. డబ్బు ఎంత ఖర్చయిన ఫర్వాలేదు. ఇది నా పరువుకు ప్రతిష్టకు సంబంధించిన విషయం. నేను ఎలక్షన్స్ లో గెలిసే ఈ ఫోటోలు మీకు బద్రంగా ఇస్తాను. లేకపోతే షాకాల్ కు అందచేస్తాను. తరువాత ఏం జరుగుతుందో నేను చెప్పనవసరం లేదనుకుంటాను"అంది.

“ఒద్దు అంత పని చెయ్యకండి. మీరు చెప్పినట్టు చేస్తాను. కాని పని పూర్తయిన తరువాత ఆ ఫోటోలు నాకు ఇచ్చేయ్యాలి. మాట తప్పకూడదు"అన్నాడు.

“పని పూర్తయిన తరువాత ఆ ఫోటోలతో నాకు పని లేదు. తప్పకుండ ఇస్తాను. ఇది నా తరుపునుంచి వాగ్దానం"అంటు నవ్వింది అమ్రపాలి.

భాగం--48

ఆ తరువాత తతంగం చాల వేగంగా జరిగిపోయింది. పార్ధసారధి ఎలా మ్యేనేజ్ చేశాడో తెలియదు. చాలమంది సభ్యులు అమ్రపాలికి కాల్ చేసి తమ మద్దతు తెలిపారు. ఇది సంతోషకరమైన పరిణామంగా భావించింది అమ్రపాలి. ఒకవైపు పాప పరిస్థితి మెరుడుపడింది. ఇంకోవైపు ఎలక్షన్స్ విషయంలో దాదాపు విజయం సాధించింది. ఈ రెండు పరిణామాలు ఆమెను సంతోషంతో ఉక్కిరిబిక్కిరి చేసింది. ఆ రోజు మామూలుగా ఆఫీసునుంచి ఇంటికి చేరుకుంది. పాప అప్పటికే స్కూల్ నుంచి వచ్చేసింది. వర్మతో దాగుడు మూతల ఆట ఆడుతోంది.

పాపను దగ్గరకు తీసుకుని ముద్దుపెట్టుకుంది అమ్రపాలి. తరువాత తన గదిలోకి వెళ్ళింది. ఆ రోజు ఆశ్చర్యంగా శరత్ కూడా పెందళాడే హాస్పటల్ నుంచి వచ్చేశాడు. ఇద్దరు కబుర్లు చెప్పుకున్నారు. చాల రోజుల తరువాత కొంచం తీరికగా మాట్లాడుకున్నారు. అమ్రపాలి ఎలక్షన్స్ గురించి చెప్పింది. ఇద్దరు ఆ విషయం గురించి చాల సేపు మాట్లాడుకున్నారు. తరువాత కలిసి కాఫీ తీసుకున్నారు. పాప మాత్రం గదిలోకి రాలేదు. వర్మతో ఆడుతూ

ఉండిపోయింది.

శరత్ తన స్టడి రూమ్ లోకి వెళ్ళిపోయాడు. రెండు నిమిషాల తరువాత పాప అలసటతో గదిలోకి వచ్చింది. అమ్రపాలి పాపకు శుభ్రంగా స్నానం చేసి వేరే బట్టలు తొడిగింది. దగ్గర కూర్చోపెట్టుకుని పాఠాలు చెప్పింది. హోంవర్క్ దగ్గరఉండి చేయించింది. ఆ తరువాత తనే కలిపి భోజనం పెట్టింది. గంట తరువాత పాప గాఢ నిద్రలోకి జారుకుంది.

పాప మీద దుప్పటి కప్పి గదిలోంచి బయటకు వచ్చింది. మెల్లగా శరత్ గదిలోకి వెళ్ళింది. చైల్డ్ సైకాలజికి సంబంధించిన పుస్తకం దీక్షగా చదువుతున్నాడు అతను. మెల్లగా వెళ్ళి అతని పక్కన కూర్చుంది. శరత్ పుస్తకం మూసి ఆమెను దగ్గరగాతీసుకున్నాడు. ఈ మధ్య ఇద్దరి మధ్య సానిహిత్యం బాగా తగ్గిపోయింది. దానికి కారణం సమయం. ఇద్దరు సమాజంలో ఉన్నత స్థానంలో ఉన్నవాళ్ళు. ఎవరి టైం వాళ్ళకు ఉంది. అమ్రపాలికి టైం ఉన్నప్పుడు అతనికి టైం ఉండదు. అతనికి టైం ఉన్నప్పుడు ఆమెకు సమయం దొరకదు. పైగా పాప విషయం చూసుకోవాలి. ఈ మధ్య పాప ఆరోగ్యం సరిగ్గాలేదు. ఆ విషయం ఇద్దరిని బాగా కలచివేసింది. అందుకే ఇద్దరు ఒకరికి ఒకరు దూరంగా ఉండిపోయారు.

గదిలో పూర్తిగా చీకటి నిండుకుంది. కిటికీలోంచి చంద్రుడు తొంగిచూస్తున్నాడు. లోపల జరుగుతున్న తతంగం చూడలేకపోయాడు అతను. వెంటనే మబ్బుల చాటుకు తప్పుకున్నాడు. ఆ రోజు మొదటిసారి ఇద్దరు శృంగారసామ్రాజ్యంలో

తెలిపోయారు. దాదాపు రెండు గంటల తరువాత తన గదిలోకి వచ్చింది అమ్రపాలి. పాప మంచం మీద నిద్రపోతుంది. తృప్తిగా తలపంకించి పక్కన పడుకుంది. అయిదునిమిషాలలో తను కూడా నిద్రలోకి జారుకుంది.

ఆ తరువాత ఏం జరిగిందో అమ్రపాలికి తెలియదు. దాదాపు మూడు గంటలకు ఆమెకు మేలుకువ వచ్చింది. విపరీతంగా దాహం వేస్తోంది. నాలిక పిడచకట్టుకుపోతుంది. మెల్లగా లేచి అలవాటు ప్రకారం పక్కను తిరిగి చూసింది. మంచం మీద పాప లేదు. కంగారుగా లేచి బయటకు వచ్చింది. తిన్నగా శరత్ గదిలోకి వెళ్ళింది. అక్కడ పాప మాములుగా ఎప్పటిలాగే అతని పక్కన పడుకుంటు కనిపించింది. మళ్ళి నిద్రలో లేచి నడిచే అలవాటు వచ్చిందని మనస్సులో కొంచం బాధపడింది అమ్రపాలి.

శరత్ కు నిద్రాభంగం కలగకుండ పాపను మెల్లగా భుజం మీద వేసుకుంది. గదిలోకి తీసుకువచ్చి మంచం మీద పడుకోపెట్టింది. తరువాత మంచి నీళ్ళు తాగి పాప పక్కన పడుకుంది.

భాగం--49

నామినేషన్ వెయ్యటం ఎలక్షన్స్ జరగటం అంతా చకచక జరిగిపోయింది. పాప పరిస్థితి ఏమంత బాగా లేదు. ఒకరోజు గదిలోనే నిద్రపోతుఉంటుంది. ఇంకో రోజు నిద్రలో నడుస్తూ శరత్ గదిలోకి వెళ్ళిపోతుంది. వారానికి మూడు రోజులు అలా జరుగుతోంది. ఒక వైపు ఎలక్షన్స్ ఇంకో వైపు పాప పరిస్థితి అమ్రపాలిని అతలాకుతలం చేసింది. దానికి తోడు ఇంకోవైపు బిజినెస్ టెన్షన్స్.

ఆ రోజు ఎలక్షన్ ఫలితాలు చెప్పబోతున్న రోజు. అమ్రపాలి పెందళాడే చాంబర్ ఆఫీసు చేరుకుంది.అంతకుముందే షాకాల్ తన అనుచరులతో అక్కడికి చేరుకున్నాడు. వాళ్ళలో పార్ధసారధి కూడా ఉన్నాడు. నవ్వుతూ షాకాల్ తో ఏదో మాట్లాడుతున్నాడు. అమ్రపాలిని చూసి టక్కున తన మాటలు ఆపేశాడు. భయంగా అమ్రపాలి వైపు చూశాడు. అమ్రపాలి అతని చూపులు పట్టించుకోలేదు. తన సహచరులతో ఒక పక్కగా నిలబడింది.లోపల గదిలో కౌంటింగ్ జరుగుతోంది. ఇంకో పావుగంటలో ఫలితాలు చెప్పబోతున్నారని అనౌన్స్ మెంట్ వినిపించింది.

అమ్రపాలిలో విపరీతమైన టెన్షన్ మొదలైంది. నిజానికి ఈ

ఎలక్షన్స్ గురించి ఆమెకు ఏం తెలియదు. ఇది ఎలా నిర్వహిస్తారో కూడా ఆమెకు తెలియదు. షాకాల్ మీద కోపంతో అతన్ని ఓడించాలనే పంతంతో ఇందులోకి దిగింది. దిగిన తరువాత కాని దీని లోతు గురించి ఆమెకు తెలియలేదు. షాకాల్ ప్రవర్తన మాత్రం ఆమెకు బిన్నంగా ఉంది. చాల కూల్ గా క్యాజువల్ గా ఉన్నాడు అతను. ఎప్పటిలాగే ఈ సారి కూడా తనే గెలుస్తాడు. అందులో అతనికి కొంచం కూడా సందేహం లేదు.

క్షణాలు నిమిషాలు భారంగా గడుస్తున్నాయి. సరిగ్గా పదిహేను నిమిషాల తరువాత గది తలుపులు తెరుచుకున్నాయి. ఫలితాలు చెప్పే అధికారు బయటకు వచ్చాడు. అందరు అతని వైపు ఆత్రంగా చూశారు.

“ఈ సారి ఎలక్షన్ ఫలితాలు ముందు కంటే బిన్నంగా ఉంది. దాదాపు అయిదువేల మేజారిటి ఓట్లతో అమ్రపాలి షాకాల్ మీద గెలుపు సాధించింది. ఆమెకు మా అభినందనలు"అని చెప్పి లోపలికి వెళ్ళిపోయాడు అతను.

ఒక్కసారిగా అక్కడ నిశబ్ధం అలుముకుంది. అప్పటివరకు ఉద్వేకంతో సతమతమవుతున్న అమ్రపాలి మొహం చిరునవ్వు కనిపించింది. షాకాల్ మొహం పాలిపోయింది. ఊహించని ఈ పరిణామానికి అతని మైండ్ బ్లాంక్ అయిపోయింది. షాక్ తో బిగుసుకుపోయాడు. అందరికంటే బాగా రియాక్ట్ అయింది పార్ధసారధి. అమ్రపాలి గెలవటం అతనిింకి ఎంతో సంతోషం కలిగింది. ఒకవేళ రివర్స్ అయిఉంటే అతను చాల సమస్యల్లో

ఇరుక్కునేవాడు. ఓడిపోయిన కోపంతో అమ్రపాలి ఏమైన చేసేది. ఆ ఫోటోలు షాకాల్ కు అందచేసేది. తరువాత ఏం జరిగేది ఊహించకోవటానికే భయపడ్డాడు అతను.

విజయంతో తన ఆఫీసు చేరుకుంది అమ్రపాలి. వెంటనే తండ్రికి కాల్ చేసి ఈ శుభవార్త చెప్పింది. కూతురు ఎలక్షన్ లో నిలబడిందని వర్మకు తెలియదు. అమ్రపాలి కూడా చెప్పలేదు. అసలు విషయం వింటే తండ్రి ఊరికే కంగారుపడతాడని భావించింది ఆమె. అందుకే చెప్పకుండ దాచింది. పైగా మధ్యలో పాప సమస్య ఉత్పన్నమైంది. చిన్న సమస్య పెద్ద సమస్యను డామినేట్ చేస్తుంది. ఆమె దృష్టి అప్పుడు పాప వైపు వెళ్ళింది. అందుకే ఎలక్షన్ విషయం తండ్రికి చెప్పలేదు. తండ్రితో మాట్లాడిన తరువాత ఫ్యాక్టరి లోపలికి వెళ్ళింది. తయారైన బాల్ బేరింగ్స్ క్వాలిటి కంట్రోల్ డిపార్ట్ మెంట్ నీట్ గా ఉన్నాయి. వాటిలోంచి కొన్ని బాల్ బేరింగ్స్ తీసి చూసింది. అంతా స్పెసిఫికేన్స్ కు తగినట్టుగానే ఉన్నాయి. తృప్తిగా తలపంకించి తన చాంబర్స్ లోకి వెళ్ళి కూర్చుంది. ఇంకో పదిహేను రోజులలో సరుకుని కొరియా పంపించాలి. ఈ సారి ఏ ఫ్రాడ్ జరగకుండ అన్ని జాగ్రత్తలు తీసుకుంది.

వారం రోజులు గడిచాయి. ఆ రోజు అమ్రపాలి తన చాంబర్స్ లో కూర్చుని ఇండ్రస్టియల్ సెక్యూరిటి కన్సల్ టెంట్ చక్రధర్ తో మాట్లాడుతోంది. సెక్యూరిటి విషయంలో ఇద్దరు చర్చించుకుంటున్నారు. చర్చలు చివరి దశకు వచ్చాయి. అప్పుడే అమ్రపాలి సెల్ ఫోన్ చప్పుడు చేసింది. అది అన్ నోన్ నెంబర్.

ఆశ్చర్యంగా ఆన్ చేసి హలో అంది.

"నేను పాప టీచర్ ను మాట్లాడుతున్నాను మేడం"అవతలనుంచి పాప క్లాసుటీచర్ గొంతు వినిపించింది.

"మీరా టీచర్ ఏమిటి విషయం"అడిగింది అమ్రపాలి.

"ఏం లేదు. మీరు వెంటనే స్కూల్ కు రాగలరా?

"ఎందుకు? ఏదైన ముఖ్యమైన విషయం మాట్లాడాలా."

"కాదు మేడం. ఒక భయంకరమైన విషయం మీకు స్వయంగా చెప్పాలి. అది ఫోన్ లో చెప్పటం బాగోదు. మీరు స్కూల్ కు రండి. మీ కోసం పాప క్లాసురూమ్ దగ్గర ఎదురుచూస్తుఉంటాను"అంది టీచర్. ఆమె గొంతులో ఆందోళన స్పష్టంగా కనిపిస్తోంది.

"వస్తాను ఇప్పుడే బయలుదేరుతాను. విషయం ఏమిటో చూచాయిగా చెప్పండి"అంది అమ్రపాలి.

"సారీ మేడం. అది కూడా చెప్పలేను. మీరు వెంటనే బయలుదేరిరండి. ఇది పాప భవిష్యత్తుకు సంబంధించిన విషయం. దయచేసి అశ్రద్ధచెయ్యకండి. మీకోసం ఎదురుచూస్తూ ఉంటాను"అని చెప్పి లైన్ కట్ చేసింది టీచర్.

అమ్రపాలి కూడా సెల్ ఆఫ్ చేసి చక్రధర్ వైపు చూసింది.

"నేను అర్జంటుగా ఒకచోటకు వెళ్ళాలి. మనం రేపు కలుసుకుందాం"అంది.

చక్రధర్ లేచి తన ఫైలు తీసుకుని వెళ్ళిపోయాడు. అమ్రపాలి లేచి తన బ్యాగ్ తీసుకుంది. క్యాజువల్ గా తన ఎంగేజ్ మెంట్ లిస్ట్ చూసింది. సాయంత్రం నాలుగుగంటలవరకు ముఖ్యమైన ఎంగేజ్

మెంట్స్ ఏం లేవు. క్రిస్టీతో మిగత విషయాలు మాట్లాడి కారులో కూర్చుంది. గమ్యస్థానం చేరుకునేంతవరకు అమ్రపాలి అన్యమనస్కంగా ఉంది. టీచర్ మాటలు ఆమెను విపరీతమైన ఆందోళనకు గురిచేస్తున్నాయి. పాపకు ఏమైందో అని తల్లడిల్లిపోతుంది.

గంట తరువాత అమ్రపాలి స్కూల్ చేరుకుంది. కాంపౌండ్ లో కారు పార్క్ చేసి చూసింది. ఎదురుగా అల్లంత దూరంలో పాప క్లాసు ఉంది. ఆ క్లాసుకు ఎదురుగా ఒక పెద్ద వేప చెట్టు ఉంది. అక్కడ పాప క్లాసు టీచర్ కనిపించింది. అమ్రపాలి వడివడిగా నడస్తూ ఆమెను చేరుకుంది.

"ఏం జరిగింది మేడం. ఎందుకు అర్జంటుగా రమ్మని చెప్పారు"అడిగింది అమ్రపాలి.

టీచర్ జవాబు చెప్పలేదు. అమ్రపాలి చెయ్యిపట్టుకుని క్లాసులోకి తీసుకువెళ్ళింది. లోపల పిల్లలు ఎవరులేరు. ఒక పాప మాత్రం చివరి బెంచిలో కూర్చుని ఉంది. అమ్రపాలిని చూడగానే చప్పున లేచి దగ్గరకు వచ్చింది.

" పాప నువ్వు అక్కడే కూర్చో. తరువాత పిలుస్తాను"అంది టీచర్.

పాప వదలలేక వదులుతున్నట్టుగా వెళ్ళి తన సీటులో కూర్చుంది.

అమ్రపాలికి ఏం అర్థంకాలేదు. విస్తూబోయి టీచర్ వైపు చూసింది. టీచర్ ఆమె ఉద్దేశం అర్థంచేసుకున్నట్టుగా చెయ్యిపట్టుకుని

బయటకు తీసుకువచ్చింది.

"పాప పరిస్థితి చూశారుగా. ఇది కొత్తకాదు. చాల రోజులనుంచి జరుగుతోంది. పాపకు ఏం జబ్బు ఉందో ముందు మాకు తెలియదు. ఎవరితోను కలిసేది కాదు. ఎవరితోను ఎక్కువగా మాట్లాడదు. ఒంటరిగా కూర్చుంటుంది. పైగా భయంభయంగా ఉంటుంది. ముఖ్యంగా మగటీచర్స్ ను చూస్తే బెదిరిపోతుంది. కొత్తలో చేరినప్పుడు బాగా చదివేది. టాపర్స్ లో మూడో స్థానంలో ఉండేది. ఇప్పుడు చాల వెనుకబడిపోయింది. చాల తక్కువ మార్కులు వస్తున్నాయి. పాఠం చెప్పుతున్నప్పుడు పాఠం మీద పూర్తిగా లగ్నం చెయ్యటం లేదు. దానికి కారణం ఏమిటో మాకు అంతుబట్టలేదు. ఎన్నోసార్లు బుజ్జగించి అడిగాం. ఏం మాట్లాడేది కాదు. మౌనంగా భయంగా మా వైపు చూసేది. మీకు చాల సార్లు ఈ విషయం చెప్పాలని అనుకున్నాను. ఒకసారి మీ ఇంటికి కాల్ చేశాను. మీరు అప్పుడు లేరు. మీ భర్త రెస్పాండ్ అయ్యాడు. జరిగినదంతా ఆయనకు చెప్పాను. మీకు చెప్తానని వెంటనే స్కూల్ కు పంపిస్తానని చెప్పారు. నాలుగు రోజులు ఎదురుచుశాం. మీరు ఒక్కసారి కూడా రాలేదు. ఇలా రెండుమూడు సార్లు జరిగింది. చివరకు మీ పర్సనల్ నెంబర్ అతికష్టం మీద తెలుసుకున్నాం. అందుకే మీకు కాల్ చేశాం. మీ పాప ప్రవర్తనకు కారణం ఏమిటో మీరు తెలుసుకున్నారో లేదో నాకు తెలియదు. కాని మేము మాత్రం మా డాక్టర్ ద్వార తెలుసుకున్నాం"అంది టీచర్.

"మైగాడ్ ఇంత జరిగిందా. నాకేం తెలియదు టీచర్. తెలిసిఉంటే తప్పకుండ జాగ్రత్తలు తీసుకునేదాన్ని. ఇంతకి ఏం

జరిగింది. పాప ఎందుకు అలా ఉంది. పైగా ఒంటరిగా కూర్చుంది. మిగతవాళ్ళు ఏమయ్యారు"అంది అమ్రపాలి.

"మేమే మిగత పిల్లలను పంపించేశాం. పాప గురించి ఎవరికి తెలియటం మాకు ఇష్టం లేదు."

"ఇంతకి అసలు సంగతి మీరు చెప్పలేదు".

"ఈ రోజు ఉదయం నుంచి పాప అదోలా ఉంది. బాగా నీరసంగా కనిపించింది.పాఠాలు వినటం మానేసింది. మత్తుగా నిద్రపోసాగింది. కారణం ఎంత అడిగిన చెప్పలేదు. చివరకు మాకు తెలిసిన సైక్రియాటిస్ట్ ని పిలిపించాం. ఆమె గంటసేపు ప్రయత్నించిన తరువాత అసలు విషయం తెలిసింది. మాకు మతిపోయినంత పనిఅయింది. అసలు మేము వింటున్నది కలో నిజమో అర్ధంకాలేదు. కథలలో సినిమాలో మాత్రమే ఇలా జరగటం విన్నాం, చూశాం. కాని నిజజీవితంలో ఇలాంటి సంఘటన జరిగినట్టు ఎక్కడ వినలేదు. ముందు ఈ విషయం శరత్ గారికి చెప్పాలనుకున్నాం. కాని తండ్రికంటే తల్లికి చెపితే బాగుంటుందని మాకు తోచింది. ఇంతకుముందు ఒకటి రెండుసార్లు అతనికి కాల్ చేశాం. కాని ఆయన పెద్దగా స్పందించలేదు. అందుకే మీకు కాల్ చేశాం. సరే అసలు విషయానికి వస్తాను. మీ పాపను ఎవరో ఫిజికల్ గా అబ్యూస్ చేస్తున్నారు. ఈ తతంగం చాల రోజుల నుంచి జరుగుతోంది. ఈ విషయం బయటకు తెలియకుండ ఉండాలని ఆ మనిషి మీ పాపను విపరీతంగా బెదిరించాడు. ఎవరికైన ఈ విషయం చెపితే మిమ్మల్ని చంపేస్తానని భయపెట్టాడు. మీరంటే పాపకు చాల ఇష్టం. తన వల్ల మీకు ఆపద రాకుడదని పాప

భావించింది. అందుకే ఈ చేదునిజం ఎవరికి చెప్పకుండ తనలోనే దాచుకుంది. కుమిలిపోయింది. ఈ రోజు తప్పలేదు కనుక అంతా చెప్పింది."

"మైగాడ్ మీరు చెప్పుతుంటే నమ్మలేకపోతున్నాను. ఇంతకి ఈ దారుణం చేసిన రాక్షసుడు ఎవడు"అంది అమ్రపాలి. ఆమె మొహం కోపంతో ఎర్రబారింది.

"ఆ వ్యక్తి గురించి పాప చెప్పినప్పుడు ముందు మేము నమ్మలేదు. కాని పాప తరిచి తరిచి అతని పేరు చెప్పింది. అప్పుడు నమ్మక తప్పలేదు. ఆ మనిషి ఎవరో కాదు, మీ భర్త శరత్ గారు. పాప తండ్రి"అంది మెల్లగా టీచర్య

తలమీద పిడుగుపడినట్టు అదిరిపడింది. పిచ్చిదానిలా టీచర్ వైపు చూసింది. ఆమె మెదస్సు హోరెత్తి పోతుంది. విన్నది నిజమా కాదా అన్న సందేహంలో పడిపోయింది.

"ఇది నిజమా"పాలిపోయిన మొహంలో అడిగింది అమ్రపాలి.

"ముమ్మాటికి నిజం. చాల రోజులనుంచి అతను పాప మీద అత్యాచారం చేస్తున్నాడు. పాపను శారీరకంగా మానసికంగా హింసిస్తున్నాడు. ఈ విషయం ఎవరికైన చెపితే మిమ్మల్ని చంపేస్తానని బెదిరించాడు. అందుకే పాప మీకు చెప్పలేకపోయింది. పాప పరిస్థితిని స్కూల్ మేనేజ్ మెంట్ సానుభూతితో అర్ధంచేసుకుంది. అందుకే పాపకు టీసీ ఇచ్చి పంపేయ్యాలని నిర్ణయించాం. దయచేసి కనీసం మీరైన మేలుకోనండి. పాపను సానుభూతిలో అర్ధంచేసుకోండి. తగిన చికిత్స చేయించండి. ఒక్క నిమిషం కాచుకోండి. ఇప్పుడే వస్తాను"అని స్టాఫ్

రూమ్ వైపు వెళ్ళిపోయింది.

శరీరంలోంచి శక్తి పూరిగా పోయినట్టు ఫీలయింది అమ్రపాలి. నిస్సత్తువగా క్లాసు రూమ్ లోకి వెళ్ళింది. అమ్రపాలిని చూడగానే పాప మొహం వికసించింది. వేగంగా వచ్చి అమ్రపాలిని చుట్టుకుపోయింది. ఒక్కసారిగా కదిలిపోయింది . బాధ దుఖ్ఖం ఆమెను కలిసికట్టుగా కుదిపేశాయి. వ్యాపారంలో ఎన్నో కష్టాలను నష్టాలను ఎదురుకుంది. వాటిని ఎంతో చాకచక్యంతో పరిష్కరించింది. కాని ఇది అలాంటి సమస్య కాదు. ఒక పాప జివితానికి సంబంధించిన సమస్య. కంటికి రెప్పలా కాపాడవలసిన తండ్రి భక్షించేవాడిలా తయారయ్యాడు. మొక్కలోనే పాప జివితాన్ని తుంచెయ్యాలని ప్రయత్నిస్తున్నాడు కట్టుకున్న భర్త.

మెల్లగా పాపను తీసుకుని క్లాసులోంచి బయటకు వచ్చింది.

క్లాసుటీచర్ హడావిడిగా వచ్చి ఆమెకు పాప టీసి ఇచ్చింది.

“సాధ్యమైనంతవరకు పాపను మీ భర్తకు దూరంగా పెట్టండి. అవసరమైతే ఎక్కడైన హాస్టల్ లో చేర్పించండి. అంతకంటే ఇంకేం చెప్పలేను"అంది టీచర్ సానుభూతితో.

టీచర్ ధ్యాంక్స్ చెప్పి పాపను తీసుకుని కారుదగ్గరకు నడిచింది. పాపను ముందుసీట్లో కూర్చోపెట్టి తను డ్రైవర్ స్థానంలో కూర్చుంది. మరుక్షణం కారు వేగంగా స్కూల్ కాంపౌండ్ దాటింది. కారువేగంగా రోడ్డు మీద ప్రయాణం చేస్తోంది. ఏం చెయ్యాలా అని తర్జనభర్జన పడుతోంది అమ్రపాలి. ఇది మాములు సమస్య కాదు. కుటుంబ గౌరవానికి పేరు ప్రతిష్టలకు సంబంధించిన సమస్య. ఈ

విషయం బయటకు పొక్కితే నానారబస అవుతుంది. మీడియాకు ఇది హాట్ న్యూస్ గా మారిపోతుంది. కొన్నిరోజులపాటు ఇది బ్రేకింగ్ న్యూస్ గా ప్రసారం చేస్తారు. మనస్సు గట్టి చేసుకుని అది సహించవచ్చు. కాని పాప జీవితం నాశనం అవుతుంది. కొన్ని లక్షలమంది దృష్టిలో పడుతుంది. అందుకే ఈ విషయం బయటకు పొక్కకుండ చూడాలని భావిస్తోంది అమ్రపాలి. కాని తండ్రికి మాత్రం ఖచ్చితంగా చెప్పాలని తీర్మానించుకుంది.

ఈ పరిస్థితిలో తన బాధను చెప్పుకునే మనిషి కావాలి. ఆ మనిషి వర్మ తప్ప ఇంకేవరు లేరు. అలాగే పాప కోసం ఏం చెయ్యాలా అని కూడా ఆలోచించింది. కారు ఇంటికి చేరుకునేసరికి గంట పట్టింది. ఈ లోగా ఆమె ఒక స్దిరమైన నిర్ణయానికి వచ్చింది. కారుఆపి పక్కకు చూసింది. పాప గాఢంగా నిద్రపోతుంది. పాపను భుజం మీద వేసుకుని ఇంట్లోంచి నడిచింది. తన బెడ్రూంలోకి తీసుకువెళ్ళి మంచంమీద పడుకోపెట్టింది.

పాప పైన దుప్పటి కప్పి గదిలోంచి బయటకు వచ్చింది. తండ్రి కాల్ చెయ్యాలని సెల్ చేతిలోకి తీసుకుంది. నాలుగురోజులకు ముందు వర్మతన భార్యతో నార్త్ ఇండియాటూర్ వెళ్ళాడు. భార్యతో దేశాటన చెయ్యాలని ఆయన చాల రోజులనుంచి అనుకుంటున్నాడు. కాని సమయం అవకాశం దొరకలేదు. ఇప్పుడు అమ్రపాలి పూర్తిగా వ్యాపారాన్ని తన కంట్రోల్ లోకి తీసుకుంది. అందుకే సంతోషంతో బయలుదేరాడు. ఇప్పుడు పాప విషయం చెపితే చాల బాధపడతాడు.తల్లిడిల్లిపోతాడు. వెంటనే ప్రోగ్రాం క్యాన్సిల్ చేసుకుని

ఇంటికి తిరిగివచ్చేస్తాడు.

అలా జరగటం అమ్రపాలికి ఇష్టంలేదు. అందుకే చెప్పాలని ఎంత మనస్సు పీకుతున్న చెప్పలేదు. వంటవాడు తెచ్చిన కాఫీ తాగి హాలులో కూర్చుంది. అప్పుడే బయట క్రమంగా చీకటిపడుతోంది. ఉదయం తిండి కోసం వెళ్ళిన పక్షులు గూటికి చేరుకుంటున్నాయి. హాలులో కూడా చీకటి పడుతోంది. లైటు వేసుకోవాలనే ధ్యాస కూడా అమ్రపాలికి కలగలేదు. కళ్ళు ముసుకుని మౌనంగా రాకింగ్ చెయిర్ లో ఊగుతోంది. చాల సేపు వరకు అలాగే ఉంది. తరువాత ఏదో నిర్ణయించినట్టు లేచి రిఫ్రెష్ అయింది. బట్టలు మార్చుకుని తిరిగి కూర్చుంది. గదిలో పాప నిశ్చితంగా నిద్రపోతుంది.

భాగం--50

దాదాపు రెండు గంటలు భారంగా గడిచాయి. కాంపౌండ్ లో కారు ఆగిన చప్పుడు అస్పష్టంగా వినిపించింది. అమ్రపాలి తీక్షణంగా గుమ్మం వైపు చూస్తోంది. క్షణం తరువాత శరత్ లోపలికి వచ్చాడు. చీకటిగా ఉండటం వల్ల అతను అమ్రపాలిని గమనించలేదు. లైటు వేశాడు. రాకింగ్ చెయిర్ లో అస్తమిస్తున్న సూర్యుడిలా ఎర్రగా కూర్చుని ఉంది ఆమె.

భార్యను ఆ పరిస్థితిలో ఎప్పుడు అతను చూడలేదు. ఏదో జరిగిందని భావించాడు. కాని తన రహస్యం బట్టబయలు అయిందని మాత్రం అతనికి తెలియదు. అందుకే క్యాజువల్ గా నవ్వుతూ భార్య దగ్గరకు వెళ్ళాడు.

“ఏమిటి చీకటిలో కూర్చున్నావు. లైటు వేసుకోలేదే"అడిగాడు.

“నా జీవితమే చీకటి అయిపోయింది. వెలుగుతో ఏం పనినాకు"మెల్లగా అంది.

“నువ్వేం మాట్లాడుతున్నావో నాకు అర్ధంకావటంలేదు. ఈ రోజు కొంచం వింతగా కనిపిస్తున్నావు.”

“నాకు బాగా కావాల్సిన వాళ్ళే వింతగా ప్రవర్తిస్తున్నప్పుడు

నేను మాత్రం వింతగా ఎందుకు ప్రవర్తించకూడదు.”

“ఇలా డొంకతిరుగుడుగా మాట్లాడకు. చెప్పదలుచుకుంది సూటిగా చెప్పు"అన్నాడు అతను చిరాకుగా.

“పాపతో ఎందుకు అలా ప్రవర్తించారు. తను మన కన్నకూతురు కాకపోవచ్చు. కాని పెంచుకుంటున్న కూతరు. ఒక మంచి తల్లి తండ్రిలా ఉంటామని పాప తాత పాపను మనకు అప్పగించాడు. కాని మీరు మాత్రం ఒక తండ్రిలా ప్రవర్తించలేదు. ఒక పశువులా ప్రవర్తించారు. మీ కామం తీర్చుకోవటానికి ఒక పావుగా వాడుకున్నారు. మీకు సిగ్గుఉందా. అసలు మీరు ఒక మనిషేనా"అంది.

“నువ్వేం మాట్లాడుతున్నావో నాకు అర్ధంకావటం లేదు" మేకపోతు గాంభీరంతో అన్నాడు.

“ఇంకా బుకాయించకండి. ఇంతకాలం అబద్ధం చెప్పింది చాలు. టీచర్ నాతో అన్ని విషయాలు చెప్పింది. పాప కూడా అసలు నిజం చెప్పింది. ఇక దాచి ప్రయోజనం లేదు. మర్యాదగా మీ తప్పును ఒప్పుకోండి. “

“ఒప్పుకోకపోతే"రెట్టించాడు.

“విడాకులు ఇస్తాను. అంతేకాదు మీ మీద పోలీసు రిపోర్ట్ కూడా ఇస్తాను. దానికి సాక్ష్యం పాప. అంతే కాదు డాక్టర్ సర్టిఫికేట్ కూడా కోర్ట్ వారికి ఇస్తాను. మీరు చేసిన నీచమైన పనిని సాక్ష్యాలతో నిరూపిస్తాను. మీరు తప్పించుకోవటం అసంభవం. ఇంత రాక్షసంగా ప్రవర్తించినందుకు మిమ్మల్ని ఏం చేసిన పాపం లేదు,”

తన రహస్యం తెలిసిపోయిందని అతనికి అర్ధమైంది. అయిన

అతను బెదరలేదు. భయపడలేదు. కనీసం చేసిన పనికి సిగ్గుపడలేదు. ఎగాతాలిగా ఆమె వైపు చూశాడు.

"నీకు అంతా తెలిసిపోయిందన్నమాట. ఇక దాచటం అనవసరం. అవును నేనే ఇదంతా చేశాను. నాకు చాల కాలం నుంచి పసిపిల్లలతో ఆడుకోవటం అలవాటు. ఆ పని తప్పని నాకుతెలుసు. ఆ అలవాటును మానుకోవటానికి ఎంతో ప్రయత్నించాను. కాని వీలుకాలేదు. మా అమ్మగారికి నా గురించి బాగా తెలుసు. పెళ్ళిచేస్తే ఈ అలవాటు తొలగిపోతుందని నమ్మింది. అందుకే కోరికోరి నిన్ను కోడలిగా తెచ్చుకుంది. పెళ్ళయిన తరువాత ఆ అలవాటు క్రమంగా తగ్గిపోయింది. నేను కూడా మాములు మనిషిని అయినందుకు లోపల సంతోషపడ్డాను."

"కాని ఆ సంతోషం ఎక్కువ రోజులు లేదు. పాప వచ్చినతరువాత నా పరిస్థితి మళ్ళి మొదటికి వచ్చింది. కొన్నిరోజులు ఎలోగో ఓపికపట్టాను. కాని తరువాత కంట్రోల్ చేసుకోవటం కష్టం అయింది. అందుకే మెల్లగా పాపను లొంగదీసుకున్నాను. ఈ విషయం ఎవరికి చెప్పవద్దని తీవ్రంగా హెచ్చరించాను. ముఖ్యంగా నీకు చెప్పవద్దని చెప్పాను. ఒకవేళ చెపితే నిన్ను చంపేస్తానని బెదిరించాను. నేను అనుకున్నట్టుగానే పాప బెదిరిపోయింది. నీకు ఈ విషయం చెప్పలేదు. ఇప్పుడు నీకు తెలిసిపోయింది. అయిన నాకు ఏం భయంలేదు. జరిగింది ఏదో జరిగిపోయింది. ఈ విషయం మన మధ్యనే ఉండాలి. బయటకు పొక్కటానికి వీలులేదు. విషయం బయటకు తెలిస్తే నా పరువుతో

పాటు నీ పరువు కూడా పోతుంది. పాప మన కన్నకూతురు కాదు. పెంపుడుకూతురు. తను ఎలా పోతే నీకెందుకు. దయచేసి ఈ విషయాన్ని పెద్దది చెయ్యకు. నాకు సహకరించు"అన్నాడు.

"ఛీ అసలు నువ్వు మనిషివే కాదు. మనిషి రూపంలో ఉన్న జంతువు. చేసినపనికి సిగ్గుపడక ఇంకా సమర్ధించుకుంటున్నావా. ఇంత కాలం నీ ఇష్టంవచ్చినట్టు జరిగింది. ఇక మీదట పాప వైపు నీ చూపు పడటానికి కూడా వీలులేదు. తన దగ్గరకు వెళ్ళితే ఏమాత్రం ఊరుకోను".

"ఏం చేస్తావు".

అమ్రపాలి జవాబుచెప్పకుండ చప్పున బ్యాగ్ లోంచి తుపాకి తీసి అతని వైపు గురిపెట్టింది.

"నా ఆత్మరక్షణకోసం ఇది తీసుకున్నాను. ఇంతవరకు దీన్ని వాడే అవకాశం నాకు కలగలేదు. ఇప్పుడు దీన్న ఉపయోగించటానికి ఏమాత్రం వెనుకాడను జాగ్రర్త"అంది హెచ్చరికగా.

శరత్ ఆమె బెదిరింపులు పట్టించుకోలేదు. నవ్వుతూ పాప పడుకున్న గదిలోకి వెళ్ళబోయాడు.

"వద్దు అంత సాహసం చెయ్యకు. కాలుస్తాను"అంది తీక్షణగా.

"ఏ భార్య భర్తను పిస్తోల్ తో కాల్చటం ఇంతవరకు వినలేదు. కనలేదు. చరిత్రలో కూడా ఇలాంటి సంఘటన జరిగినట్టు రుజువులు లేవు"అన్నాడు.

"నేను చరిత్రను మారుస్తాను. పాప కోసం ఏమైన చేస్తాను."

శరత్ ఆమె మాటలు పట్టించుకోకుండ గదివైపు

వెళ్ళిపోయాడు.

అమ్రపాలి సందేహించలేదు. శరత్ వైపు గురిపెట్టి తుపాకి కాల్చింది. ఢాం అంటు పెద్దగా చప్పుడు వినిపించింది. ఆ చప్పుడుకు హాలు దద్దరిల్లిపోయింది. గుండు గురితప్పలేదు. తిన్నగా వెళ్ళి అతని చాతిలో దిగబడింది. కొంచంకూడా అరవకుండ నేలమీద కూలిపోయాడు శరత్. అతని షర్ట్ రక్తంతో పూర్తిగా తడిసిపోయింది.

అమ్రపాలి ఆందోళనగా శరత్ దగ్గరకు వెళ్ళింది. అతను ఉలుకుపలుకులేకుండ ఉన్నాడు. అతని చాతిమీద తలఆనించి గుండె చప్పుడు వినటానికి ప్రయత్నించింది. కాని ఆమెకు ఏం వినిపించలేదు. తన కళ్ళముందే భర్తపోయాడని నిర్ణయించుకుంది ఆమె. వెంటనే లేచింది. కర్తవ్యం గుర్తుకువచ్చింది. తన షర్ట్ మీద అతని రక్తం అంటుకున్న విషయం ఆమె గమనించలేదు. దానిమీద జర్కిన్స్ వేసుకుని బీరువా తెరిచింది. కావల్సిన డబ్బు కార్డ్ తీసుకుని గదిలోకి వెళ్ళింది.

చిన్న బ్యాగ్ లో కొన్నిసామానులు సర్దుకుని పాపను భుజం మీద వేసుకుని బయటకు వచ్చింది. పార్కింగ్ స్పేస్ లో ఉన్న కారులో కూర్చుంది. మరుక్షణం కారు వేగంగా ఏయిర్ పోర్ట్ వైపు సాగిపోయింది. అదృష్టవశతు హైదరాబాదు ప్లైట్ లో ఆమెకు చోటు దొరికింది. గంటన్నర తరువాత హైదారాబాదు చేరుకుంది. హోటలలో గది తీసుకుంది. పాపను మంచంమీద పడుకోపెట్టి తను పక్కన పడుకుంది. అప్పుడుకాని ఆమె మనస్సు కుదుటపడలేదు.

మరుసటి రోజు ఒక ఇంటర్నేషనల్ స్కూల్ కు వెళ్ళింది.పాపను

అందులో చేర్పించి అన్ని ఏర్పాట్లు చేసింది. ఆ స్కూల్ లో హాస్టల్ వసతి కూడా ఉంది. ముందు పాప భయపడింది. అమ్రపాలి వెళుతుంటే ఏడ్చింది. పాపను దగ్గరకు తీసుకుని మెల్లగా బుజ్జగించింది. వీలుచూసుకుని అప్పుడప్పుడు చూడటానికి వస్తానని నచ్చచెప్పింది.

స్కూల్ ఫార్మాలిటిస్ అన్ని పూర్తిచేసుకునేసరికి సాయంత్రం అయింది. కారుతీసుకుని సిటిలోఉన్న పెద్ద సూపర్ బజార్ కు వెళ్ళింది. అందులో తనకు కావల్సిన సామానులు కొనుక్కుని బిల్ చెల్లించి బయటకు వచ్చింది. క్యాబ్ వైపు వెళ్ళబోతుంటే అప్పుడే ఊహించని పరిణామం ఎదురైంది. తన గతం పూర్తిగా మరిచిపోయిందామే.

భాగం--51

గతం లోంచి బయటపడి టైం చూసింది అమ్రపాలి. సమయం నాలుగుగంటలు అవుతోంది. బిల్ చెల్లించి తన గదిలోకి చేరుకుంది. పాపను స్కూల్ లో చేర్పించిన తరువాత మళ్ళి వెళ్ళలేదు. దాదాపు ఆరుగంటలు పాపకు దూరంగా ఉంది. ఇప్పుడు పాప పరిస్థితి ఎలా ఉందో. అది ఊహించుకుంటే తల్లిడిల్లిపోతుంది అమ్రపాలి. ఎప్పుడెప్పుడు తొమ్మిదిగంటలు అవుతుందా ఎప్పుడు పాపను చూస్తానా అని తెగ ఆరాటపడుతుంది ఆమె. నిద్రరాకపోయిన మంచం మీద పడుకుంది. లైటు ఆర్పి కళ్ళు మూసుకుంది.

ఉదయం నుంచి బాగా అలసిపోయింది ఆమె. విపరీతమైన ఉద్వేకంతో సతమతమైంది. అందుకే కళ్ళు మూసుకున్నవెంటనే గాఢనిద్రలోకి జారుకుంది. ఎంతసేపు పడుకుందో తెలియదు. తిరిగి కళ్ళు తెరిచేసరికి దాదాపు ఎనిమిదిగంటలు కావస్తోంది. గబగబ లేచి తయారయింది. సెల్ తీసి హైదరాబాదు బ్రాంచ్ మేనేజర్ కు కాల్ చేసింది.

"ఇప్పుడే బయలుదేరుతున్నాను మేడం. అరగంటలో అక్కడ ఉంటాను"అన్నాడు మేనేజర్.

చెప్పినట్టుగానే వచ్చాడు మేనేజర్. హోటల్ బిల్ చెల్లించి ఇద్దరు కారులో కూర్చున్నారు. కారు వేగంగా స్కూల్ వైపు సాగిపోయింది. గంట తరువాత హైటక్ సిటిలో ఉన్న ఆ స్కూల్ చేరుకున్నారు. తిన్నగా వెళ్ళి ప్రిన్స్ పాల్ ను కలుసుకున్నారు.

“గుడ్ మార్నింగ్ సిస్టర్. నా పాప గురించి తెలుసుకోవటానికి వచ్చాను"అంది అమ్రపాలి.

“పాప స్కూల్ లో లేదు"అంది సిస్టర్.

“స్కూల్ లో లేదా. ఎక్కడికి వెళ్ళింది"అందోళనగా అడిగింది అమ్రపాలి.

“రెండు రోజులకు ముందు పాప తన తండ్రితో వెళ్ళిపోయింది"చావు కబురు చల్లగా చెప్పింది సిస్టర్.

“ఎంతపని చేశారు సిస్టర్. పాపను అతనితో ఎందుకు పంపించారు. నాతో తప్ప ఇంకేవరితో పంపించవద్దని మీకు చెప్పాను కదా. ఆ మేరకు డిక్లరేషన్ కూడా రాసి ఇచ్చాను. అలాంటప్పుడు అతనితో ఎందుకు పంపించారు"కోపంగా అడిగింది అమ్రపాలి.

“దయచేసి ఎక్సైట్ కాకండి. ముందు మేము పంపించమని చెప్పాం. కాని ఆయన చాల గొడవచేశారు. కన్నతండ్రితో పాపను ఎలా పంపించరని వాదించాడు. పైగా పోలిసులకు రిపోర్ట్ చేస్తానని బెదిరించాడు. ఇంతవరకు మా స్కూల్ కాంపౌండ్ లో ఒక్క పోలిసు కూడా రాలేదు. ఇది మా స్కూల్ పరువు ప్రతిష్టలకు సంబంధించిన విషయం. అందుకే గత్యంతరం లేక అతనితో పంపించవలసివచ్చింది. వేరీ సారీ"అంది అపాలజటిక్ గా సిస్టర్.

ఇంకేం మాట్లాడాలో అమ్రపాలికి తెలియలేదు. ఏ రాక్షసుడి దగ్గరనుంచి పాపను కాపాడుకోవాలనుకుందో అదే రాక్షసుడి పాలయింది. వెంటనే కారులో ఏయిర్ పోర్ట్ చేరుకుంది. ఢిల్లీ టికెట్టు తీసుకుని ఫ్లైట్ లో కూర్చుంది. గమ్యస్థానం చేరుకునేంతవరకు అసహనంగా ఉంది అమ్రపాలి. ఢిల్లీ ఏయిర్ పోర్ట్ లో ఫార్మాలిటిస్ ముగించుకుని క్యాబ్ లో ఇంటికి బయలుదేరింది.

క్యాబ్ ఇంటి ముందు ఆగింది. ఫేర్ చెల్లించి పరుగులాంటి నడకతో లోపలికి వెళ్ళింది. విశాలమైన హాలులో వర్మ కూర్చుని ఉన్నాడు. అతని చేతిలో రివాల్వర్ ఉంది. ఎదురుగా నేలమీద నిర్జీవంగా శరత్ పడిఉన్నాడు. అతని గుండెలలోంచి సన్నగా రక్తం కారుతోంది.

“వచ్చావా తల్లి. నీ కోసమే ఎదురుచూస్తున్నాను"అన్నాడు వర్మ పేలవంగా నవ్వుతూ.

“ఎంతపని చేశావు నాన్న"అంది బాధగా అమ్రపాలి.

“తప్పలేదమ్మా ఆ రాక్షసుడు పాపమీద అత్యాచారం చెయ్యబోయాడు. అదితప్పని ఎంతో వారించాను. బ్రతిమాలాను. చివరకు కాళ్ళు కూడా పట్టుకున్నాను. కాని ఆ రాక్షసుడి మనస్సు కరగలేదు. అందుకే పాపను రక్షించటం కోసం వాడిని కాల్చాను. నాకేం బాధలేదు. పాపకు వాడి పీడ విరగడచేసినందుకు ఆనందంగా ఉంది. ఒక ప్లాన్ ప్రకారం నేను అతన్ని చంపలేదు. కేవలం పాపను కాపాడటంకోసం కాల్చాను. చట్టం నన్ను అర్ధంచేసుకుంటుంది. సానుకూలంగా స్పందిస్తుంది. అందుకే పోలీసులకు కాల్ చేశాను.

వాళ్ళు ఏ క్షణంలో అయిన ఇక్కడికి రావచ్చు"అన్నాడు.

కట్రయిలా బిగుసుకుపోయింది అమ్రపాలి. తరువాత తేరుకుని గదిలోకి వెళ్ళింది. పాప మంచంమీద నిశ్చితంగా నిద్రపోతుంది. పాప దగ్గర కూర్చుని బుగ్గలను తడిమింది. ఆప్యాయంగా చెంపమీద ముద్దుపెట్టుకుంది.

"ఇంతకాలం ఎక్కడ ఉన్నావమ్మా. శరత్ నిన్ను ఏదో చేసి ఉంటాడని అనుమానం కలిగింది"అన్నాడు లోపలికి వచ్చిన వర్మ.

"అది చాల పెద్ద కధ డాడీ. తీరికగా ఉన్నప్పుడు వివరంగా చెప్తాను. ముందు మన ఫ్యామిలి లాయర్ తో మాట్లాడతాను"అంటు సెల్ చేతిలోకి తీసుకుంది.

XXXX

నెలరోజులు గడిచాయి. పాప సంతోషంగా స్కూల్ కు వెళుతోంది. బాగాచదువుతుంది కూడా. వర్మ కేసును కోర్ట్ సానుభూతితో అర్ధంచేసుకుంది. ప్రీప్లాన్ ప్రకారం వర్మ ఈ హత్యచెయ్యలేదని అమ్రపాలి లాయర్ నిరూపించాడు. దాంతో కోర్ట్ వర్మకు బెయిల్ మంజూర్ చేసింది. తన తండ్రికి పెద్దగా శిక్షపడదని త్వరలోనే అతను విడుదల అవుతాడని నమ్మకంతో ఉంది అమ్రపాలి.

ఆ రోజు తన చాంబర్స్ లోకూర్చుంది అమ్రపాలి. అప్రయత్నంగా ఆమెకు రావు గుర్తుకువచ్చాడు. హైదరాబాదు బయలుదేరేటప్పుడు అతన్ని కలుసుకునే అవకాశం దొరకలేదు. తరువాత కోర్ట్ సమస్యలతో సమతమతమైంది అమ్రపాలి. ఆమె కష్టాలలో ఉన్నప్పుడు పెద్దమనస్సుతో ఆమెకు ఎంతో సహాయం

చేశాడు ఆయన. అది ఏ ప్రతిఫలం ఆశించకుండ

కనీసం ఇప్పుడైన ఆయనకు ధ్యాంక్స్ చెప్పాలని భావించింది అమ్రపాలి. సెల్ తీసి ఆయన నెంబర్ కు కాల్ చేసింది.

"అంకుల్ నేను లక్ష్మిని ఊరఫ్ అమ్రపాలిని మాట్లాడుతున్నాను. ఎలా ఉన్నారు"అడిగింది.

"నేను బాగానే ఉన్నాను. నువ్వు ఎలా ఉన్నావు"అడిగాడు రావు.

"నేను బాగానే ఉన్నాను. హడావిడిలో మిమ్మల్ని కలుసుకునే అవకాశం లేకుండ పోయింది. ఆ రోజు మీరు చేసిన సహాయం మరచిపోలేను. మీరే కనుక ఆదుకోకపోయిఉంటే నా గతి ఆదోగతి అయ్యేది. అది తలుచుకుంటే ఇప్పటికి నాకు భయం వేస్తుంది. సరే ఆ విషయం పక్కన పెట్టండి. త్వరలోనే నేను ఒక పత్రిక పెట్టబోతున్నాను. దానికి మీరే చీఫ్ ఎడిటర్. జీతం ఎంత కావాలన్న తీసుకోండి. త్వరలోనే మిమ్మల్ని వచ్చి కలుసుకుంటాను"అంది.

"చాల సంతోషం అమ్మా. నన్ను మరిచిపోనందకు చాల ఆనందంగా ఉంది. పెద్ద మనస్సుతో పెద్ద ఆఫర్ ఇచ్చావు. కాని నేను రాలేను తల్లి. ఇప్పుడు పనిచేస్తున్న పత్రిక నాకు ఇంతకాలం అన్నం పెట్టింది. సమాజంలో పేరుతో పాటు గౌరవం ప్రసాదించింది. ఇప్పుడు ఈ పత్రికను వదిలి నీ పత్రికలో చేరలేను. దయచేసి అన్యద భావించకు. తెలివైనదానివి పైగా చదువుకున్నదానివి. అర్ధంచేసుకుంటావని ఆశిస్తున్నాను"అన్నాడు రావు.

"అర్ధమైంది అంకుల్. కాని ఒక విషయం మాత్రం

గుర్తుపెట్టుకోండి. ఈ అమ్రపాలి ఇంటి తలుపులు మీకోసం ఇరవైనాలుగుగంటలు తెరిచి ఉంటాయి. మీరు ఎప్పుడైన రావచ్చు"అంది. తరువాత సెల్ కట్ చేసి రిలాక్సింగ్ గా కుర్చీ వెనక్కి వాలింది.

అప్పుడే టెలిఫోన్ చప్పుడు చేసింది. కళ్ళు తెరిచి చప్పున రిసివర్ అందుకుంది అమ్రపాలి.

"నేను పాప క్లాసుటీచర్ ను మాట్లాడుతున్నాను. క్వార్టర్లీ పరీక్షలో పాప ఫస్ట్ ర్యాంక్ వచ్చింది. ఈ శుభవార్త చెప్పటానికి మీకు కాల్ చేశాను"అంది టీచర్.

సమాప్తం.